AF833209

सत्याग्रह

बबन मिंडे यांचे प्रकाशित साहित्य

कादंबरी

कॉमन मॅन

नाटक

बळी

संपादित

आम्ही मराठीचे प्राध्यापक

प्रौढ वाङ्मय

लँडमाफिया

बालकुमार वाङ्मय

कॅप्टन कावेरी मंगळावर

सत्याग्रह

बबन मिंडे

पॉप्युलर प्रकाशन, मुंबई

सत्याग्रह
(म-१२२२)
पॉप्युलर प्रकाशन
ISBN 978-81-7991-896-8

SATYAGRAH
(Marathi : Novel)
Baban Minde

पहिली आवृत्ती : २००७ / १९२९
दुसरी आवृत्ती : २०१७ / १९३८

मुखपृष्ठ : भ. मा. परसवाळे

प्रकाशक
हर्ष भटकळ
पॉप्युलर प्रकाशन प्रा. लि.
३०१, महालक्ष्मी चेंबर्स
२२, भुलाभाई देसाई रोड
मुंबई ४०००२६

अक्षरजुळणी
स्मिता टाइपसेटर्स
११२०, सदाशिव पेठ
निंबाळकर तालीम चौक
पुणे ४११०३०

आपल्या परंपरागत जमिनीला मातेसमान मानून,
तिला वाचविण्यासाठी आपल्या जिवाचे रान करणाऱ्या
मुळशी सत्याग्रहींनो,
आपल्या निष्ठा, श्रद्धा आणि जीवनप्रेरणांनीच
मला ही कथा लिहिण्याची प्रेरणा दिली...
तुमची कथा तुम्हालाच अर्पण...

..... ज्याप्रमाणे बाप आपला मुलगा विकावयास तयार नसतो त्याप्रमाणे मनुष्य आपल्या हातातील जमीन घालवावयास तयार नसतो. फार पुरातन काळापासून हा आपला स्वभाव बनला आहे. मुळशी पेट्यातील सत्याग्रहींविरुद्ध आपली टाटा कंपनी काही कारवाई करणार नाही, अशी मला आशा आहे.....

माझे मन या गरीब बिचाऱ्या लोकांसाठी कळवळते आहे. टाटांच्या महान घराण्याने आपल्या कायदेशीर हक्काबाबत फार ताठर भूमिका न घेता या लोकांशी विचारविनिमय करावा.

भारताला त्यांची योजना एक वरदान ठरणार आहे, असा टाटांचा दावा आहे. पण यामुळे एका गरीब माणसाचा जरी त्याच्या मनाविरुद्ध बळी जाणार असेल तर त्या वरदानाला काय किंमत आहे?

मी तर असेही म्हणेन की, तीन कोटी अर्धपोटी स्त्री-पुरुषांना आणि लाखो गलितगात्र लोकांना गोळ्या घालून ठार मारले आणि त्यांच्या प्रेतांपासून खत बनवले, त्यांच्या हाडांपासून सुऱ्यांच्या मुठी वगैरे बनवल्या, तर रोगराई व गरिबीचा प्रश्न सहज सुटेल व उरलेले लोक अगदी ऐषआरामात राहू शकतील. परंतु एखादा माथेफिरूच अशी सूचना करेल. आपले प्रकरणही काही कमी अमानुष नाही. आपण या स्त्री-पुरुषांना ठार मारत नाही एवढेच! परंतु भावना, प्रेमजीवन आणि जीवनात जगण्यासारखे जे-जे काही असते ते सर्व त्यांनी ज्या मातीभोवती गुंफले आहे, ती त्यांची बहुमोल ठेव आपण बळजबरीने हिसकावून घेत आहोत. मोठा नावलौकिक असणाऱ्या या कंपनीस माझी सूचना आहे की, त्यांनी आपल्या दुर्बल व असहाय देशबांधवांच्या इच्छेला मान दिला तर त्यांनी खऱ्या अर्थाने देशाचे हित साधले असे म्हणता येईल.

-महात्मा गांधी

प्रस्तावना

'मुळशी सत्याग्रह.' पंचाऐंशी वर्षांपूर्वी महाराष्ट्रातल्या सह्याद्रीच्या डोंगररांगांतील मुळशी खोऱ्यात घडलेली घटना. येथील शेतकऱ्यांनी आपल्या पिढीजात जमिनी वाचवण्यासाठी महाराष्ट्रातल्या तरुणांच्या मदतीने, महात्मा गांधींनी दाखविलेले सत्याग्रहाचे हत्यार उपसले. अखिल हिंदुस्थानात आपल्या जमिनी वाचवण्यासाठी शेतकऱ्यांनी उभारलेला हा पहिला सत्याग्रह.

खरे तर, हा घाला त्यांना अन्य मार्गांनेही परतवून लावता आला असता. परंतु वचनाला आणि शपथेला जागणारे हे मावळे. त्यामुळे त्यांची जीवननिष्ठाच अद्‌भुत. परमेश्वरावर श्रद्धा आणि मातीशी इमान या मूल्यांनीच त्यांना हा रस्ता तुडविण्याचं धैर्य दिलं असावं. शपथेच्या बंधनात अडकलेल्या या शेतकऱ्यांनी सत्याचा मार्ग शेवटपर्यंत सोडला नाही. 'टाटा पॉवर कंपनी' या प्रचंड भांडवलवाल्या कंपनीने या शेतकऱ्यांचे अतोनात हाल केले. भल्याबुऱ्या मार्गाने त्यांच्या जमिनी बळकावल्या आणि त्यांना देशोधडीला लावले.

पण इथल्या मातीशी घट्ट नातं असणारा हा शेतकरी धरणात सर्व बुडाल्यावरही खोऱ्याबाहेर न पडता इथल्याच डोंगरदऱ्यांमधून खोपट करून राहू लागला आणि आपल्या बुडालेल्या गावातच मानसिक पातळीवर वावरू लागला. आजही आपल्याला मुळशीच्या डोंगरदऱ्यांमधून हे शेतकरी दैन्यावस्थेत दिसतात; जे कधी आपल्या खंडींनी आंबेमोहर पिकविणाऱ्या रानात सुखाने नांदत होते.

मुळशी सत्याग्रह. ज्यांच्यासाठी हा सत्याग्रह झाला, जे या सत्याग्रहात सुरुवातीपासून अग्रभागी होते आणि या सत्याग्रहाच्या जय-पराजयावर ज्यांचं भवितव्य अवलंबून होतं, त्या मुळशीतल्या सामान्य, शेतकऱ्यांच्या मनोवस्थेची दखल मुळशी सत्याग्रहात कुठं घेतली गेलेली दिसत नाही. टाटा पॉवर कंपनी आणि ब्रिटिश सरकार यांनी या शेतकऱ्यांना अत्यंत हीन वागणूक दिली. त्यांच्या हजारो एकर सुपीक जमिनीवर धरण बांधलं आणि त्यांना देशोधडीला लावलं. परंतु देव, देवळं, त्यांच्यावरची श्रद्धा, भक्ती, आपल्या पिढ्यान् पिढ्या पोसणाऱ्या जमिनीला मातेसमान मानण्याची वृत्ती या शेतकऱ्यांना खोऱ्याबाहेर पडू देत

नव्हती. इतिहासाची पाने चाळताना इथल्या भूमिपुत्रांची ही श्रद्धास्थाने चटकन नजरेत भरतात. इतिहासातील या पानांनीच मला मुळशी सत्याग्रहाकडे आकृष्ट केलं. या शेतकऱ्यांच्या जीवनप्रेरणांनी चकित केलं. त्यामुळे नकळत त्या घटनांचा अन्वय लावू लागलो.

अशाच एका श्रद्धावान भूमिपुत्राची ही कथा आहे. मुळात सह्याद्रीच्या या डोंगरात राहणारा शेतकरी इथल्या रानाशी एकजीव झालेला, त्या रानाशीच बोलणारा. ते रानच त्याचं जग. पण जेव्हा त्याचं हे जगच बुडायची वेळ आली तेव्हा मात्र तो स्वत:च्या जिवावरच उदार झाला आणि सत्याग्रहात त्याने अतोनात छळ सहन केला.

ज्याला रानाशी बोलायची सवय तो आपल्याशी कसा बोलणार, आपली व्यथा कशी सांगणार आणि सांगितली तरी आधुनिकतेची ओढ लागलेल्या आपल्यासारख्या आप्पलपोट्यांना ती अस्वस्थ तरी कशी करणार?

तरीसुद्धा मुळशी सत्याग्रह करून धरणात सर्वस्व बुडालेला आणि सह्याद्रीच्या डोंगरमाथ्यांनी जगविलेला एक भूमिपुत्र आज इतक्या वर्षांनी आपली व्यथा आपल्यासमोर सांगत आहे. धरणीमातेवर प्रेम करणाऱ्या एका जरी भूमिपुत्राला त्याची वेदना समजली तरी त्याने पंचाऐंशी वर्षांनी सोडलेलं मौन सार्थकी लागल्यासारखं आहे.

या कादंबरीतील मूळ कथानकात आलेल्या मुळशी सत्याग्रहाच्या घटना या सत्य असून त्याला मुळशी सत्याग्रहाच्या इतिहासाचा आधार आहे. त्याचप्रमाणे मुळशी सत्याग्रहाचे प्रवर्तक विनायकराव भुस्कुटे, सेनापती बापट, तात्यासाहेब केळकर, शंकरराव देव... या सर्व ऐतिहासिक व्यक्ती असून ज्या गावांच्या नावाचा उल्लेख आलेला आहे ती सर्व सत्य आहेत.

मात्र महादेव बोडके, त्याचं कुटुंब आणि त्या अनुषंगाने येणारी पात्रं, प्रसंग आणि घटना या पूर्णपणे काल्पनिक आहेत.

आकसई गावातलं ज्योतिरूपेश्वराचं मंदिर आणि वडगांवमधलं मल्लिकार्जुनचं मंदिर ही मुळेच्या आणि निळेच्या काठावरील दोन स्वयंभू जागृत देवस्थानं. त्यातल्या मुळेच्या काठावरल्या ज्योतिरूपेश्वरावर खोऱ्यातल्या लोकांची अपार श्रद्धा होती. मूळ कथानकात या दोन्ही मंदिरांची नावं जशीच्या तशी घेतली आहेत.

सत्य आणि कल्पित यांची गुंफण असणाऱ्या या कादंबरीत सतत येणारं टाटा हे नाव मात्र कोणा व्यक्तीचा निर्देश करीत नसून ती एक भांडवलशाही वृत्ती आहे, हे वाचकांनी कृपा करून लक्षात घ्यावं ही विनंती.

पुणे **–बबन मिंडे**

१

माघी शिवरातीचा जनम माझा. नावबी ठेवलं दिसाला साजंसं, महादेव! पन लय वर्सांनी पोरगा झाला म्हनून माझ्या पनजाचं नाव ठेवायचं व्हतं मला. आत्या म्हनालीबी व्हती आईला,

"वैने, मोठा आजा पनतू पनतू करून मेला. किती घोर व्हता त्याच्या जिवाला. वंशाच्या दिव्याकरता रोज ज्योतिरूपेश्वरबाबाच्या देवळात बसायचा, त्याच्या नावाचा जप करीत. आता त्याचं पुन्य आलंय फळाला तव्हा बाळाला त्याचंच नाव ठेवू आपून, गनू."

तव्हा आय म्हनाली,

"मोठा आजा काय, धाकला आजा काय, बाबा काय...."

आन् माझ्याकं कवतुकानं बघत,

"आन् हे आपलं बाळ काय, या समद्या आपल्या मूळ पुरुषाच्या झाडावरच्याच फांद्या हायेत. ते समदं झाडं येकजीव हाये. नाव ठेवन्यानी न ठेवन्यानी ते काय येगळं व्हनार नाय. पन ज्याच्या आशीर्वादानी आपल्या वंशाला दिवा मिळालाय त्याचंच नाव आपल्या ह्या काळजाच्या तुकड्याला ठेवलं तर त्या ज्योतिरूपेश्वरबाबाची नजार कायम त्याच्याव राहीन."

देवच तसा जागरूक. समद्या मुळशीत कीर्ती त्याची. आमच्या आकसई गावाला त्याच्यामुळंच तर सोभा. मंग आता ज्योतिरूपेश्वरबाबाचं नाव घेतल्यावर आत्या मनातल्या मनातच कचारली. दोन्ही कान पकडले आन्,

"चुकले चुकले बाबा. ध्यानातच आलं नाय माझ्या."

असं म्हनत मला तिनी उचलून घेतलं आन् कानात जोरात वराडली,

"महादेव!"

म्होरं गावभर उंडगायला लागल्याव महादेवाचा झालो म्हादू.

साल कुन्हाला कळतंय आन् कुन्हाच्या बापाच्या ध्यानात ऱ्हातंय म्हना, पन ज्योतिरूपेश्वरबाबाच्या आशीर्वादानी दिस तेवढा काळजाव कोरला गेलाय. तरीबी छडा लावायचाच म्हनलं तर धाकल्या आत्याच्या लग्नात आठवं सरून नव्वं लागलं व्हतं मला. आत्याचं लगीन चांगलं कळतं मला. ज्योतिरूपेश्वरबाबाची पंधरा दिसाची यात्रा संपली आन् दुसऱ्या दिशीच गावात वऱ्हाड आलं. खालच्या आळीतले चार खन दिले व्हते त्यांना राह्यला. ते जानवस घर. धा-बारा बैलगाड्या सजून आल्या व्हत्या. काही मानसं पायीबी आली व्हती. ढोल ताशाच्या तालाव पाऊल काढत वाजत गाजत वऱ्हाड येशीहून जानवस घरी न्हेलं व्हतं. याच आत्याच्या लग्नात मी पह्यल्यांदा पाऊल काढायला शिकलो. ढोल-ताशांच्या तालाव मोठ्या मानसांच्या बरुबरीनी नाचायला लागलो. कंबरला तिपाडायेवढा ढोल बांधलेला बाबा तव्हा माझ्याकं कवतुकानं बघत व्हता. त्याचं काळीज भरून आलं व्हतं. तव्हा माझं पाऊल चुकलं की नाय हे मला कळलं नाय, पन माझ्या पायाकं बघत ठेका धरनाऱ्या बाबाचा ठेका मात्र चुकला व्हता.

म्होरं चार दिस लगीन लागत व्हतं. नवरा-नवरीची आंघुळ, हळद, ढोल-ताशांच्या तालाव, वाजंत्र्यांच्या पिपान्यांच्या गान्याव घरोघरी जाऊन दूध-भात खानं, लगीन, बव्हल्यातल्या नावं घेन्याच्या गमती-जमती ... त्या मागूनचं साडं, गावजेवान.... चार-पाच दिस कव्हा गेले ते कळलंबी नाय. समदा आनंदी आनंद व्हता. पन वऱ्हाड निघालं तव्हा समद्यांना रडताना बघून मलाबी ऱ्हावालं नाय. आत्यानी मला पोटाशी धरलं व्हतं. दिसभर सांभाळलेला मळवट आन् त्याच्यावली चमकी समदी तिच्या शालूला लागली व्हती. पन आता त्याच्याकं माझं ध्यान नव्हतं. लगीन म्हंजी मजा, असंच गेलं चार दिस मला वाटत व्हतं, पन आत्याच्या त्या केविलवान्या त्वांडानी मला लग्नाचा खरा अर्थ सांगितला. आजीनी थरथरत्या हातानी तिच्या त्वांडावरून हात फिरवला, आन् कोनतरी म्हनालं,

"चला, गडाद पडायच्या आत पोचलो पायचे. वरातीला उशीर व्हायला नको."

तशी आय तिला धरून बैलगाडीकं न्ह्यायला लागली. मी तिच्या पोटाशीच बिलगल्यालो व्हतो. रडतरडतच ती बैलगाडीबशी आली. मी वळून बैलगाडीकं पाह्यलं. चांगली सजवलेली व्हती. बैलांवर झुली टाकल्या व्हत्या. ती बैलगाडीत बसायला लागली, तशी मी तिला आनखीनच आवळून धरली.

"मीबी येनार."

म्हनून रडायला लागलो. पन बाबानी मला वढून घेतला आन् आत्या बैलगाडीत बसली. पाठुपाठ नवरदेवबी बसला आन् कासरा ओढून बसलेल्या गाडीवाल्यानी

कासरा सैल सोडला. तशी बैलं अस्ती अस्ती चालायला लागली आन् बघता बघता गाड्या येशीबाहेर पडल्या.

घरातलं येक मानूस कमी झालं. लय दिस चुकल्या चुकल्यागत वाटत व्हतं. पन मागून अस्ती अस्ती इसर पडायला लागला. आनखी काही दिसानी, ही जगाचीच रीत हाये, समद्यांना त्या रीतीनीच वागावं लागतं, हे कळल्याव मात्र मन मोकळं झालं.

आत्याचं लगीन झालं आन् रानातल्या करवंदीच्या जाळ्या पिकल्या. हिरव्यागार जाळ्या उन्हानी काळ्या पडल्यागत दिसायला लागल्या. रसरशीत टपोऱ्या करवांदांनी त्या खाली वाकायला लागल्या. जांभळीचीबी तीच गत. झालं, आमचं पोरांचं पाऊल घरात थराना. दिसभर रानात हिंडनं सुरू झालं. करवांदं, जांभळं, तोरनं, आळू अगदीच कुठं घवलं तर येखादं फनास नाय तर आंब्याचा पाड... या दिसांत रानात कशाची म्हनून कमी नाय. करवांदाच्या जाळीत शिरावं. वांडरावानी शेलकी शेलकी करवांदं खावं. त्यांचा कटाळा आला तर येखाद्या जांभळीचा शेंडा गाठावं. समदं त्वांड जांभळं करावं आन् पोटाव हात फिरवत नदीकं जावं. कव्हा ओंजळीनी, कव्हा पान्यातच त्वांड घालून जनावरागत मुळेचं चवदार पानी प्यावं आन् मंग उन्हाच्या तडाख्यात अंगावली कापडं काढून नदीत सूर मारत, नदीचा तळ गाठन्याचा प्रयत्न करत खेळत बसावं. पाऊसकाळ सुरू व्हईपरेन आमचा रोजचा हाच धंदा.

नदीच्या तळाची बात निघाली म्हनून आठवलं.

येकदा असंच दुपारच्या वक्ताला आम्ही नदीव आलो व्हतो. रानभर हिंडून चांगलं जोगावलो व्हतो. भरल्यापोटानी मी कापडं काढून जांभळीच्या सावलीला आडवा झालो. मधल्या आळीचा शंकऱ्या मात्र नागवा व्हऊन येकलाच पव्हत व्हता. बाजूच्या टेकाडावून येकदा सूर मारला की लवकर बाहेर येत नव्हता. मी, पांडबाचा किस्ना, वरच्या घरचा लह्या, अंक्या आमी समदे त्याचं पव्हनं बघत व्हतो. डोळ्याव झापडबी आली व्हती. आता वतवाडं वळंपरेन कूस बदलाव म्हनून मी कूस बदलली. डोळा लागायला अवकासच की लह्या वराडला,

"आरे शंकऱ्यानी लय येळ झालाय सूर मारून, आजून वर येईना."

आमी समदे चडफडून उठलो. पान्याकं बघायला लागलो. पन पानी येकदम शांत व्हतं. मी जीव खाऊन हाक मारली,

"शंकऱ्या ऽऽ, ये शंकऱ्या ऽऽ"

पन तिचा काहीच उपेग झाला नाय. आमी समद्यांनी येकमेकांच्या त्वांडाकं पाह्यलं. समदेच घाबरलो व्हतो. पान्याकं बघत अंक्यानीबी कापऱ्या आवाजात हाक मारली,

"शंकऱ्या ऽऽ"

पन कुठून हू नाय की चू नाय. शेवटी समद्यांनीच पान्यात उड्या घेतल्या आन् जाता येईन तितक्या तळाला जाऊन बघून आलो. पन त्याचा कुठं थांग लागला नाय.

"दमछाक झाली असन त् खालच्या अंगच्या तळाला गेला असन."

आमच्या समद्यांच्याच मनातली शंका किस्नानी बोलून दावली. काळजात धडधड सुरू झाली. जांभळीच्या खालच्या अंगच्या तळाकं जाऊ नको म्हनून बाबा सारखा बजवायचा. त्या तळाचा थांग आजून कुन्हाला लागला नाय. आता काय करायचं?

"गावात जाऊन गड्यांना सांगू."

अंक्या म्हनाला.

"पन गावातून गडी येईपरेन नाकात्वांडात पानी जाऊन तो जायचा मरून." मी म्हनालो. तसं तेबी खरं हाय म्हनत लह्यानी माझ्या त्वांडाकं पाह्यलं. तसा कसला इचार न करता मी वरच्या टेकडाव चढलो आन् सूर मारून तळाच्या खालच्या अंगानी जायला लागलो. मी सूर मारल्याबरुबर किस्ना गावाच्या अंगानी सुटल्याला मी पाह्यला. अर्ध्यावर गेलो असन नसन तोच दम लागायला लागला. हातपाय मारनं कठीन जायला लागलं. पन मनातल्या मनात ज्योतिरूपेश्वरबाबाचं नाव घेतलं आन् समदं बळ येकवटून हात मारायला लागलो. उलिसं अंतर गेलो असन नसन तोच पायाला दगड लागला, म्हनून येका हातानी चाचपडायला सुरुवात केली तर हाताला भुई लागली. आजूबाजूला पाह्यलं. समद्या दगडी. शंकऱ्या कुठं दिसत नव्हता. म्हनून माघारी फिरलो. तळाला आलोच हाये तर हाताला घवला तो दगड घेतला आन् अंग ढीलं सोडलं.

वर आलो तर समदा गाव गोळा झालेला. आय तर रडून लाखली व्हती. काही गडी पान्यात उतरायची तयारी करत व्हते. पन मला बघून समद्यांच्या जिवात जीव आला. आईनी मला कवटाळून उराशी धरलं. मी दम खात, आजूबाजूला बघितलं, शंकऱ्या कुठं दिसत नव्हता. म्हनून मी लह्याकं पाह्यलं आन् म्हनालो,

"लह्या, शंकऱ्या कुठंय?"

तसा शंकऱ्याचा चुलता म्होरं येऊन म्हनाला,

"म्हंजी शंकऱ्याबी तुझ्याबरं व्हता की काय?"

"नाय, मीच त्याला बघायला गेलो व्हतो."

मी म्हनालो.

"म्हंजी शंकऱ्या तळाला गेला की काय?"

त्याच्या चुलत्यानी शंका काढली. तसं आमी पोरांनी येकमेकांच्या त्वांडाकं पाह्यलं. समदा उलगडा झाला. किस्नानी गावात जाऊन शंकऱ्याचं काय सांगितलंच

नव्हतं. मीच पान्यात तळाकं उडी घेतली, म्हनून समदा गाव लोटला व्हता. मी लह्याबशी गेलो. त्याच्या कानात पुटपुटलो. म्हनालो,

"लह्या, शंकऱ्या तळाला नाय."

तसा लह्या माझ्याकं बघत म्हनाला,

"क्वान म्हनतं."

"क्वान म्हनतं म्हंजी? मी पाहून आलो तळाला."

तसा लह्या माझ्याकं आश्चर्यानी बघायला लागला. म्हनाला,

"तू, आन् तळाला गेला व्हता?"

"इस्वास नाय बसत ना. हे बघ."

मी त्याला हातातला गुळगुळीत गोटा दावला. तो त्या गोट्याकं नवलाईनी बघायला लागला, येवढ्यात नदीच्या पल्याडल्या काठावून शंकऱ्याचा आवाज आला,

"म्हादू ऽऽ"

समद्यांच्या नजरा पल्याड गेल्या. नदीच्या पल्याडल्या काठाव शंकऱ्या येका टेकडाव चढून नदी पार केल्याच्या आनंदात येकलाच नाचत व्हता. आमाला मात्र हसावं की रडावं असं झालं व्हतं.

बाबानी मला बखुट्याला धरलं आन् घरी आनलं. मी हातातला तो गुळगुळीत गोटा देव्हाऱ्यात ठेवला आन् मोठ्या श्रद्धेनी मुळेच्या तळातल्या त्या गोट्याव डोकं टेकलं.

दोन चार दिस आईनी घराबाहेर पडू दिलं नाय. पन मागून तीबी इसरली तो समदा प्रकार. आमचं रानात हिंडनं परत सुरू झालं.

या सराईत आई-बाबा रोज करवांदं घिऊन पौडाला जायचे, इकायला. त्याकरता दोघंबी भल्या पहाटंच उठून रानात जायचे. दिस उगवायच्या आत जांभळाच्या आन् करवांदाच्या पाट्या भरून परत यायचे. कंबरंला भाकरी बांधायचे आन् डोक्याव पाट्या घिऊन पौडाला जायचे. परत यायला पार गडाद पडायची, पन त्यांच्या संसाराला दोन-दोन आने मिळायचे. सालभरात पैका दिसायचे हेच तर दिस असायचे. बाकी दिस निसतेच कष्ट. येवढं चालून आल्याव दोघांचंबी अंग पार गळाटून जायचं. पन बाबानी बटव्यात गुंडाळून ठेवलेले दोन आने काढून आईच्या हाताव ठेवले की तिचा समदा शिनवटा कुठल्या कुठं पळायचा. ते दोन आने ती येका भल्याथोरल्या लाकडी ट्रंकेतल्या तांब्याच्या गडव्यात ठेवायची. आन् हातपाय वंबाळून लगीच सयपाकाला लागायची.

राती हातरुनाव डोकं टेकल्या टेकल्या बाबा लगीच घोरायला लागायचा. पन पहाटं कोंबडा आरला की काटंकाळजीनी उठायचा. समद्या उन्हाळाभर त्यांचा हा

नेम चालू असायचा. कव्हा करवांदं, कव्हा जांभळं, कव्हा तोरनं तर कव्हा आळू, पार पाऊसकाळ येईपरेन त्यांचं हे रतीब पौडाला चालू राह्यचं. पन समदा गाव जरी या रानमेव्यावर तुटून पडत असला तरी तो रानमेवा कव्हा कमी व्हयाचा नाय. जसा इथल्या मानसांचा जीव रानाव, तसाच त्या रानाचाबी जीव इथल्या मानसाव. अगदी भरभरून देत व्हतं ते इथल्या मानसांना.

आईबाबा पौडाला आन् मी पोरांबरं रानात. संगतीला राजा कुत्राबी असायचा. मी जिथं जाईन तिथं माझ्या मागं. माझा लय लळा त्याला. कव्हा गुरामागं गेलं तर राजाच्या भरवशाव गुरं रानात सोडून द्यायची. रानभर चरनाऱ्या गुरांवर राजा नजार ठेवायचा. झुडपांमदी एखादी म्हस चुकली तर वासानी बरुबर धुंडून काढायचा. म्हशीबशी जाऊन भुकत बसायचा. मंग आपून त्याच्या भुकन्याच्या अंगानी जायचं आन् म्हशीला घिऊन घरी यायचं. घरातल्या येका मानसाचं काम करायचा तो. उन्हातान्हात, इचुकाट्यात तर त्याचा लय आधार वाटायचा.

असाच समदा उन्हाळा जायचा. रानभर नाना थ्यारं करीत हिंडायचो. नदीत पव्हायला जा, सूरपारंब्या खेळ, कबड्डी खेळ, इटी-दांडू खेळ नाय तर अगदीच रग जिरवायची झाली तर जवळच्या कुवारा किल्ल्याव जा. तिथं उन्हात उघडी पडलेल्या कोराई देवीला रानातल्या नाना प्रकारच्या फुलांनी झाकून सगळ्याच किल्लाभर धूडगूस घालत बस. कुनी इचारायला नाय, की कुनी दटावायला नाय. किल्ल्याहून समदं शिवार बघताना लय मजा वाटायची. मधलं येक लवान उतरून उगवतीच्या अंगच्या बहिरीच्या डोंगराव येऊन येका दगडाव बसायचो आन् समदी गावं मोजायचो. नावं माहीत असतीन तर नावंबी सांगायचो. ते शिरवली, ते आवळस, ते मुळशी, ते ताम्हिनी ... किती गावं. बापरे, मोजताबी यायची नाय. अशी गावं मोजत बसलो की किस्ना मधीच म्हनायचा,

"पन आपलं ज्योतिरूपेश्वरबाबाचं देऊळ कुठंय?"

मंग आमच्या समद्यांच्या नजरा ज्योतिरूपेश्वरबाबाच्या देवळाव खिळायच्या. ते उंचावट्यावलं देखनं दगडी देऊळ. हितून त्याचे दोन घुमट आन् त्याच्यावले दोन कळस दिसायचे. मधी मुळापूरचा डोंगर आल्याला, नायतर हितून समदं देऊळ डोळ्यांत साठवता आलं असतं. देवळाम्होरला मोठा माळ. तिथलं आंब्याचं झाड. त्याच्या देवळाव गेलेल्या फांद्या... ते समदं लांबूनच बघून मनाला किती बरं वाटायचं! असं वाटायचं त्या टेकडावल्या देवळात बसून ज्योतिरूपेश्वरबाबा समद्या शिवाराव नजार ठेवतोय. तो ह्या शिवाराचा पहारेकरी हाये. त्याच्यामुळंच इथल्या गावाव, इथल्या रानाव कव्हा कुठलं संकाट आलं नाय. तोच इथल्या समद्या जिवांचा पोशिंदा हाये. म्हनूनच समदं गाव त्याची सेवा करतंय. तव्हा त्या

देवळाकं बघून ऊर अगदी भरून यायचा. त्याच्यावली नजार हटायची नाय. मंग मागून कव्हा तरी मुळेच्या उगमाचा शोध घेत आमी डोंगरांमधी गडाप् व्हायचो. येका मागूमाग येक ऊचऊच डोंगर, नदी कुनीकून कुनीकं जाती ते कळायचंच नाय. मंग आमी मुळा नदीनीच परत माघारी फिरायचो आन् भोरकसबशी येऊन थांबायचो. मंग तिकडून येनाऱ्या निळेचा उगम शोधायचो. पन त्याचाबी थांगपत्ता लागायचा नाय. डोंगराडोंगरातून ही बया कशी येती याचंच नवल वाटायचं. मंग दोन्ही नद्यांचं संगमाचं ठिकान डोळंभरून बघायचो. संध्याकाळ झाली की परत बहिरीच्या डोंगरावून किल्ल्याव जायचो आन् किल्ल्यावल्या तोफांना अंगातली रग दावायचो. पन त्याबी आडदांड. हालता हालायच्या नाय. तव्हा वाटायचं ह्या येवढ्या मोठ्या तोफा किल्ल्याव आनल्या कशा असतीन?

माझ्या मनातली ही शंका बाबानीच येकदा दूर केली व्हती. खंडंनवमीच्या दिशी समदी हत्यारं पुजत व्हता तो. कोयतं, कुऱ्हाडी, नांगर, फाळ, कुदळ, आडकी, आनखी बरंच कायबाय. त्यात येक भली थोरली तलवारबी व्हती. पुजता पुजताच बाबानी ती तलवार मला उचलायला लावली. मी उचलायला गेलो, दोन्ही हातांनी जीव खाऊन उचलायचा प्रयत्न केला. पन मला काय ती उचालली नाय. तव्हा बाबा म्हनाला,

''गड्या, आजून मर्दुमकी यायची हाये तुझ्या अंगात. आपले पूर्वज ही येका हातात वाऱ्यागत फिरवायचे.''

मी त्या तलवारीकं कवतुकानी बघायाला लागलो. तव्हा माझं मन जानून बाबा म्हनाला,

''किल्ल्यावल्या तोफा वर कशा न्हेल्या म्हनतोस ना तू, आरे त्या आपल्याच पूर्वजांनी न्हेल्यात वर. अंगाखांद्यावर, उचलून.''

''उचलून?''

मी आश्चर्यानी विचारलं.

''हां उचलून, आपल्याला ते अवघाड वाटतंय. पन इथल्या येका-येका मावळ्याच्या अंगात धा-धा हत्तींचं बळ व्हतं. म्होरं आपल्या शिवाजीराजानीच ते वळाखलं आन् ह्याच मावळ्यांच्या जिवाव समद्या मराठी मुलखाची राखान केली. तव्हा शिवाजीराजाचं काम म्हनल्याव जीव द्यायलाबी तयार व्हायचे आपले वाडवडील. मावळ्यांची मनं त्याला लगीच कळायची. त्यांच्याव लय जीव त्याचा. येवढा मोठा राजा, पन पराक्रमाला तिथल्या तिथं सलाम करायचा.''

मंग बाबानी तलवार हातात घेतली, मोठ्या भक्तिभावानी ती कपाळाला लावली. मंग तिचं पातं निरखत कवतुकानी म्हनाला,

"ही तलवारबी आपल्या पूर्वजांच्या पराक्रमाची निशानी हाये. शिवाजीराजानी दिल्याली."

"शिवाजीराजानी दिल्याली?"

मी आश्चर्यानी विचारलं. तसा बाबा म्हनाला,

"व्हय. शिवाजीराजानी दिल्याली. इथला मुलूख गिळायला आलेल्या मुसुलमानांना पानी पाजलं तव्हा."

बाबानी सांगितलेलं ते आक्रीत ऐकून आता मीबी त्या तलवारीकं श्रद्धेनी बघायला लागलो. आन् आपूनबी शिवाजीराजाच्याच मावळ्यांचे वारस हाये याचा अभिमान वाटला.

आता असं कव्हाबी किल्ल्याव आल्याव त्या तोफांकं पाह्यलं की मला आमच्या घरातल्या तलवारीची आठवान व्हती. आन् मंग मलाबी अंगात धा हत्तींचं बळ आल्यागत वाटतं.

चांगलं मिसरूढ फुटंपरेन शिवाजीराजाच्या मावळ्यांच्या तोऱ्यातच वावरत व्हतो मी. तोऱ्यातच इजार सोडून धोतार नेसायला लागलो. अंगात कोपरी, डोक्याला पटका आन् कंबरंला आडकी- कोयता. आतून-बाहेरून मावळा व्हऊन हिंडायला लागलो. माझं बघून लह्या, अंक्या, शंकऱ्याबी धोतरं गुंडाळायला लागले. गावभर छाती फुगवून चालायचो आमी.

पन येक दिस समदा भ्रमाचा भोपळा फुटला. येका तालेवाऱ्यानी या मावळ्याला जमिनीव आनला. तव्हा या मावळ्यालाबी कळलं की, बाबा रे! आपलं, आपल्या घरादाराचं रक्षन करनारा, इथल्या जमिनीव, इथल्या रानाव, त्यातल्या झाडांवं प्रेम करनारा आपला राजा शिवाजी नाय आता. शिवाजीराजा गेला आन् पैक्याच्या जोराव हे तालेवार बांडगुळागत वाढले.

तो दिस कव्हा इसरनार नाय मी.

माझा आजा लय आजारी व्हता. रानची समदी औषाधं घिऊन झाली. त्याला रानच्या झाडपाल्यांच्या औषाधांची लय माह्यती. पन या येळंला त्याला काही केल्या आराम पडाना. येवढा म्हातारा झाला, पन दवापान्याकरता कव्हा पौडाला गेला नाय. पौडाच्या दवाखान्याचं नाव काढलं की तो म्हनायचा,

"आजून मिसरूढ नाय फुटलं त्या पोरांना, ती काय औषाधं देनार. आजारपन कळायला आन् औषाधं द्यायला समदा जनम घालवावा लागतो. गुरू करावा लागतो आन् त्याच्याबरं समदं रान हिंडावं लागतं. निसतं खुडचीव बसून रोग नाय कळत. नको मला तो पौडाचा डाक्टर न् फिक्टर. मला आपलं आपल्या रानात न्हेऊन ठेवा."

"पन येकदा घिऊन त् बघ, वाटलं त् वाटंल बरं."

बाबानी त्याची समजूत काढायचा प्रयत्न केला. तसा उसासे देत तो म्हनाला,

"पांडू, जिद करू नको. या म्हाताऱ्याच्या देहात या रानाच्या बाहेरची हवाबी नाय गेली आजून. इथल्या रानानी, त्यातल्या झाडपाल्यानी लय जगवला मला. आता काय बघायचं राह्यलं नाय. ज्योतिरूपेश्वराच्या मनात काय असन ते व्हईन. पन पौडाला न्हेऊन ती कुठलीबी औषाधं माझ्या देहात कोंबू नको. माझ्या देहाला बाटवू नको."

बोलता बोलताच त्याची दातखिळी बसली. आजी छाती झोडून घिऊन रडायला लागली. पायथ्याला बसलेली आयबी गांगरून मोठमोठ्यानी रडायला लागली. आईचं रडनं बघून समद्या बह्यनींनीबी केला कालवा. साईत्रा, बायजा, जना आन् राही आईला बिलगल्या. समदी रडारड.

बाबा घाईघाईनी थोरल्या घरी गेला आन् अंतूदाला घिऊन आला. तवर समदा गाव दाराम्होरं गोळा झाला व्हता.

अंतूदानी आजाचं डोळं उघडून पाह्यलं. छातीव कान ठेवला आन् बाबाला म्हनाला,

"पांडू, आजून जिता हाय म्हातारा".

तवा समदा वरड येकदम थांबला. बाबानी अंतूदाच्या त्वांडाकं पाह्यलं. अंतूदानी खुनंनीच बाबाला बाहेर बोलावलं आन् कानात कायतरी सांगितलं.

मागून रातभर बाबा आजाचं डोकं मांडीव घिऊन बसून राह्यला. पार तांबडं फुटल्याव आजाचा जीव गेला आन् परत जोराचा वरड सुरू झाला.

समद्या आत्यांना निरोप सांगायला गावोगावी मानसं गेली. समद्यांना यायला दुपार व्हनार व्हती. तवर सरनाची फाटी तोडाव म्हनून मी गड्यांबरं रानात गेलो. राजाबी आला मागं.

लयंदी येकदा बाबानी मातीच्या वावराइखी सांगितलं व्हतं. म्हनाला व्हता,

"महादेवा, ही निसती माती नाय. या मातीत आपल्या आजा-पनजांचा आत्मा हाये. मागल्या कितीतरी पिढ्यांना ह्याच वावरात माती दिल्याली हाये. त्यांच्याच देहाच्या मातीव मागल्या कितीतरी पिढ्या जगत हायेत. आन् म्होरल्याबी जगनार हायेत. या मातीच्या कनाकनात आपल्या मानसांचा अंश हाये. म्होरं कव्हातरी आपूनबी तिच्यात मिसळनार आन् आपल्या आजापनजांना जाऊन मिळनार."

असं म्हनत बाबानी माती कपाळाला लावली व्हती.

आता या वक्ताला मला त्याची आठवान झाली. आन् माझी पावलं मातीच्या वावराकं वळली.

वावराच्या वरच्या अंगाला खैराचं येक झाड व्हतं. त्याचा वावराला निसताच वसवा व्हता. तेच झाडं तोडाव सरनाला म्हनून मी गड्यांना हाक मारली. गडी येईपरेन मी बुंध्याव कुऱ्हाडीचे घाव घालायला सुरुवातबी केली. धा-बारा धसकाटं उडाली असतीन नसतीन तेच बांधाव केवलशेट त्याच्या दोन गड्यांना घिऊन उभे राह्यले. हातातली काठी उगारून म्हनाले,

"कोन रे तो सुकाळीचा झाड तोडतोय, तुझ्या बापाचं हाये का रे ते."

मी कुऱ्हाड खांद्याव घिऊन केवलशेटकं पाह्यलं, त्याचं त्वांड लाल झालं व्हतं. मी घाबरत घाबरत म्हनालो,

"मी म्हादू... महादेव, पांडू बोडक्याचा पोरगा."

"कुठला पांडू बोडक्या?"

"इथलाच."

"इथलाच म्हंजी?"

"इथलाच म्हंजी इथलाच ... आकसईचा."

"बापानी तोडायला सांगितला का तुला खैर?"

"नाय, मीच तोडतोय, आजाच्या सरनाला. आन् वसवाबी व्हत व्हता वावराला."

मी म्होरं व्हऊन सांगायला लागलो. तसं त्वांड वाकडं करून केवलशेट म्हनाले,

"म्हताऱ्याला जाळायला येवढं कारनाचं लाकूड तोडतोस. काय सोनं व्हनार हाये का त्या म्हाताऱ्याचं. मातीच व्हनार हाये ना."

ते ऐकून माझं टकुरं फिरलं. मी कुऱ्हाड खांद्याव घिऊनच केवलशेटच्या म्होरं उभा राह्यलो, म्हनालो,

"माती व्हऊ नाय तर सोनं व्हऊ, तुमच्या बांधावलं तर नाय ना तोडीत."

माझा आवाज वाढला तसे केवलशेटचे दोन्ही गडी माझ्या अंगाव धावून आले. तव्हा माझ्या अंगातबी कुठून बळ आलं कुनास ठाऊक. मी कुऱ्हाड उगारून झालो म्होरं. राजाबी लागला त्यांच्या अंगाव भुकायला. पन तवर गावातले गडी गोळा झालते आमच्याभवती. त्यांनी केवलशेटची समजूत काढली. म्हनाले,

"जाऊ द्या येवढ्या येळ. आजून कळत नाय त्याला."

"कळत नाय. मपलं-तुपलं करत चराचरा बोलायचं कळतंय का! त्या पांड्याला म्हनाव मईत उराकली की सावकारानी बोलावलंय."

आन् मंग माझ्याकं बघत जाताजाता म्हनाले,

"तुझ्या बापाला इचार, कुनाच्या बांधावला खैर तोडत व्हतास ते."

मला गालात मारल्यागत झालं. गडीबी मला बोलायला लागले. म्हनाले,

“सावकाराम्होरं कुठं त्वांड उघडत्यात का? ते सांगतीन ते गप ऐकायचं. नको तोडू म्हनलं तर नाय तोडायचं. त्यांच्या त्वांडी कशाला लागायचं.”

“पन आपलं झाड तोडायला आपल्यालाच बंदी?”.

तसा शंकऱ्याचा चुलता माझी समजूत काढीत म्हनाला,

“आरं आपलं असलं तरी हाक त्यांचा हाये.”

“तो कसा?”

“तो कसा ते तुझ्या बापाला इचार मागून, आता पयला तो कोंभळ पाडू”.

असं म्हनत शंकऱ्याचा चुलता कुऱ्हाड घिऊन बांधनीतल्या कोंभळाकं गेला. त्याच्या मागं आमीबी गेलो. गडी कोंभळ पाडीत व्हते. कुऱ्हाडीचे घाव रानभर घुमत व्हते. पन तिकडं माझं ध्यान नव्हतं. केवलशेटचा घाव आज माझ्या जिव्हारी चांगलाच लागला व्हता.

आजाची मईत झाली. मातीच्या वावरातल्या मातीतच तो येकजीव झाला. दुसऱ्या दिशी सावडून आमी घरी आलो. आंघुळ्या झाल्या आन् बाबानी पायात पायतान अडकवलं. मला म्हनाला,

“चल.”

“कुठं?”

मी त्याच्या त्वांडाकं बघत इचारलं. तसा रागानी माझ्याकं बघत म्हनाला,

“आवळसला. केवलशेटकं.”

माझ्या ध्यानात समदं आलं. गावातल्या गड्यांनी त्याला समदं सांगितलं व्हतं. मंग मीबी आढंयढं न घेता त्याच्या मागं गेलो.

ऊन मी म्हनत व्हतं. समदं अंग घामानी भिजून गेलं व्हतं. पोटरीवरचा फुफाटा तो समदा घाम पिऊन तिथंच चिकटून बसत व्हता. तशाच अवस्थेत आमी आवळसमधी पोचलो. केवलशेटच्या वाड्यात गेलो. पडगीतच गुरांच्या येका बाजूला टेकलो. केवलशेट आतल्या घरात बसले व्हते. बाबा ते बाहेर येन्याच्या वाटकं डोळं लावून बसला व्हता. पन माझी नजार मात्र समद्या वाड्याभर फिरत व्हती. आन् मनात भीतीबी वाटत व्हती.

थोड्या येळानी केवलशेट वटीव आले. तसा बाबा जागचा उठला आन् त्यांच्याम्होरं जात म्हनाला,

“मालक, परवा पोराकून चूक झाली. त्याला काय माह्यती नाय आजून.”

“माह्यती कसं नाय. बारीक नाय तो आता. उंद्या तू मरून गेलास त् नाकबलास यायचा तो समद्याला.”

केवलशेट तावातावानी म्हनाले.

तसा बाबा त्यांना हात जोडत म्हनाला,

“नाय शेट, तसं कसं व्हईन. शब्दाला आन् वचनाला जागनारी मानसं आमी. आन् अंगठाबी करून दिलंय की समदं तुम्हांला.”

“ते हायेच माझ्याकं, पन ते बाहेर काढायची येळ आनू नको.”

“नाय शेट, तसं नाय व्हयाचं. आमी मराठा जीव देऊ, पन वचन नाय इसरनार. पोराला ते खैराचं झाड कारनाकरता ठेवलंय ते माहीत नव्हतं. गरम रगात हाये. बोललं असन काय, पुन्यांदा नाय व्हयाचं असं.”

बाबाचं ते गरीब व्हऊन बोलनं मला नाय पटलं. मी दारात येऊन थांबलो. त्या चिरेबंदी वाड्याच्या भिंतीला डोकं टेकलं. डोळ्याम्होरं येकदम घरातली तलवार दिसायला लागली. आन् या पराक्रमी मावळ्यांची मर्दुमकी कशी वाया चालली ते पाहून माझं मलाच रडू कोसळलं. डोळं पुसता पुसता मधीच केवलशेटचा आवाज वाढला, तसं मी आत डोकावलं. ते म्हनत व्हते,

“आता असू दे, परत त्या खैराच्या झाडाला हात लावू नकोस.”

तसा बाबा आडखळत म्हनाला,

“पन शेट, तो मातीच्या वावरावरचा खैर हाये.”

“मंग.”

केवलशेट थोड्या वरच्या आवाजात गुरगुरले. तसा बाबा थोडा नरमून परत अडखळतच म्हनाला,

“तसं नव्हं शेट, ते मातीचं वावर आमच्या वाडवडलांच्या घामाचं हाये. ते घानवट टाकायचं पाप नाय केलं आजून आमी.”

“म्हंजी? आमी तुमाला पैका देतो म्हंजी काय पाप करतो की काय?आन् ते घामाचं असू नायतर रक्ताचं असू,आमाला काय त्याचं. समदं कागदाव लिव्हल्यालं हाये. अंगठाबी केलेला हायेस तू त्याच्याव. दाखवू का वाचून.”

बाबाची बोलतीच बंद झाली. त्यानी दाराकं वळून माझ्याकं पाह्यलं. आन् केवलशेटला हात जोडून गपगुमान वाड्याबाहेर पडला. समद्या वाटंनी बाबा येकबी शब्द बोलला नाय. पन त्याच्या मनाच्या यातना मला समजत व्हत्या. वाडवडलांच्या मातीचं वावार, ते घान ठेवन्याचं पाप बाबाच्या हातून घडनं शक्य नाय. पन केवलशेटला माती काय, मानसं काय आन् मानसांची माती काय, समदं सारखंच. त्यांना काय करायचंय आमच्या वाडवडलांचं, त्यांच्या कष्टाचं आन् त्यांच्या घामाचं. त्यांचं काम फक्त गरीब शेतकऱ्यांचं रगात पिळून काढन्याचं.

केवलशेटच्या वाड्यातला तो प्रसंग आठवला की माझ्या अंगातलं रगात सळसळतं. शिवाजीराजाच्या मावळ्यांचे वारस आमी. काय ही आमची अवस्था.

पाचुळ्यावानी समजत्यात ही सावकारं आमाला. जमिनी आमच्या आन् हाक यांचा. कष्ट आमी करायचं आन् पीक यांनी न्हेयाचं. कवर चालायचं हे. ते आठवून आठवून लय तरास झाला. डोकं भनभनायला लागलं. वाटलं तलवार काढाव आन् जावाव त्या केवलशेटकं. पन मधीच बाबाच्या वचनाची आठवान झाली. कसलं वचन दिलंय या हरिचंद्रानी कुनास ठाऊक. म्हनून मंग राग गिळायला गेलो कुवारा किल्ल्याव पळत. तिथून बहिरीच्या डोंगराव. तिथल्या येका दगडाव बसलो खालची गावं बघत. संध्याकाळ व्हईपरेन, येकलाच.

आजाच्या दिसाच्या दिशी आमची बोडक्याची समदी भावकी दत्तू न्हाव्याच्या अंगनात डोकी करायला गोळा झाली व्हती. दत्तू न्हाव्याच्या घरातले समदे गडी डोकी भादरायला बसले व्हते. गुरवाचा म्हताराबी चिपव बसला व्हता. बोलता बोलता बात सावकाराबशी येऊन थांबली. दत्तू न्हावी म्हनाला,

"सावकाराच्या म्होरं जाऊन जमनार हाये का आपल्याला. त्यानी उंद्या कागूद बाहेर काढला त् हाये तेबी जायचं. आन् व्हयाचं दगडू मानकरागत."

ते ऐकून गुरवाचा म्हातारा म्हनाला,

"आता कायबी राह्यलं नाय मानकराकं. समदं लिहून घेतलं सावकारानी. अंगठाबी दिला यानी. आता तो निसता कष्टाचा धनी."

"पन कष्ट करायला तर सावकार नाय म्हननार नाय ना, आन् जमिनीबी तो कुठं उचलून न्हेनार नाय. पिकवून तर खायला मिळतीन ना."

दत्तू न्हाव्याचा थोरला गडी म्हनाला. तसा गुरवाचा म्हतारा पाय चिपवून खाली सोडत म्हनाला,

"त्याचा काय उपेग. सालभर कष्ट यानी करायचं आन् भात झोडनीच्या येळंला गाडी जुपून सावकारानी खळ्याव हजर व्हयाचं. सोन्यासारखं पीक आयतच भरून न्ह्यायचं. काय नाय. समदे भवऱ्यात अडकल्यात ह्या."

या समद्या गोष्टींनी आता उली उली कुठं माझ्या ध्यानात यायला लागलं व्हतं. तो भवराबी चांगला दिसायला लागला व्हता. त्या दिशी बाबा केवलशेटम्होरं गरिबावानी का बोलत व्हता त्याचाबी उलगडा झाला. मानकरात आन् आपल्यात कायबी फरक नाय. आपल्याबी खळ्याव सावकार दर सालाला गाडी जुपून येतो. भाताची रास न सांगता हक्कानी भरून न्हेतोय. आन् बाबा निसता बघत ऱ्हातोय. आसं किती दिस चालायचं? या भवऱ्यातून कव्हा बाहेर पडायचं?

याच इचारानी माझे उरले-सुरले उनाडक्याचे दिस गिळून टाकले.

मी यातून बाहेर पडायचा इचार करत व्हतो. आन् बाबा त्यात आनखीनच

अडकत चालला व्हता. चार सालात चार पोरींची लग्नं केली त्यानी. चारी येळंला सावकाराच्या वाड्याव जाऊन अंगठा देऊन आला. सावकारानीबी या आडलेल्याची आनखीनच आडवनूक केली. साईत्रा, बायजा आन् जनाच्या लग्नात नाय, पन राहीच्या लग्नात त्यानी लयीच आडवून धरलं. बाबा लय गयावया आला, पार पाय धरलं तव्हा कुठं घाम फुटला त्याला. पोरींचा फास काढाव म्हनून बाबानी सावकाराचा फास लावला. लय इचार केला. त्यालाबी दोस देऊन उपेग नव्हता. दुसरा कुठला मार्गबी दिसत नव्हता तव्हा. मंग काय करनार तो तरी. पोरींना तर वजवायला पायजे व्हतं. त्याला पैका लागत व्हता. आन् तो व्हता फक्त सावकाराकं.

चार-सा साल असेच गेले इचार करन्यात. पोरींच्या रिनातून सुटलो म्हनून बाबाचं त्वांड उजाळल्यालं वाटायचं. गावभर सांगतबी हिंडायचा,

"झालं, पोरींचा फास काढून टाकला. आता तेवढा महादेवाला पिवळा केला, की सुटलो येकदाचा प्रपंचाच्या गाड्यातून."

पन हिकडं माझं मन येगळंच वैरीत व्हतं. आता पोरांसंगं हिंडनं कमी झालं असलं तरी रानात हिंडनं कमी झालं नव्हतं. फरक येवढाच व्हता की पह्यल्यांदा रानात हिंडायला पोरं बोलवायची आन् आता रानच बोलवायला लागलं व्हतं. दिस म्हनू नये की रात, कव्हाबी बोलवायचं ते. आपूआपच पाय वळायचं तिकडं. अंधारातबी कव्हा कुठल्या वाटंनी दगा दिला नाय, की इचुकाट्यानी भ्या दावलं नाय. समदं रान तुडवून काढायचं याडच लागलं व्हतं मला. या याडापायीच येक दिस लय आक्रीत घडलं.

म्हंजी ज्योतिरूपेश्वरबाबाचीच करनी म्हनायची ती. साक्षात्कारच दिला म्हनायचा त्यानी तो मला. डोक्यातली समदी कीडच निघून गेली म्हनायचं त्या दिसापून. लय दिस डोक्याला पोखरत व्हती ती.

असाच येक दिस दुपारच्या येळंला बांधनीतल्या जांभळीखाली सावलीला आडवा पडलो व्हतो. समदं रान हिंडून आलेला राजाबी कान टवकारून शेजारी बसला व्हता. ही आमची देवाची बांधन. मातीच्या वावराच्या अगदी वरच्या अंगाला उतरनीवर. तिच्यात दोन जांभळीची झाडं हायेत तिवढीच. बाकी तिचा उपेग फक्त गुरांच्या वैरनीकरता व्हयाचा. उन्हाळा लागला की बाबा समदी वैरन कापायचा. पेंढ्या बांधून पाचुंदे करून ठेवायचा. मंग येखाद्या दिशी धा धा पाचुंद्यांची वझी बांधून परड्यात आनून टाकायचा आन् उढवं रचून ठेवायचा. ते उढवं पार वला चारा व्हईपरेन पुरायचं. वैरन कव्हा कमी पडल्याली पाह्यली नाय मी. धन्यापरास त्या बांधनीलाच गुरांची लय काळजी. आयबी त्या बांधनीतल्या

देवाचं समदं जिथल्या तिथं करायची. दर सालाला सवास्नी घालायची. बाबा देवाला शेंदूर लावून नारळ फोडायचा. औंजंला सुरुवात व्हन्याआधी पह्यली देवाचीच पूजा व्हयाची. मंग तो देवबी कव्हा कुठला दिष्टांत दावायचा नाय.

बांधनीची मया आन् जांभळीचा गारवा. डोळा कव्हा लागला ते कळलंच नाय.

डोळा लागला आन् मी बांधनीत औतच हाकायला लागलो. बांधन कसली, वावारच झालं व्हतं बांधनीचं. देवाचं वावार. गवात नव्हतं तिथं, आंबेमव्हराच्या दाढी पेरत व्हतो मी आता तिथं. कासरा हातात धरून औताव गानंबी म्हनायला लागलो.

येक येक आळवटी, घालू देवाजीच्या पोटी।

तेवढ्यात किस्नाची हाक आली कानाव.

“म्हादू, ये ऽऽ म्हादू ऽऽ”

धडपडून उठलो. मातीच्या वावराकं बघून राजा भुकत व्हता. आजूबाजूला पाह्यलं. बांधन जशीच्या तशीच व्हती. म्हंजी ते सपान व्हतं, बांधनीचं वावार झाल्याचं. मी जागचा उठून बांधनीतल्या येका मोठ्या दगडाव जाऊन उभा राह्यलो. मातीच्या वावराकून किस्ना, लह्या आन् अंक्या वर येत व्हते. मी बांधनभर नजार फिरावली. सपनात दिसल्यालं वावार या बांधनीतच व्हतं. ह्याच्याआधी ते आपल्याला कव्हा दिसलं नाय. आमच्या बापजाद्यांनीबी या बांधनीचं वावार करायचा कव्हा इचार केला नाय. पन आज बांधनीनीच तिचं खरं रूप दावलंय आपल्याला. करायचं. आपून या बांधनीचं वावार करायचं. समदे दगड काढायचे. टेकाडं सपाट करायची. बांध घालायचा आन् हे आपलं देवाचं वावार करायचं. फक्त आपलं. त्याच्याव हाक फक्त आपला असन. त्याच्यात जे पिकन तेबी आपलंच असन. त्याच्याव कुठल्या सावकाराचा रुबाब नसन. हाक नसन.

भवऱ्यातून बाहेर पडायचा मार्ग मला दिसत व्हता. त्याकरता जिवाचं रान करायला लागनार व्हतं. माझी तयारी व्हती. आपून झिजलो तर म्होरल्या पिढीला सुख मिळनार व्हतं.

मनानी ठरवलं. झालं. बांधनीचं वावार करायचं. आठ-धा वर्सांत हितल्या वावरात आंबेमव्हराचं पीक काढायचं. मला त्या उभ्या पिकाचा गंधबी यायला लागला. डोळं मिटून मी त्या गंधात हरवून गेलो.

पोरं पार जवळ आल्याव डोळं उघडलं. तिघंबी धापा टाकीत येत व्हते. आल्या आल्याच किस्ना म्हनाला,

“म्हाद्या, तुझं लगीन ठरलं.”

"पांडुदा आताच आलाय नांदिवलीहून. माझा बाबाबी गेला व्हता लगीन ठरवायला."

अंक्यानी म्होरली माह्यती सांगितली. मी गांगरून दगडाहून खाली उतरलो. म्हनालो,

"सुकाळीच्यांनो, थापा मारू नका. नायतर मुळेच्या तळात न्हेऊन बुकलीन." तसा लह्या म्हनाला,

"नाय, खरं सांगतोय, पांडुदानीच सांगितलं आमाला. म्हनाला, महादेवाचं लगीन ठरवून आलोय, नांदिवलीच्या सिधू खिलाऱ्याच्या पोरीशी."

"आन् याच सराईत लगीन उरकायचं म्हनाला."

किस्ना आनखी म्होरलं सांगून मोकळा झाला.

बाबाला प्रपंचाच्या ऱ्हाटगाड्यातून मोकळं व्हयाची लईच घाई झाली व्हती. त्याचंबी बरुबरचं व्हतं म्हना. किती दिस झिजनार व्हता तोबी. मनात इचार केला, जाऊ दे, करू दे आता त्याला परमार्थ. आता समदं आपूनच खांद्याव घ्यायची येळ आलीये. आन् वयबी व्हतं तरून. डोळ्याम्होरं देवाचं वावारबी दिसत व्हतं आन् मनात उकळ्याबी फुटत व्हत्या. पोरांना म्हनालो,

"गड्यांनो, समदी माह्यती सांगितली. पन नवरीचं नाव नाय सांगितलं."

"ते आता बव्हल्यात बसून तूच सांग आमाला."

लह्या म्हनाला. तसं किस्नानीबी उचलून धरलं. म्हनाला,

"तिथं लाजू नको म्हंजी झालं."

"आरं बायकुम्होरं लाजतो तो गडी कसला."

किस्ना लयीच मस्करीला आला व्हता. आता आपलं घर गाठाव म्हनून मी वाटंला लागलो. तर हे माझ्या मागं- म्होरं, तव्हा किस्नाला लयीच जोर आला व्हता. म्हनाला,

"निसतं लग्नाचं नाव काढलं त् घराकं निघाला गडी. उंद्या लगीन झाल्याव रानाला इसरून जानार हा."

"आजची जांभळीखालची शेवटची झोप त्याची. आता डोळं लागनार ते माळ्यावच."

लह्या चावटपनाव उतरायला लागला म्हनून मीच आपली पावलं भराभरा उचलायला सुरुवात केली. पन आज त्वांडाबरं त्यांची पावलंबी लय चालत व्हती. पार घरापरेन मस्करी चालू व्हती. बाबाला पाह्यल्याव मंग दात इचकत गेले आपल्या घरी.

राती जेवनाव बाबानी सांगितलं. म्हनाला,

"लगीन ठरवून आलोय तुझं आज. नांदिवलीच्या सिधू खिलाऱ्याच्या पोरीशी. आपून पाच रुपये दयाज आन् दोन घड्या द्यायचं ठरलंय त्यांना. सात रुपये म्हनत व्हते. पन बैठकीत दोन रुपये तोडले आन् दोन घड्या वाढवल्या. येवढा शिमगा झाला की उरकून टाकू म्हनले. तवर दयाजाच्या पैशाचीबी काय तरी यवस्था करता येईन. तशी मानसंबी लय चांगली हायेत. पोर ज्योतिरूपेश्वरबाबाच्या कुशीत जानार म्हनून कसले आढेयेढे नाय घेतले. म्हनाले, आकसईच्या थळाला क्वान नाय म्हननार. बाबाच पावला म्हनायचं आमाला."

मी खाली मान घालून समदं ऐकत व्हतो. बाबा दयाजाचं बोलल्याव मनात कालवाकालव सुरू झाली. बाबा दयाजाचं पैसं कुठून आननार. दुसराबी बराच खर्च व्हता. कपडालत्ता, देवदेव, गावजेवान. समद्यालाच पैसा लागनार व्हता.

हातरुनाव पडलो तरी मनात तोच इचार चालू व्हता. मधरातीपरेन जागा व्हतो. डोकं काही चालत नव्हतं. शेवटी आता काय करीन ते त्याचं त्यालाच ठाऊक, असं म्हनत डोळं मिटलं.

माझ्या लग्नाच्या साली ज्योतिरूपेश्वरबाबाची यात्रा लय जोरात झाली. तशी दरसालीच जोरात असायची म्हना. पार माघी शिवरातीपून शिमगी पुनवंपरेन चालायची. पन त्या साली येक पंढरपूरचा बुवा आला व्हता, त्याचे टाळकरी घिऊन. खोऱ्यातली लोकं वारीला जाऊन जाऊन त्याच्याशी वळख झाली व्हती. लोकं त्याला सांगायची. म्हनायची,

"आमाला जसा पंढरीचा पांडुरंग, तसाच आकसईचा ज्योतिरूपेश्वरबाबा. आमी मावळी मानसं जशी कव्हा पंढरीची वारी चुकवत नाय तशी कव्हा ज्योतिरूपेश्वरबाबाची यात्राबी चुकवत नाय."

त्या बुवाला लय आप्रुप वाटलं. म्हनाला,

"या स्वयंभू ज्योतिरूपेश्वरबाबाची सेवा करायला मिळाली तर धन्य व्हईन मी."

मंग या वारकऱ्यांना त्याचा काय तो आनंद!

बुवा गावात आला तव्हा काय त्याचा थाट. टाळ पखवाजाच्या तालात अभंग म्हनतच त्याला ज्योतिरूपेश्वरबाबाच्या देवळापरेन न्हेला. मोठ्या श्रद्धेनी त्यानी ज्योतिरूपेश्वरबाबाम्होरं आपलं मस्तक टेकवलं आन् पाच दिस त्या देवळातच राह्यला. मोठा गजर चालू व्हता बाबाचा त्या दिसात. 'हर हर महादेव', 'ज्योतिरूपेश्वरमहाराज की जय' अशा गजरानी समद्या गावालाच जोम आला व्हता. त्यात भर बुवाच्या कीर्तानाची. मंग काय, समदा गावच डुलायला लागायचा

त्याच्या तालात. सकाळी पारायन, संध्याकाळी पारायन, रातच्याला कीर्तान, भजान. समदं गाव ज्योतिरूपेश्वरमय झालं व्हतं.

बुवाचं कीर्तानबी लय रंगायचं. यात्रेला पन्नास गावची लोकं झाडून यायची बायका-पोरांसकट. देवळाम्होरला येवढा मोठा माळ. पन तोबी कमी पडायचा. बुवाला घसा तानून वरडावं लागायचं, तव्हा कुठं माळभर आवाज जायचा.

शिमगीपुनवंच्या आदल्या दिशीचं कीर्तान लयीच रंगलं व्हतं. बुवाच्या तोंडून पांडुरंगच बोलतोय असं वाटत व्हतं. ते ऐकून आमचा ऊर मात्र भरून येत व्हता. बुवा म्हनत व्हता,

''माझं भाग्य थोर, म्हनून मला या ज्योतिरूपेश्वराची सेवा करायला मिळाली. आन् त्याहून इथल्या लोकांचं पुन्य थोर म्हनून त्यांना या ज्योतिरूपेश्वराच्या कुशीत वस्ती करायला जागा मिळाली. ऊचऊच डोंगरांमदी ऱ्हानाऱ्या या आपल्या भक्तांचं रक्षन ज्योतिरूपेश्वरबाबा वर्षानुवर्षे करत आलाय. इथल्या लोकांच्या भक्तीलाही तोड नाय. त्यामुळं म्होरंबी असंच या भोळ्या भक्तांचं रक्षन तो करत ऱ्हानार हाये. धन्य तो ज्योतिरूपेश्वर आन् धन्य ते त्याचे भक्त.''

बुवाचं ते कीर्तान संपल्याव कितीतरी येळ 'ज्योतिरूपेश्वरमहाराज की जय', 'हर हर महादेव' असा जयजयकार शिवारभर घुमत व्हता.

यात्रा संपल्याव पंधरा दिसांनी आमचं वऱ्हाड नांदिवलीला गेलं. इसेक बैलगाड्या व्हत्या. समद्या सजलेल्या. म्होरल्या बैलगाडीत मी बसलो व्हतो. नवरदेवाच्या ऐटीत. धोतार, पैरन, वर जरीचं पागुटं, त्वांडात नागिनीचं पान. लय रुबाब व्हता चार दिस माझा. मस्करी करायला बरुबर पोरं व्हतीच. दुपारी निघालेलं वऱ्हाड गानी म्हनत, खेळ खेळत संध्याकाळी नांदिवलीच्या येशीव येऊन पोचलं. तिथं आधीच ढोल-लेझीम घिऊन गावातली पोरं थांबली व्हती. ववाळनी झाल्याव ढोल-लेझीमच्या तालाव आमाला जानवस घरी पोचवलं आन् आमच्या लग्नाचा इधी सुरू झाला. चार दिस इधी चालला व्हता. चौथ्या दिशी येकदाच्या अक्षदा पडल्या आन् आमी बव्हल्यात बसलो. मानग्याच्या कामट्यांचा बव्हला चांगला बनवला व्हता. पन कलवऱ्या लय द्वाड. त्याच्याव रिळून पार वाकवला व्हता त्याला. मी तव्हा नाव काय घेतलं ते आठवत नाय, पन हिनी घेतलेलं नाव चांगलं ध्यानात राह्यलं. इवढी इवढीसं चिमनीवानी त्वांड मुंढवळ्यामधून दिसतबी नव्हतं. पन आवाज मात्र चांगला दांडगा व्हता. म्हनाली,

''पंढरीची वारी करते आषाढी येकादशीला
आन् महादेवाचं नाव घेते ज्योतिरूपेश्वर हाये साक्षीला.''

ज्योतिरूपेश्वराच्या साक्षीनं आमचं लगीन झालं आन् सजलेल्या गाड्या दिस मावळायच्या येळला नवरीला घिऊन आकसईच्या वाटंला लागल्या.

ज्योतिरूपेश्वराच्या देवळाम्होरल्या माळाव मंग रातभर वरात चालली व्हती. ढोल-लेझीम, नाच, फुगड्या, गुलाल. समदा माळ लाल झाला व्हता. पार कोंबडं आरल्याव तांबडं फुटायच्या येळंला येक येक गडी घराकं गेला. आन् मंग आमीबी ज्योतिरूपेश्वराच्या पायाव जोडीनं डोकं टेकवून उजाडायच्या येळंला घरी आलो.

घरी आलो तर आजी दारातच हातात घास घिऊन उभी व्हती. आमच्या अंगावून घास ववाळून टाकता टाकता म्हनाली,

"महादेवा, आता आल्यावरसाला पाळना हालला पायजे. आन् खंडीला पेंढी झाली पायजे."

मी घुम्यागत मान हालवली. पन ही त्वांडाला पदर लावून आत पळाली. तव्हा कुठं माझ्या ध्यानात आलं की आजी काय म्हनाली ते. नायतर मी निसताच डोळ्याव झापड घिऊन उभा व्हतो. आजीला खंडीभर पोरं पायजे व्हती. आन् त्या खंडीला वर पेंढीबी. म्हंजी इसावर येक. लयीच मोठं त्वांड वासलं व्हतं आजीनी. पन तिला त्याचं कायबी वाटत नव्हतं. तिनी अशा खंडीच्या पेंढ्या लय पाह्यल्यात, असं तीच सांगायची. तिलाच चौदा पोरं झाली. गमतीनी म्हनायचीबी ती कव्हाबव्हा,

"महादेवा, माझी समदी पोरं जगली असती, तर आपलं बोडक्यांचच येक गाव झालं असतं हितं."

तव्हा मीबी तिला गमतीनी म्हनायचो,

"आजी, मंग त्या गावाचं नाव असलं असतं बोडकेगाव."

"खरं रे बाबा, ज्योतिरूपेश्वरबाबाच्या आशीर्वादानी तसं झालं असतं तर किती बरं झालं असतं."

असं म्हनत तिनी ज्योतिरूपेश्वराच्या देवळाकं त्वांड करत हात जोडले व्हते. पन आता ते वैरून काय उपेग नव्हता. तीबी आता आपल्या मेलेल्या पोरांना इसरून गेली व्हती आन् म्होरल्या पिढीच्या वंशाकं डोळं लावून बसली व्हती.

रातभरच्या जागरनानी माझ्या डोळ्याव झापड व्हती. पन वाघजईच्या डोंगराव दिस वर आला आन् आमाला सुपारी खेळायला बसवलं. ही दिसायला अशी बोंबलावानी सुकल्याली, पन हातात लय जोर. सुटता सुटाना सुपारी. लय जिदीला आल्याव मंग लावलं डाव्या अंगठ्याचं नख. मंग बोंब मारत आपसुक सोडली सुपारी पान्यात. सुपारी पान्यात सोडली पन तीबी माझ्या वर निघाली, मी तिला येक नख लावलं तर तिनी मला दोन नखं लावली. पन मर्दगडी म्हनून

वरडता नाय आलं. मनात म्हनलं,

"बाई गं, चांगलंच पानी पाजनार हायेस मला तू."

तिचा अदमास पंधरा दिसातच आला मला.

येक दिस तिला नदीव गेलो घिऊन, म्हनालो, मुळेच्या तळात जाऊन हिला आपली मर्दुमकी दावाव. म्हनून तिला काठाव बसवली, आन् वरच्या अंगाच्या धशीव जाऊन कापडं काढली. म्हनालो,

"रखमे तुला पव्हता येतं काय?"

तिनी नाय म्हनून मान हालवली. मंग आपल्याला पव्हता येतं याचं मला लईचं आप्रुप वाटलं आन् मोठ्या ऐटीत मी खालच्या अंगच्या तळाकं सूर मारला. पार तळात गेलो आन् येक गुळगुळीत गोटा घिऊन वर आलो. म्हनलो, आता हिला दावाव मुळेच्या तळातला गोटा. आपल्या नवऱ्याची मर्दुमकी कळन तिला.

पन वर येऊन बघतोय त् ती काठाव नाय. समदीकं भिरभिर पाह्यलं. कुठंच दिसाना. मनात नाय नाय ते इचार आले. वाटलं तिला पव्हता येत नाय. मुळेत तर पडली नसन. म्हनून परत नदीत उडी घेनार तोच मुळेच्या खालच्या अंगच्या तळाकून तिनी डोकं वर काढलं. लुगडं गुडघ्यापरेन आवरल्यालं. केसाचा बुचुडा घट बांधलेला. मी बघतच राह्यलो तिच्या त्या आवताराकं.

मंग तीच जवळ आली. म्हनाली,

"हात म्होरं करा."

"कशाला?"

मी येड्यागत तिच्याकं बघत म्हनालो.

"येक गोष्ट दावायची हाये तुम्हाला."

"कसली?'

"ती हाताव ठेवल्यावच बघा."

मी हातातला गोटा बाजूच्या दगडाव ठेवला आन् दोन्ही हातांची वंजळ म्होरं केली. तशी माझ्या डोळ्याकं बघत म्हनाली,

"आता डोळं बंद करा."

मी डोळं बंद केलं, तोच तिनी हाताव येक वली वस्तू ठिवली आन् म्हनाली,

"हां. आता उघडा."

मी डोळं उघडलं. बघतो तर माझ्या वंजळीत मुळेच्या तळातला येक गुळगुळीत गोटा. त्याच्याकं बघून मी तिला म्हनालो,

"तळात गेली व्हतीस तू?"

“व्हय.”

“पन तुला त् पव्हता येत नाय म्हनालीस.”

तशी मोठ्या ऐटीत मान हालवून म्हनाली,

“मुळेची लेक मी. मला आईच्या अंगाव खेळता येतं का, म्हनून इचारलंच कसं तुमी? म्हनून म्हनले समक्षा दावूनच द्यावं तुमाला.”

“या मावळ्याची मावळीन सोभतीस खरी तू.”

मंग वंजळीतला गोटा आन् दगडावला गोटा तिच्या पदरात टाकला आन् म्हनालो,

“रखमे, हा मुळेचा प्रसाद हाये, जपून ठेव.”

तिनीबी तो मोठ्या श्रद्धेनी कपाळाला लावला आन् घरी आल्याव देव्हाऱ्यात ठेवला.

❖

२

आजी म्हनाली व्हती, तशी खंडीच्या पेंढीची बात आजून लय लांब व्हती. पन चार वर्सांत घरात दोन येळा पाळना हालला. देवाच्या करनीनी तो बघायला आजी जिती राह्यली नाय. माझं लगीन झाल्यावं सा मयन्यातच तिचीबी माती झाली मातीच्याच वावरात. पन ती आता असती तर पोरींना मांडीव घिऊन म्हनाली असती,

"महादेवा, ह्या पोरी काय, कितीबी झाल्या तरी परक्याचीच धन. वंशाला दोन-चार दिवे दे. घर उजळू दे चांगलं त्यांनी."

असं म्हनत ज्योतिरूपेश्वराकं त्वांड करून हात जोडले असते आन् म्हनाली असती,

"देवा ज्योतिरूपेश्वरा, पाव रे माझ्या महादेवाला, सोन्यासारख्या दोन पोरी दिल्या तसे वंशाला दोन-चार पोरगंबी दे."

पनजा गेला तशी आजीबी गेली वंशाच्या दिव्याची काळजी करत. पन त्यांच्या परास त्या ज्योतिरूपेश्वरालाच लय काळजी आमच्या वंशाची. माझ्या आय-बापाला पावला तसा मलाबी पावन कव्हातरी. तो मार्ग दावतोय म्हनून तर चाललंय समदं यवस्थित.

चार-सा वर्सांत देवाच्या बांधनीत वावार निघन. तिथं आंबंमहुर पिकन. नाचनी, वरई निघन. तोच तर दावतोय हे समदं सपान. त्याच्याव इसावायचं आन् आपलं काम करत राह्यचं. समदं व्हतंय बैज्वार.

आता दर सालाला बांधनीच्या वावराचं कामबी व्हतंय उली उली. मागल्या साली दगडी काढल्या. तव्हा थोरांड्या दगडांकं बघून बाबा कानकून करायला लागला व्हता. पन मी म्हनालो,

“मी करतो समदं. चार-सा वर्स राबावं लागन, पन वावार निघन चांगलं. समदं गेलंय सावकाराच्या घशात. कव्हा सुटन तव्हा सुटन ते. पन येवढं तरी व्हईन आपलं आपल्या हक्काचं.”

“आरं पन घानवट पडलं म्हंजी काय सावकाराचं झालं का? आपला हात पोचला की घिऊ सोडवून. तो काय जमीन कुठं उचलून न्हेतोय का? पिकं तर आपूनच काढतोय ना?”

बाबानी माझी समजूत काढायचा प्रयत्न केला. पन मला ते पटत नव्हतं.

“निसती पिकं घिऊन काय उपेग. जमीन आपली, राबनार आपून, आन् झोडनीच्या येळंला भाताची रास लागली की हे सावकार गाड्या जुपून येनार आन् समदी रास भरून न्हेनार. उन्हातान्हात, थंडी पावसात कष्ट करून काय मिळतं आपल्याला? नाचनी आन् वरई. आपल्या घामानी पिकलेल्या आंबंमव्हराव यांनी डल्ला मारायचा, आन् आपल्याला फक्त नाचनीची भाकर खायला लावायची.”

मी रागारागात बोललो. तव्हा उली नरमला, म्हनाला,

“आरे, जातीन हेबी दिस. व्हईन समदं बैज्वार.”

“व्हईन बैज्वार, व्हईन बैज्वार ... किती डुया गेल्या असं म्हनत. बाबा, मला यातून बाहेर पडायचा हाच येक मार्ग दिसतोय. या बांधनीत वावार काढलं, तरच समदं बैज्वार व्हईन आपलं. आरे, आपल्या आजा-पनजानी मातीचं वावार काढलं नसतं तर काय खाल्लं असतं आपून आज?”

“तेबी खरं हाय.”

“मंग, आता सावकाराच्या घशात हाये ते जर उंद्या त्यानी गिळलं तर काय खायाचं म्होरल्या पिढ्यांनी.”

माझं बोलनं त्याला पटत व्हतं. पन बांधनीकं बघितल्याव त्याचं समदं अवसान गळत व्हतं. मोठमोठी टेकाडं, मधली धस, दगडी ... कसं करायचं या बांधनीचं वावार? त्याच्या मनातली घालमेल मला समजत व्हती. पन घाम गाळला तरच फळ मिळनार व्हतं.

दुपारी आय आन् ही भाकर घिऊन आल्याव आयबी म्हनाली,

“महादेवा, वावार काढायचं मनाव घेतलईस तव्हापून रातुंद्या मनाला घोर लागलाय बघ. या थोरांल्या दगडी उराखांद्याव घेताना पाह्यलं की काळीज धडधडायला लागतं माझं.”

तशी ही म्हनाली,

“आत्या, आता वावार काढायचं म्हनून त्या दगडी काय आपूआप बाजूला व्हनार हायेत का?”

“तेबी खरं हाय.”

म्हनत आईनी देवाच्या दगडाकं पाह्यलं. म्हनाली,

“महादेवा, तो आपला देवाचा दगड हाये, आपल्या कितीतरी डुया त्याची पूजा करत आल्यात. त्याची जागा तेवढी नको बदलू.”

“नाय. त्याला धक्काबी लावनार नाय. आन् वावराच्या मधी येनारं जांभळीचं झाडबी तोडनार नाय.”

आईला लय बरं वाटलं. म्हनाली,

“ज्यानी आसरा दिला, त्याला कव्हा कासरा लावू नये. बांधन जशी आपली तशी त्या जांभळीचीबी हाये. आपल्या पोटाकरता तिचा जीव कशाला घ्यायचा?”

“आन् उन्हातान्हाचा आसराबी व्हईन आपल्याला. आता सुकायला लागलीये, पन उंद्या पाटाचं पानी बाराही मयने मिळायला लागलं, की जोर धरीन चांगला.” हीनी पाटाचं नाव काढलं तसं बाबानी माझ्याकं पाह्यलं. म्हनाला,

“पाटाचं पानी, कसला पाट?”

“पान्याचा. नदी येवढी बगलंतून व्हाती, वरच्या अंगानी पाट काढला त् बारमस माळवं करता येईन या वावरात.”

हिनीच समदं सांगून टाकलं. तव्हा मात्र बाबाचं त्वांड येकदम उजाळलं. म्हनाला,

“हां. तसं झालं तर लय इ्याक व्हईन.”

मंग मात्र बाबानी कव्हा कानकून केली नाय. पार पाऊसकाळ लागंपरेन आमी दगडी काढत व्हतो.

ज्योतिरूपेश्वरानी हिला पाट काढायची बुद्ध्या दिली. तशी तीबी लय धोरनी बाय. माझ्यावानीच तीबी भवऱ्यातून बाहेर पडायचाच इचार करत असनार. इचार केल्याबिगार कुनिकला मार्गबी दिसनार नव्हता. कष्ट त् पाचवीला पुजल्यालं. पन त्या कष्टाचं काय चिज व्हत नव्हतं. मी गडी मानूस रानात राबत व्हतो. पन ती तर रानातबी राबत व्हती आन् घरातबी राबत व्हती. ह्या बायकांचा जनमच समदा असा राबन्यात जातोय. ही तर कपाळाचं बाशिंग सुटल्यापून कव्हा इसावल्याली दिसली नाय. रातुंद्या पातंला जुपल्यागत संसाराच्या तिवढ्याभवती फिरती. वर परत कव्हा कसली तक्रार नाय.

कव्हा कव्हा वाटतं हिचं असं राबनंच आपल्याला कष्ट करायला जोर देतं. तिचा पाय या बांधनीला लागला म्हनूनच ही बांधनबी वावार व्हयाला नटली आन् पाटाच्या पान्याच्या रूपानी मुळाबी त्या वावरात यायला उतावळी झाली. समदा तिचा पायगुन. नायतर येवढ्या पिढ्या गेल्या आमच्या, पन कव्हा कुन्हाच्या डोक्यात माळवं करायचा इचार नाय आला.

मी म्हनालोबी तिला,

"रखमे, मुळेच्या पान्याव माळवं करायचा इचार आमच्या बापजाद्यांना कव्हा सुचला नाय."

तव्हा म्हनाली,

"तुमी उभारी घितली म्हनून व्हतंय समदं. बांधनीचं वावार करायची बुद्ध्या तुमाला आली नसती, तर तिथं पाटाचं पानी आनायची बुद्ध्या तरी कसली सुचली असती मला. आन् पान्यात पडून जीव जायला लागल्याव हातपाय हालवतंच की मानूस. सावकाराच्या इळख्यानी जीव जायचीच पाळी आलीये आपल्याव. आता नाय हातपाय हालवले तर म्होरं कसं व्हनार आपलं. रातुंद्या तोच इचार असतो मनात."

म्हंजी माझ्यावानीच तिच्याबी मनाला त्याच इचाराची वाळवी लागली व्हती. मनाला ती पोखरत व्हती. आन् त्या यातनांनी आमी दोघंबी तळमळत व्हतो.

मी गडीमानूस. चार लोकांमधी जानारा. कव्हाबव्हा भजान कीर्तानात रमनारा. अशानी ती यातना घटकाभर कमी झाल्यागत वाटायची. पन ती? ती रातुंद्या त्या चुलीम्होरं. कसा इसर पडायचा तिला?

पन आता हे बांधनीचं वावार आशा दावतंय. उंद्याचं सुख पुढ्यात दिसायला लागलंय. त्यानी तिच्याबी त्वांडाव समाधान दिसतंय आन् तेच मला कष्ट करायला आजूनच बळ देतंय.

आता या साली राबाची आजून धाईस वझी घिऊन झाली, की दोन मयने वावराच्याच मागं लागायचं, पार करवांदाची आन् जांभळीची सराय येईपरेन. मंग करवांदं घिऊन पौडाच्या खेपा सुरू व्हतीन. दोन आन्यासाठी तेबी करायलाच पायजे.

किक्रातीच्या दिशी सकाळी-सकाळीच सन साजरा केला. चार-पाच वाफुळी खाऊन कंबरंला आडकी कोयता अडकवला, आन् गडदंच्या रानात गेलो. तंटनीची दोन वझी तोडली. दुपारी हीबी आली भाकर घिऊन. भाकर खाल्ल्याव दोघांनी मिळून आनखी दोन वझी तोडली, आन् वतवाडं लांबायच्या येळंला मातीच्या वावरात राबाच्या वझ्यांमधी आनून टाकली. राब आत्ताच असा तोडून ठेवला, की भाजनीच्या दिसापरेन चांगला वाळतो. मंग शेनाच्या खांडाबरं तडतड करत चांगला पेट घेतो.

राब तोडायचं हे काम वाटतं सॉपं, पन तंटनीच्या काट्यांनी अंग पार सोलून निघतं. घरी जाऊन अंगाव पानी घ्यातलं की समदं अंग झोंबाया लागतं. पान्यात हातच नको म्हनतं घालायला.

त्या दिशीबी तसंच झालं. हिनी अंगनातल्या चिपव पानी आनून ठेवलं, पन ते अंगाव घ्यायची हिम्मत व्हईना. म्हनून तिथंच पायात घुटमळनाऱ्या शालीला

खेळवत बसलो. ते बघून थोरली मालीबी येऊन बसली मांडीव. बोबड्या बोलानी कायबाय सांगत व्हत्या मला. कायबी कळत नव्हतं, पन ऐकायला लय बरं वाटत व्हतं. बराच येळ त्यांच्यामधीच अडकून राह्यलो.

पार गडाद पडायच्या येळंला किस्ना आला. म्हनाला,

"काय रं म्हादू, दोन दिस देवळाकं नाय निघाला?"

"नाय निघालो. राब तोडून आन् वझी व्हाऊन नको व्हतंय बघ. सांच्याला समदं अंग भरून येतं."

"ह्या रे गड्या, लय कामदार झालास, आजून भाजनी कुठल्या कुठं आन् तू आताच राबाच्या मागं लागलाईस."

"राबाच्या कामातून येकदा मोकळा झालो की, सराय येईपरेन वावराचं काम बघायचंय उली."

"म्हंजी तू वावार मेरवनारच."

"हां, आता घेतलंय मनाव ..."

"ते घे मनाव. पन गावात काय चाललंय तेबी बघ जरा."

"का? काय झालं?"

"गावबुडी व्हयाला आलीये आता."

"म्हंजी?"

"म्हंजी धरान व्हतंय."

"कुनीकं?"

"हितं संगमाव, मुळे-निळेच्या. परीटवाडीबशी पायाबी खंदायला लागलेत."

"क्वान म्हनतं?"

"समदा गाव म्हनतोय. कालच्याला शंकऱ्याचा चुलता बघूनबी आला. उगच आवई नाय म्हनाला. खरंच काम चालू झालंय."

डोळ्याम्होरं अंधारी आल्यागत झालं. म्हनालो,

"किस्ना, धरान झालं तर गाव कसलं, जगच बुडायचं आपलं."

"खरंय गड्या ... पन उंद्या गावातले समदे गडी संगमाव जानार हायेत, तिथल्या सायबाकं. तूबी चल."

असं म्हनून किस्ना गेला, पन त्यानी मला चांगलाच घोर लावला.

चिपवल्या पान्यानी हातपाय वंबाळले, पन आज काळजाचीच जखम येवढी व्हती की तिच्याम्होरं हातापायाचं झोंबनं कळलंच नाय.

दुसऱ्या दिशी गावातले झाडून समदे गडी संगमाच्या वाटंला लागलो. ज्याच्या

त्याच्या तोंडी धरनाचीच बोलवा. शंकऱ्याच्या चुलत्याच्या मागं-म्होरं समदे गडी. तोबी समदा पाह्यलेला खडा न् खडा सांगत व्हता. आमचा धाकल्या घरातला, माझ्या धाकल्या चुलत्याचा पोरगा भाग्या, लय गमत्या. शंकऱ्याचा चुलता कुनी सायेब असल्यावानीच त्याला इचारत बसला, म्हनाला,

"रघुदा..."

शंकऱ्याच्या चुलत्याचं नाव रघुनाथ. पन त्याला गावात समदे रघुदाच म्हनायचे. तर रघुदाला तो म्हनाला,

"रघुदा, धरान व्हतंय म्हंजी तलावच व्हतोय ना?"

"व्हय तलावच."

रघुदा म्हनाला.

"मंग त्यात असं किती पानी साचनार हाये. आपल्या गावापरेन तर नाय ना येनार?"

ही पाल आमच्याबी मनात व्हती. म्हनून आमीबी रघुदा काय सांगतोय ते कान देऊन ऐकायला लागलो. तसा रघुदा आमच्या समद्यांच्या मधून चालत म्हनाला,

"भाग्या, तो तलाव म्हंजी आपून लावनीकरता धरल्याली ताल नाय. ते धरान हाये. त्याची भित डोंगरावानी उभी ऱ्हानार हाये. संगमावल्या ह्या डोंगरापून त्या डोंगरापरेन. खुळ्या, बारमाही व्हानाऱ्या मुळेच्या आन् निळेच्या दोन्ही नद्यांचं पानी त्यात साचल्याव निसतं आपलंच गाव काय, खोऱ्यातली समदीच गावं बुडनार हायेत, जमीनजुमल्यासकट."

"मंग आपून कुठं जायचं?"

भाग्याच्या या प्रश्नाचं उत्तर मात्र रघुदाकंबी नव्हतं. तो गप झाला. आन् आमचीबी समद्यांची त्वांडं गप झाली. डोक्यात इचारांचं महू उठलं. त्या घोंघावऱ्या इचारासंगच आमी समदे त्वांडं शिवल्यागत चालत राह्यलो.

पार कड्याच्या देवापरेन येक शब्दबी कुनी बोललं नाय. समदे गप. मुक्यापनीच हात जोडून देवाला साकडं घातलं. आन् परत वाटंला लागनार तोच शिरवलीच्या वाटंनी शिरवलीवाले येताना दिसले, मंग समदे तिथंच थांबलो. त्यांची वाटबी मुकीच व्हती. पन जवळ आल्याव दादा फाटक म्हनाला,

"संगमाव निघालात?"

"व्हय."

रघुदानी मान हालवत सांगितलं. तसा दादा फाटक आकसईवाल्यांमधी मिसळून चालायला लागला. म्हनाला,

"तुमी आकसईवाले आलात ते लय चांगलं केलं. आपल्या समद्या खोऱ्यानी असं गोळ्यामेळ्यानी वागून इरोध केला तर काय तरी मार्ग निघन."

“पन आपल्या मुळाव उठलंय क्वान? क्वान बांधतंय धरान?”

माझ्या मनात कालपून घोळत असल्याला प्रश्न मी दादा फाटकाला इचारला.

“क्वान असनार! आपल्या मातीतला मानूस तर आपल्या मानसांना देशोधडीला लावनार नाय... गोऱ्या सरकारबिगार असलं वंगाळ काम क्वान करनार हाये!”

“आता येवढं मोठं सरकार आपल्याला बधनार हाये का?”

“अवघाड हाये. पन आपून हाताव हात धरून बसूनबी चालनार नाय. काय तरी मार्ग काढला पायजे. नायतर आपली पिढ्यान् पिढ्याची वहिवाट बुडून जाईन. आन् बायकापोरांना घिऊन आपल्याला भिका मागायची येळ येईन... आज आवळसवालेबी गेलेत संगमाव आपल्याम्होरं. काल आमाला तिथल्या सायबानी कुत्र्यावानी हाकलून लावलं. पन आज समदे गोळा झाल्याव काय तरी मार्ग निघन. येक काठी क्वानबी मोडीन, पन धा काठ्यांचा भारा बांधल्याव कुनाची टाप आलीये तो मोडायची? तव्हा आता आपून येकयेकट्यानी जाऊन उपेगाचं नाय. समद्यांनी गोळ्यामेळ्यानी गेलं तरच काय तरी उपेग व्हईन.”

आवळसवाले म्होरं गेल्याचं आन् दादा फाटकाचं बोलनं ऐकून माझ्या जिवात जीव आला. वाटलं येकट्या दुकट्याची नाय तर पाचपन्नास गावांची गाऱ्हानी ऐकून सरकारचंबी काळीज पाघळन. तेबी म्हनल, की पिढ्यान् पिढ्या ह्या जमिनीव ऱ्हानाऱ्या, याच मातीत जनमनाऱ्या आन् याच मातीत मिसळनाऱ्या या गरीब लोकांना बुडवून काय कमावनार हाये आपून? या गरीब शेतकऱ्यांचा जमीनजुमला, घरंदारं बुडवन्याचं पाप करन्यापरास धरान बांधायचा नाद सोडून देईन ते.

सरकारलाबी काळीज हाये, असं समजून मन चांगलं वैरीत व्हतं.

पन भोरकसच्या शिवत गेलो आन् सुरुंगाच्या आवाजानी जमीन हादारली. काळजात धडधड सुरू झाली. शिवारभर घुमनाऱ्या त्या सुरुंगाच्या आवाजानी सरकारची ताकतबी कळाली, आन् मनात भीतीची पालबी चुकचुकली. संगमाच्या बाजूनी धूळ उडाली. थोडा येळ थांबून आमी ती समद्यांनी बघितली. त्या धुळीकं बघतच त्वांडावर हात ठेवून लह्या म्हनाला,

“झालं, सुरूबी झालं धरनाच्या पायाचं काम.”

“ते कव्हाच झालंय. दोन गड्यांयेवढा पायाबी खंदून झालाय.”

दादा फाटकानी समक्ष पाह्यलेलं सांगितलं. तसा भाग्या म्हनाला,

“आपल्या जमिनीव धरनाचा पाया खंदायला सुरुवात झाली आन् आपल्याला सांगितलंबी नाय.”

“तुमी लय मोठे महालकरी लागून गेले नाय का! आरं बाबा, गरिबाला इथं कुनी इचारत नाय. त्यानी उठ म्हनलं की उठायचं आन् बस म्हनलं की बसायचं.

कुत्र्यावानी जिनं आपलं. पन आपून येकुबा दावला पायजे. अहो, येकट्या गायीला बघून वाघबी तिच्या नरडीचा घोट घेतो, पन गायींचा कळप पाह्यला, की तोच वाघ तिच्याव झडप घेन्याआधी धा येळा इचार करतो. त्या गरीब गायीवानीच आता आपली तऱ्हा झाली हाये. आता आजून कळप नाय केला तर आपलं समद्यांचं मरान नक्की हाये...''

दादा फाटक बरंच कायबाय सांगत व्हता. ते ऐकतच आमी संगमाव पोचलो.

तिथं समदं खोरं लोटलं व्हतं. आवळस, नांदिवली, नानिवली, मुळापूर, देवघर, आंबवने, वाघवाडी, वळने, शेडानी येवढंच नाय तर ताम्हिनीच्या बाजचीबी समदी गावं आली व्हती. पायाच्या आल्याडल्या अंगाला घोळक्या घोळक्यानी उभी व्हती. पल्याडल्या बाजूला धरनाच्या पायाचं काम चालू व्हतं. तिथंच शेजारच्या माळाव मजुरांच्या राहुट्या पडल्या व्हत्या. काही मजूर साखळ्या लावून जमीन मोजत व्हते तर काही जन तिपाईव नळकांड्याला डोळं लावून उभे व्हते. आमच्या घोळक्यांशी त्यांना काही घेनंदेनं नव्हतं.

आमी आवळसवाल्यांबशी जाऊन उभं राह्यलो. तसे आजूबाजूला बघत आवळसचे केवलशेट आवळसच्याच साठे गुरुजींना म्हनाले,

''गुरुजी, आता बहुतेक गावची लोकं आल्यात, तव्हा समद्यांना गोळा करून तुम्ही चार शब्द सांगा, म्हंजी सायबाम्होरं जाऊन आपून आपलं गाऱ्हानं मांडू.''

तसे समदे घोळके गुरुजींभवती आले. येका दगडाव उभं राहून मंग गुरुजी बोलायला लागले,

''मंडळी, आपल्याला न इचारता सरकार आपल्या उराव धरान बांधत हाये. आपून शेतकरी, शेजारच्याच्या शेतातून पान्याचा पाट घेयाचा म्हनलं तरी त्याला धा येळा इचारतो, पन हे सरकार आपलं घरदार, जमीनजुमला, देव-देवळं आपल्याला न इचारता बुडवायला निघालंय. धरनात आपलं घरदार बुडालं तर परमुलखात जाऊन आपल्याव भिका मागायची येळ येईन. म्हनून त्याला आपून आताच इरोध केला पायजे. आवळसचे केवलशेट आपल्यामागं हायेत. ते आज सायबाशी बोलून त्यांना आपलं गाऱ्हानं सांगनार हायेत... ''

आजून बरंच कायबाय सांगत व्हते. मंग थोड्या येळानी दगडावून खाली उतरून केवलशेट आन् ते पायाच्या अंगानी चालायला लागले. त्यांच्या मागं आमी समदे शेतकरीबी गेलो.

पायाबशी गेल्याव समदे मजूर आमच्याकं संशानी बघायला लागले. त्यातला येक आडदांड, रगील खांद्याव फावडं घिऊन गुर्मीत म्हनाला,

''काय पायजे?''

मी येका दगडाव उभा व्हतो, म्हनालो,

“आमच्या घरात येऊन आम्हालाच काय पायजे म्हनून इचारतोस?”

“तुझं घर! तुझ्या बापाचं हाये का?”

“मंग काय तुझ्या बापाचं हाये का?”

असं म्हनत आला माझ्या अंगाव धावून, पन किस्नानी त्याच्या कंबरला मागून मिठी मारली. म्हनाला,

“आरं बाबा, तू कुनिकला क्वान, आमच्या गावात येऊन आमची आय-माय काढतोस.”

तसा त्यानी किस्नाला हिस्का दिला. पन किस्नानीबी त्याला दावला मावळी हिस्का. दिला चरात ढकलून, म्हनला,

“आता ह्यालाच गाडतो चरात.”

म्हनून मातीबी लोटायला लागला. तसे समदे मजूर आले आमच्या अंगाव धावून. हातातल्या कुदळ, फावडं, पहारींनी लागले आमाला मारायला. आमी सडे, हातात कायबी नाय. जीव मुठीत घिऊन लागलो पळायला, तरी त्यातूनबी शंकऱ्यानी दोघा-तिघांना ढोपारलं. पन रघुदाचं डोकं फुटून रगात यायला लागल्याव आमी राहुट्यांच्या म्होरून पळायला लागलो. तवर लय आरडावरडा झाला व्हता. तो ऐकून राहुट्यांतून येक बूट-टोपी घातलेला सायेब बंदूक घिऊन आमच्या म्होरं आला. लाल व्हऊन त्यानी शंकऱ्याच्या कानसुलाला बंदुकीची नळी लावली. म्हनाला,

“दरोडेखोर, चोऱ्या करता त् करता आन् परत आमच्या मानसांनाबी मारता.”

“आमी चोर नाय, शेतकरी हाये.”

रघुदा घाबऱ्या घाबऱ्या म्हनाला. बंदूक बघून पह्यल्यांदा शंकऱ्याच्या अंगाचंबी पानी झालं. पन मागून त्यानीबी दिला बंदुकीला हिस्का. ‘सुकाळीच्या’ म्हनत बंदूक लागला हिसकावून घ्यायला, तशी दोघांची झाली झटापट सुरू. म्हनलो बार उडला तर मरायचा येखादा. म्हनून झालो म्होरं. शंकऱ्याला सोडवून घेतला, आन् म्हनालो,

“सायेब, बंदुकीचा धाक दावून आमच्या उराव तुमी धरान बांधताय, आन् आमालाच दरोडेखोर म्हनताय. खरं तर तुम्हीच आमच्या घरादारावर आन् जमीनजुमल्याव दरोडा घालताय. परत चोराच्या उलट्या बोंबा.”

असं म्हनल्याबरुबर सायबाचा पारा चढला. चवताळून माझ्या अंगाव धावून येत त्यानी माझ्या कानफाडाला बंदूक लावली. पन तेवढ्यात रघुदा मधी आला,

“जाऊ द्या सायेब, गरीब शेतकरी आमी. आमचं गाऱ्हानं घिऊन आलो व्हतो तुमच्याकं. ते ऐकायचं लांबच राह्यलं. उलट आमचंच डोकं फोडलं.”

असं म्हनत सायबाच्या तावडीतून मला सोडवला. तरीबी तो शा देत गुरगुरत व्हता,

"गरीब शेतकरी ... गरिबागत ऱ्हावा."

असं म्हनत चराच्या बाजूला गेला. गुरं हाकलाव तसा मजुरांवर खेकसला, हातातली बंदूक वर केली. म्हनाला,

"चला कामाला लागा."

आन् त्यानी हातातल्या बंदुकीचा बार उडावला. जागजागी उभे राह्यलेले समदे शेतकरी कावरेबावरे व्हऊन पाह्यला लागले.

केवलशेट बांधाव डोक्याला हात लावून बसले व्हते. त्यांच्याशेजारी साठे गुरुजी उभे व्हते. आमी त्यांच्याभवती जाऊन थांबलो. त्यांना गालात मारल्यावानी झालं. म्हनाले,

"माझ्यामुळं आज तुम्हाला मार बसला. पन मलाबी म्हाईत नव्हतं सरकार अशी धाकदपटशाही करीन म्हनून. त्यांच्याकं बंदुका हायेत. भाड्याची मानसं हायेत. त्यांच्याम्होरं आपला निभाव लागनं लय अवघाड दिसतंय."

"मंग आता करायचं काय?"

केवलशेट म्हनाले.

"आपल्या उराव धरान व्हतंय, आन् आपून निसतं बघत राह्यचं?"

मी मधीच म्हनालो. तसं माझ्याकं बघत साठे गुरुजी म्हनाले,

"नाय. निसतं बघत राह्यचं नाय. पन असं रगातबी सांडू द्यायचं नाय."

"मंग काय करायचं?"

"असं घाईव येऊ नका. आता पुढचं पाऊल इचार करूनच उचाललं पायजे."

तसा भाग्या म्होरं झाला. म्हनाला,

"पन त्याला येळ लावू नका म्हंजी झालं. नायतर पाऊल उचलायच्या आत धरान बांधून व्हयाचं. आन् पावलांसकट आपून त्यात बुडून जायचो."

"नाय. तसं नाय व्हयाचं. सरकार कितीबी मोठं असलं, कितीबी ताकतवान असलं तरी त्याच्यापरास मोठा देव आजून ह्या जगात हाये. त्यालाबी आपली काळजी हाये."

समद्यांच्याच मनात असं कायबाय येत व्हतं. देवाच्या भरवशाव येक येक जन आपापल्या गावाच्या वाटंला लागला.

सरकारची दादागिरी बघता शेतकरी आजच्यागत धरनाच्या पायाकं येतात की नाय कुन्हाला माहीत. पन शंकऱ्या, किस्ना, लह्या, अंक्या असे आकसईतले

आमी सताठ गडी दोनचार दिसांनी परत संगमाव आलो. शंकऱ्या तर कंबरंच्या आडकीला कोयता लावून आला व्हता. म्हनत व्हता,

"परत कुनी चाल केली तर खापलूनच टाकतो येकयेकाला."

पन त्याची येळ आली नाय.

आमी संगमाव गेलो तर आमच्यावानीच शिरवली, आवळस, ताम्हिनी, वडगावचे काही गावकरी झाडांखालून बसले व्हते. ते बघून आमीबी येका झाडाचा आसरा घेतला. म्होरं जायची कुनाचीच ताकत व्हईना. समदे जन पायाच्या कामाकं डोळं लावून बसले व्हते. मला तर ती आपलीच चिता रचत असल्यागत वाटत व्हतं. आन् मी ती उघड्या डोळ्यांनी निसतीच बघत व्हतो.

सारा दिस झाडाखाली बसून काढला. कुनी कुनाशी बोलत नव्हतं. म्होरं दिसत व्हतं ते धरनाच्या पायाचं काम. आन् त्यात आपलं मरान.

संध्याकाळ झाल्याव येकयेक गडी आपापल्या गावाच्या वाटंला लागला. आमीबी आकसईची वाट धरली.

त्या मागूनबी दोन-चार येळा संगमाव गेलो. पन तव्हाबी निसतंच झाडाखाली बसून आपलं मरानच बघून आलो.

निसते हेलपाटे मारून काय उपेग नाय. धा-बारा दिस घालवले त्यात. हाती काय लागलं नाय. म्हनून मंग लागलो परत शेताच्या कामाला. हिनी येकलीनी राबाची सताठ वझी घेतली व्हती. भाजनीपुरता राब झाला व्हता. म्हनलं आता सरायपरेन वावराच्या कामाला लागाव. म्हनून ऐतवाराच्या दिशी दिस उगवायच्या आधीच आलो देवाच्या बांधनीत.

जांभळीखाली दोन-चार दगडी व्हत्या. त्या काढल्या, की समदी बांधन नांगरून काढता आली असती. म्हनून मंग त्या दगडांच्याच मागं लागलो. पन किती वर्सांच्या रुतून बसलेल्या त्या दगडी निघता निघाना. जीव काढला पार त्यांनी माझा. पहार घालून कशातरी उचकटल्या आन् आनल्या लोटत लोटत कडंला. त्यातच दुपार झाली. उन्हाचा तडाखाबी वाढत चालला व्हता. उन्हातान्हात काम करायचं म्हंजी जीव नको व्हयाचा. पन म्होरं चांगलं दिस येन्याची आशा कष्ट करायला बळ द्यायची.

ही भाकर घिऊन येईपरेन दोन दगडी लोटल्या. आता बारक्या बारक्या राह्यल्या व्हत्या. भाकरतुकडा खाऊन ऊन खाली झाल्याव त्यांना हात लावाव, म्हनून जांभळीखालीच बसलो सावलीला.

पोट भरल्याव अंग आळसावलं. जरा येळ आडवं पडाव म्हनलं तर डोळाच लागला.

थोड्या येळानी वांडरांच्या वासानी राजा भुकायला लागला. गडबडून जागा झालो. बघतो तर ही नदीच्या अंगानी बांधनीकं येत व्हती. आन् राजा पठाराकं वांडरांच्या मागं पळत व्हता. जवळ आल्याव इचारलं. म्हनालो,

"कशाला गेली व्हतीस नदीकं."

तशी सावलीला टेकत म्हनाली,

"पाट कसा काढता येईन ते बघत व्हते."

"मंग?"

"मंग काय, सोपा हाये, मधला येकच चढ तेवढा पानी चढायला तरास करीन. तिथं उली चर खंदायला लागन. म्हंजी मंग समदा उतारच हाये पान्याला."

"आरे पन पह्यलं वावार तर व्हऊ दे. मंग बघू पाटाचं."

"वावार व्हयाला किती दिस लागत्यात आजून! येवढ्या दोन चार दिसात औत धरून नांगरून घिऊ. म्हंजी मंग पेटारी लावून खालच्या अंगाला माती वढता येईन. धा-बारा औतात व्हईन समदं."

हिला वावराची लईच घाई झाली व्हती. कव्हा येकदा वावार व्हतंय आन् त्यात पाटाचं पानी येऊन माळवं पिकतंय असं झालं व्हतं. दिसभर रानातच असायची. बारीक सारीक दगडी तर तिनीच येचून काढल्या. तिचंबी बरुबर व्हतं. अंग मोडून राबल्याबिगार काय व्हनार नव्हतं. निसतं सपान बघून वावार व्हनार नव्हतं. तिचं लय मोठं सपान व्हतं. ते तिनी जांभळीखाली बसल्याबसल्या सांगूनबी टाकलं मला. म्हनाली,

"वावार झालं की माळवं पिकन. मंग दोन पैसेबी येतीन हातात. पन पैसा आला की पह्यल्यांदा सावकाराकं घानवट पडल्याली वावरं सोडवून घ्यायची. अहो, दऱ्याच्या बाबाच्या, उशाच्या आन् पायथ्याच्या वावरातच पाच खंडी भात व्हतं. ते समदं जातं त्या सावकाराच्या मढ्याव. मागल्या सालापून मातीच्या वावराचं भातबी मागायला लागलाय. समद्या रानाचं मिळून धा खंडी भात व्हतंय. ते समदं घरी राह्यलं तर कशाला कुनाच्या म्होरं हात करायला लागन आपल्याला."

रखमी लय इचारी व्हती. माझ्याबी म्होरला इचार करत व्हती. खरंबी व्हतं तिचं. उशाच्या आन् पायथ्याच्या वावरातच पाच खंडी आंबेमहूर व्हयाचा. मधल्या पोटाच्या वावरात येक-दीड खंडी, मातीचं वावार आन् त्याच्या खालची मळाक धरून अडीच तीन खंडी असं समदं मिळून दर सालाला नव-धा खंडी भात व्हयाचं. पन भात झोडायच्या येळंलाच निम्म्याच्या वर सावकार न्हेयाचा. उरलेल्यातून निम्म बलुत्यालाच जायचं. मंग राह्यलेल्या येक-दीड खंडीतच आमाला साल काढायला लागायचं. वावरांच्या पाठी-पोटाला नाचनी, वरई व्हयाची म्हनून सालभर

कसं तरी पोट भागायचं. नाय तर धा खंडी आंबंमहूर भात पिकवनाऱ्या या शेतकऱ्याला येक येळंला उपाशी राह्याचीच येळ यायची.

उशाच्या आन् पायथ्याच्या वावराचा इषय निघाला म्हनून सांगतो. माझी आजी या वावराची लय गमतीशीर गोष्ट सांगायची. म्हनायची,

"लयंदी आपल्या दऱ्यात आपलं तेवढं पोटाचंच वावार व्हतं. मंग आपल्या आजा पनजांनी त्याच्या वरच्या अंगाचं बारकं पोट काढून त्याला मुंडकं जोडलं. अस्ती अस्ती उशाचं वावार काढून त्याला उशीबी दिली. खायल्या अंगाला दोन बांधनी व्हत्या. त्या दोन्ही बांधनीचं पायथ्याचं येकच वावार काढलं. झालं, दऱ्याच्या बाबाचा जनम झाला. आज किती डुयांना हा दऱ्याचा बाबा पोटाला पोटभर देतोय."

आजी आमच्या रानाच्या गोष्टी अशा कव्हाबव्हा सांगायची. आमचे आजे-पनजे आडानी, पन त्यांचा आपल्या जमीनजुमल्याव लय जीव. त्यांनी आपल्या शेतीवाडीतबी जीव पाह्यला व्हता. त्यांना त्या मातीत जीव तरी का नाय दिसनार, त्यांची समदी जिनगानी त्या मातीतच तर जात व्हती. उन्हातान्हाचं, थंडीवाऱ्याचं ते रानच तर त्यांच्या सोबतीला व्हतं. ते त्यांचा संभाळ करायचं. मंग हेबी त्यात आपला जीव ओतायला लागले.

असं हजारो वर्सांपून चालत आलंय आन् म्होरंबी चालत ऱ्हानार हाये. आन् आता त्यात देवाचं वावारबी जनम घेनार हाये.

ऊन उली खाली झाल्याव ही निघाली पठाराकं. म्हनाली,

"सांजच्यापरेन जांभळीखालच्या दगडी तेवढ्या तुमी काढून घ्या. म्हंजी उंद्या नांगरून घेता येईन. मी पठाराव जाऊन येते."

"आता पठाराव कशाला?"

"मामांजीनी सांगितलंय."

"काय?"

"आपल्या पठारावल्या गवतातल्या जांभळी फुटल्यात का बघून ये म्हनाले. नायतर हिरवीकंच जांभळं वांडरं पार झोडून टाकायची."

असं म्हनत तरातरा डोंगर चढत ती पठाराकं गेली आन् मी जांभळीखालच्या दगडांशी झुंजायला लागलो.

डोंगरमाथ्यावलं आमचं ते पठार. आजपरेन आमी निस्त ते गवताकरताच राखत आलोय. आय सनासुदीला निवधबोनं घिऊन जायची, तव्हा तिथल्या कडामेरा दावायची मला. पन तिथल्या जांभळी तिनी कव्हा राखल्या नाय. म्हनायची,

"आपून मानसांनी समदं रान राखल्याव त्या रानच्या जनवारांनी आन् पाखरांनी

काय खायचं? त्या रानाव आपला जसा हाक हाये तसा त्यांचाबी हाये. त्यांच्यामुळं त् सोभा रानाला. त्यांना उपाशी ठिवून कसं चालन.''

पन आता ही पठारावल्या जांभळीबी राखायला लागली. बाबानी सांगायला अवकास की गेली पठाराव. तिच्या मनातलं कुनी सांगाव. उंद्या त्या पठारावबी तिला वावार दिसायला लागन.

वावरातल्या दगडांशी झुंजताना असं कायबाय माझ्या मनात येत व्हतं आन् सारखं त्या पठाराकं ध्यान जात व्हतं.

दुसऱ्या दिशी सकाळी-सकाळी थंडीचाच उठलो. औताचं सामान बाहेर काढलं. कासरा हातात घिऊन बैलं आनायला गोठ्यात गेलो तर गोठ्यात समदीच गुरं लागली हंबरायला. चांदी म्हस अंग चाटायला लागली. तिची ती पारडी मैनीबी लागली अंग घासायला. आता लय दिस झाले त्यांना मी रानात चरायला न्हेत नव्हतो. मी समदा बारदाना संभाळायला लागल्यापून बाबाच असतो आता त्यांच्या मागं. पन ती मुकी जनवारं तो जुना लळा आजून इसरली नव्हती. मी त्यांच्या पाठीव हात टाकला, तसा अंगाव काटा आल्यागत त्यांचं अंग थरथरलं. मुकी जनवारंबी कशी बोलत्यात बघा. गोठ्यात आल्यापून निसती हंबरत व्हती. पन मालकाचा हात अंगाव पडला आन् गप झाली. ती मुकी असली म्हनून काय झालं? त्यांनाबी वाटतं आपल्या पाठीव कुनी तरी मायेचा हात टाकावा म्हनून. मंग लागली दाव्याशी झोंबायला आन् जागच्या जागी नाचायला. मला तर वाटलं बारक्या पोरावानी मागंच लागल्यात माझ्या!

मी बैलांच्या येसनींना कासरा लावला आन् त्यांची दावी सोडली. त्यांना घिऊन अंगनात येत व्हतो तेच रानातल्या धुराकं ध्यान गेलं. अंगनातल्या शिळवाटीव बसून शाली आन् मालीबी त्या धुराकंच बघत व्हत्या. वाटलं वनवा लागला असन. पन धूर मातीच्या वावराकून निघत व्हता. म्हनून घाईघाईनी नांगर डोक्याव घिऊन शिळवाटी खांद्याला अडकवली आन् बैलांना घिऊन मातीच्या वावराकं निघालो. राजाबी आला मागं मागं.

रातभर दैवार पडल्यानी वाटंवलं समदं गवात वलं झालं व्हतं. ते खान्याकरता बैलं वढ घेत व्हती. पन तसंच त्यांना वढत मातीच्या वावरात पोचलो.

बघतो तर रानाला कसला, माझ्या कष्टालाच वनवा लागला व्हता. मोठ्या कष्टानी घेतलेल्या राबाची शेकोटी करून धा-बारा जन जांभळीखाली बसले व्हते. औताचं सामान खाली टाकून पळतच गेलो जांभळीकं. माझ्याम्होरं राजाबी गेला भुकत त्यांच्या अंगाव. पन त्यातल्या येकानी त्याच्या पायाव काठीचा फटका

मारला. दुसऱ्या दोघा-तिघांनीबी त्याच्याव काठ्या उगारल्या. तसा तो बाजूला जाऊन त्यांच्याकं बघून भुकत उभा राह्यला.

मी जवळ गेलो तर माझ्यावबी राजावानीच काठी उगारली. मी घाईघाईनी जांभळीचा टहाळा तोडून राबाचं वझं झ्झवायला लागलो. तसा येकानी मला दिला ढकलून. कायतरी शीबी हासाडली. पन ती मला नाय कळली. परमुलखातले दिसत व्हते. माझबी बोलनं त्यांना कळत नव्हतं. मी तळमळून सांगत व्हतो,

"आमच्या राबाची वझी हायेत ती. त्यांनी दाढी-रोपं भाजायची हायेत आमाला."

पन त्यांना कुनालाच काय कळत नव्हतं.

त्या दिशी संगमाव गेलो व्हतो, तव्हा धरनाच्या पायाव काम करनाऱ्या मजुरांवानीच बोलत व्हते. ते तमाखल्यातच कायबाय बोलत व्हते. येकानी तर राबाच्या ढिगातलं आजून येक वझं आनून शेकोटीत टाकलं. तंटनी तडतड पेटायला लागली. होळीवानी जाळ वरवर जायला लागला. त्यानी हिरव्या जांभळांनी वाकायला लागलेली जांभळबी पेटायला लागली. मंग मात्र माझं टकुरं फिरलं. धरलं येकाचं नरडं आन् लोळावला त्याला मातीच्या वावरात. पन मागून समदेच माझ्या अंगाव तुटले. लाथाबुक्यांनी माझंबी अंग मव केलं त्यांनी. राजा भुकून भुकून लाखला व्हता. वाटलं आता मारूनच टाकत्यात मला. पन मागून त्यांच्या मनात काय आलं कुन्हाला माहीत. कायबाय बोलत गेले निघून.

मी बराच येळ वावरात तसाच पडून राह्यलो. उठायचंबी अवसान उरलं नव्हतं. राजा माझ्याभवती घिरट्या घालीत व्हता.

जांभळ जळून पार काळी पडली व्हती. वाळलेल्या राबाची समदी राख झाली व्हती आन् वाऱ्यानी ती माझ्या अंगाव उडत व्हती.

वाटलं आता काय उपेग नाय. धरान झाल्याबिगर ऱ्हानार नाय. आन् ही मानसं आपल्याला धरनात बुडायलाबी जितं ठेवनार नाय. धरान व्हन्याआधीच मारून टाकनार.

राब घेतल्याचा काय उपेग झाला नाय.

आन् आता देवाचं वावार काढन्यातबी काय राम नाय.

समदं जानार पान्यात.

कसा तरी उठलो. अवसानच गेलं व्हतं. मनानी कच खाली की अंगबी काय करायला नको म्हनतं.

चांगलं ऊन तापस्तवर बांधावच बसून राह्यलो.

बैलं वावराच्या कडामेरा हुंगत चरत व्हती.

मंग इचार करूनच उठलो. म्हनलो नाय धरायचं औत आता. नाय काढायचं

वावार. समद्या कष्टाची राख व्हनार असन, गाळलेल्या घामाचं आन् सांडलेल्या रक्ताचंबी पानीच व्हनार असन तर कशाला काढायचं वावार.

उठलो आन् बैलांचा कासरा सोडला. तशी बैलं गेली रानाच्या वरल्या अंगाला चरत चरत. नांगर, शिळवाटी तशीच वावरात ठेवून निघालो घरी.

पन नांगराव बसलेला राजा मात्र बराच येळ त्याच्याहून हालत नव्हता. कायम मागं-म्होरं पळनारा राजा मी वावरातून बाहेर पडून वाटंला लागलो तरी नांगरावच बसला व्हता. पार म्होरं आल्याव मी मागं वळून पाह्यलं तव्हा लंगडत लंगडत तो माझ्या मागं मागं आला.

घरी आल्याव माझा अवतार बघून आई आन् ही लागली रडायला. त्यांचं बघून शालीनी आन् मालीनीबी भोकाड पसरलं. बाबा म्हशी घिऊन रानात गेला व्हता. नायतर त्यानी आजून गोंधळ घातला असता. समदा गाव गोळा झाला. किस्ना, लह्या आन् अंक्याबी आले धावत माझ्याबशी. ही त्या मारेकऱ्यांना लाखानी शा देत व्हती. समदा गोंगाट. मी झाला प्रकार सांगून टाकला.

किस्ना म्हनाला,

"आपून पौडाला जाऊ. महालकऱ्याम्होरं गाऱ्हानं मांडू. आमचा असा छळ व्हनार असन तर आमी जगायचं कसं. तुमीच न्याय निवाडा करा म्हनून सांगू."

पन महालकऱ्याचं नाव घेतल्याव ही गप झाली. म्हनाली,

"नको ते पुलिसांचं झंझ्याट."

पन मला किस्नाचं पटत व्हतं. या लोकांची दांडगाई अशीच सहन केली तर उंद्या घरात घुसून मारतीन ते आपल्याला. म्हनून मंग किस्नाला म्हनालो,

"चल असंच जाऊ."

ही पह्यल्यांदा कानकून करायला लागली. पन मागून झाली तयार. आत गेली. टोपल्यातल्या चार भाकरीव वाटनाचा गोळा ठेवला आन् फडक्यात बांधून माझ्या हातात दिल्या. म्हनाली,

"पुलिसांच्या म्होरं चाललाय. त्यांच्या तोंडी लागू नका. चार शा दिल्या तरी गप ऐकून घ्या."

"त्यांच्या शा खायला आपून काय कुनाची चोरी केलीये काय?"

"नाय, पन ते पुलीस. काय म्हनतीन, आन् काय करतीन त्याचा नेम नाय."

पुलीस म्हनलं की हिच्या अंगचं कापरं व्हयाचं. मीबी धीट व्हतो, असं नव्हतं. पन आता नशिबी आलंय ते भोगलंच पायजे. म्हनून मंग हातातली भाकर बांधली कंबरला आन् लागलो पौडाच्या वाटंला. बरुबर किस्ना, लह्या, अंक्या आन् आनखीबी चार-पाच गडी व्हते. आमाला घालवायला समदा गाव पार

येशीपरेन. जसा काय मोठा पराक्रम गाजवायला निघालोय आमी.

पार वतवाडं लांबायला लागल्याव पौडात आलो आमी.

पौडात येईपरेन बळ व्हतं. पन महालकऱ्याम्होरं जायचं म्हनल्याव समदं अवसान गळालं.

मंग तिथंच येका झाडाखाली रेंगाळलो.

थोड्या येळानी सराईत जांभळाची पाटी घेनारे जोशी गुरुजी दिसले. थोडा धीर आला. त्यांच्याबशी जाऊन त्यांना झाला प्रकार सांगितला. लय भला मानूस. म्हनले,

"चला, मी घिऊन जातो तुमाला त्यांच्याम्होरं."

म्हनून चालायला लागले. आमीबी जीव मुठीत घिऊन त्यांच्या मागं गेलो.

आमच्या घरान्यातला महालकऱ्याम्होरं जानारा पह्यला गडी मीच.

आत गेलो तर महालकरी खुडचीव मोठ्या तोऱ्यात बसला व्हता. मानसासारखाच मानूस, पन आमा शेतकऱ्यांना तो उगीच वाघावानी वाटायचा. त्याच्याम्होरं जायचीबी भीती वाटायची.

पन आज मी वाघावानी कीर्ती ऐकलेल्या मानसाम्होरं उभा व्हतो.

जोशी गुरुजी त्यांच्याम्होरं गेले. म्हनाले,

"सायेब, आकसईतून हे काही शेतकरी आलेत."

तसं महालकऱ्यानी आमच्याकं पाह्यलं. माझ्या काळजाचं पानी झालं. मी त्याच्याकंच बघत राह्यलो. मंग जोशी गुरुजीच म्हनाले,

"हां, सांगा आता तुमाला काय सांगायचं हाये ते."

पन आमी काही सांगायच्या आधीच महालकरी आमच्याकं रागानी बघत म्हनाला,

"त्या दिशी तुमीच धरनाच्या पायाव काम करनाऱ्या मजुरांना मारलं ना?"

आमी येकमेकांच्या त्वांडाकं पाह्यला लागलो. तसा आवाज चढवून म्हनाला,

"मारामारी करता आन् परत वर तक्रार करायला येता."

"ते नाय सायेब, यांच्या शेतातली राबाची वझी धरनावल्या मजुरांनी शेकोटी करून जाळली म्हनून..."

जोशी गुरुजी आमच्या बाजूनी बोलायला लागले. पन महालकरी काही ऐकून घेत नव्हता. म्हनत व्हता,

"ते काय सांगू नका मला. ह्यांना घिऊन जावा बाहेर."

आन् मंग आमच्याकं बघून लाल व्हत म्हनाला,

"धरनाच्या कामात परत अडथळा आनला तर समद्यांना तुरुंगात टाकीन."

जोशी गुरुजी खाली मान घालून बाहेर आले. त्यांच्या मागं आमीबी गालात मारल्यावानी आलो.

बाहेर आल्याव जोशी गुरुजी म्हनाले,

"गोऱ्यांची चाकरी करनारी ही लोकं आपली असली आन् आपल्यावानीच दिसत असली तरी पोटाकरता ते आपला इमान इकून बसलेत, आता त्यांच्या तोंडून इंग्रज बोलायला लागलेत."

आमी गुरुजींचं बोलनं गप ऐकून घेतलं. आन् त्यांना हात जोडून पौडातून पाय काढला.

शेरं सोडलं. संगमाबशी आलो. तिथंच धरनावल्या मजुरांच्या राहुट्या पडल्या व्हत्या. राहुट्यांतून चिमन्यांचा उजेड पडला व्हता. त्याच उजेडात बायका सयपाक करत व्हत्या. म्होरं शेकोट्या करून गडी मानसं शेकत बसली व्हती. अंधारात आमचा वास लागल्याव कुत्री लागली भुकायला. तसं आमी पाय उचलून चालायला लागलो. वाट वळखीची व्हती, त्यामुळं अंधाराचं कायबी वाटलं नाय.

घरी आलो तर समदे काळजी करत बसले व्हते. बाबा हातात हिलाळ घिऊन अंगनात थांबला व्हता. घरात शिरता शिरताच त्यानी मला इचारलं,

"काय झालं रे?"

मी काहीच बोललो नाय. वटीव जाऊन कंबरंची भाकर सोडून हिच्या हातात दिली. तशी भाकरीकं बघून ही म्हनाली,

"भाकरबी नाय खाल्ली?"

"नाय."

"का?"

"भूक नाय लागली."

मंग मात्र बाबा पुढ्यातच येऊन उभा राह्यला. म्हनाला,

"काय झालं? काय म्हनाला महालकरी?"

"काय म्हननार? उलट आमालाच दमदाटी करून हाकलून दिलं त्यानी."

"का?"

"का? ते आता त्यालाच माहीत."

मंग मात्र बाबा गप झाला.

बळंबळं नरड्यातून दोन घास उतरवलं. आन् अंगनातल्या चिपवं येऊन अंधारातच बसलो. अंगातलं रगात निसतं सळसळत व्हतं. पन राग काढायला कुठं जागा नव्हती.

थोड्या येळानी शंकऱ्या आला. बरुबर किस्नाला, लह्याला आन् अंक्यालाबी घिऊन आला. तिथंच शेजारच्या चिपवं बसले समदे. अंधारात आमाला येकमेकांची पांढरी धोतरं आन् कोपरीच तेवढी दिसत व्हती.

शंकऱ्या हाळू आवाजातच बोलत व्हता. म्हनत व्हता,

"म्हादू, आमी गावातल्या धा-बारा गड्यांनी इचार केलाय."

"कसला?"

मी इचारलं. तसा जवळ येत आनखी हाळू बोलायला लागला,

"धरान व्हऊन न देन्याचा. काही झालं तरी धरान व्हऊन द्यायचं नाय. आरे, धरान झालं तर आपून बायकापोरांना घिऊन कुठं जायचं? पिढ्यान् पिढ्याची वहिवाट आपली, अशी कशी सोडून द्यायची?"

"ते समदं खरं हाये. पन सरकार बंदुकीच्या पहाऱ्यात धरनाचं काम करतंय."

"म्हनून आता आपूनबी हत्यार उचलायचं. आरे आपून शिवाजीच्या मावळ्यांचे वंशज. भल्याभल्यांना पानी पाजून आपून समदा मराठी मुलूख वाचवलाय. आन् आज आपल्याला आपली घरंदारं आन् शेतीवाडी वाचवता येनार नाय का? समदं जमन. बघू सरकार किती बंदुकीचा धाक दावतंय ते. आपूनबी त्यांच्या बंदुकीला आपल्या गनिमी काव्यानीच उत्तार देऊ. मंग त्याकरता आपल्याव अत्याचार करनाऱ्यांचं रगात सांडायची येळ आली तरी चालन."

शंकऱ्याचं खरं व्हतं. आमाला न इचारता आमच्या जमिनीव धरान व्हत व्हतं आन् वर आमालाच दमदाटी करून मारहान व्हत व्हती. दाद मागायला गेलं तर सरकार आमचं गाऱ्हानं ऐकून घेत नव्हतं. अशा कुनी वाली नसनाऱ्या आमा गरीब शेतकऱ्यावं आपलं रक्षन आपूनच करायची येळ आली व्हती.

समदा इचार करून मीबी त्याला लगीच व्हय भरली.

"गाव वाचवन्याकरता मी कायबी करायला तयार हाये. पन आपून धा-बारा गडी, ते मजूर येवढे!"

"ती काळजी नको करू. डोंगरावले कातकरी हायेत आपल्या मागं. रोज धा-ईस मजुरांची पेखाटं मोडून रानभरी व्हतीन ते. मंग सरकारला म्हनाव धुंडा त्यांना रानात जाऊन. आरे, समदं रान पालथं घातलं तरी घावायचे नाय त्यांना ते. असे येकदा मजुरांचे हातपाय निघायला लागले की क्वान येईन मजूर तिथं कामाला? मंग बांधा म्हनाव कसं बांधताय ते धरान. आन् आपून त्या बंदूकवाल्यांकं बघायचं. सुकाळीचे पोटाला बंदूक लावत्यात काय. हातच तोडून टाकतो येकयेकाचे बंदुकीसकट."

शंकऱ्या दातव्हठ खात बोलत व्हता. तव्हा मलाबी लय चेव आला. म्हनालो,

"मीबी काढतो आमची तलवार बाहेर. लय पूजा झाली. आता तिला चालवायची येळ आली हाये. लय दिसापून तानी हाये ती. आता तिला रगात पाजू आन् तिची तान भागवू."

माझं बोलून व्हतंय न व्हतंय तिच किस्ना जाग्यावला उठला आन् मोठ्यानी म्हनाला,

"ज्योतिरूपेश्वरमहाराज की..."

तसे आमीबी झट्दिशी जाग्यावले उठलो आन् म्हनालो,

"जय ऽऽ"

तशी ही धावतच अंगनात आली. मागंमागं आय आन् बाबाबी घाबऱ्या घाबऱ्या अंगनात येऊन उभे राह्यले. अंधारात आमचा अंदाज घेत बाबा म्हनाला,

"काय रे, काय झालं?"

"काय नाय पांडुदा, ज्योतिरूपेश्वर पावला."

किस्ना हसत हसत म्हनाला, आन् समदे जन आपापल्या घरी गेले. मीबी वटीव जाऊन हातरुनावं पडलो.

धरनाची वार्ता कळल्यापून पह्यल्यांदाच त्या रातीला चांगला डोळा लागला.

शंकऱ्याच्या बोलन्यानी लय बळ आलं. वाटलं आपल्या अंगातबी पानी हाये आजून.

आठ-धा दिस गेले चांगले त्यात. देवाचं वावार नांगरून पेटारीनी मातीबी वढली बाहेर. बांधन आता बांधनीवानी दिसतच नव्हती. तिनी वावराचं रूप घेतलं व्हतं. शंकऱ्याबी यायचा रातचा घरी. कायबाय सांगून जायचा.

पन येक दिस आवळसचे साठे गुरुजी आले आन् आमचा समदा इचारच बदलला.

त्या दिशी मी देवाच्या वावरात औत धरलं व्हतं. निम्म वावार नांगरून झालं असन तेच किस्ना आला हाक मारीत. म्हनाला,

"चल लवकर, आवळसचे साठे गुरुजी आलेत. बैठक घेयाची म्हनत्यात देवळात."

म्हनून घाईघाईनी औत सोडलं. तिथंच जांभळीला बैलं बांधली आन् किस्नाबरं धावतपळतच देवळात आलो. बघतो तर समदं देऊळ गड्यांनी भरलं व्हतं. देवळाम्होरंबी बायकापोरं उभी. साठे गुरुजी ज्योतिरूपेश्वरबाबाकं त्वांड करून बसले व्हते. मी देवाकं पाठ नको म्हनून त्यांच्या शेजारीच दाटावाटीत बसलो.

साठे गुरुजींच्या हातात पेपर व्हता. त्याच्याकं बघून ते बोलत व्हते. म्हनत व्हते,

"पेपरात समदं खरंखरं लिहून येतंय. लोकमान्य टिळकांचा पेपर हाये हा.

केसरी. या पेपरामुळं आन् पुन्याच्या काही चांगल्या मानसांमुळं आपल्याला आता कुठं खरं काय ते कळायला लागलंय. आजपरेन आपून अंधारात व्हतो. आपल्याला वाटतंय धरान सरकार बांधतंय. पन ते समदं खोटं हाये. धरान सरकार बांधत नसून येक बक्कळ पैशावाला मानूस बांधतोय. त्याचं नाव हाये टाटा.''

हे आज आमी नव्यानीच ऐकत व्हतो. कुठला क्वान हा टाटा. चोरपावलांनी आमच्या मुलखात येऊन आमालाच बुडवायचा इचार करत व्हता. रघुदाला तर ऱ्हावलंच नाय. तो पट्‌दिशी बोलून गेला. म्हनाला,

''हा टाटा कसला, चांगला काटा हाये बाभळीचा. आमचा जीव घेयाला आलाय.''

तसे साठे गुरुजी त्याच्याकं बघत म्हनाले,

''हा टाटा कसलाबी असला तरी आता त्याचा काटा कसा काढायचा, याचाच आपून इचार केला पायजे.''

''त्याचा इचार आमी केलाय. जरा वाव मिळू द्या. दोन दिसात तो गांडीला पाय लावून पळून जाईन. परत कव्हा कानाडोळा करूनबी बघायचा नाय हिकडं.''

शंकऱ्यानी मनातला बेत सांगितला. तव्हा मात्र साठे गुरुजी येकदम शांत व्हऊन बोलायला लागले.

''नाय. मंडळी आपल्याला असा आघुरी इचार करून भागनार नाय. तो पैशावाला मानूस. त्याच्याकं बंदुका हायेत आन् त्या चालवनारी भाड्याची मानसंबी हायेत. आन् सरकारबी पैशावाल्याच्याच मागं असतं. यानी तर आधीच सरकारला आपल्या दावनीला बांधलंय. तेबी आपलं गाऱ्हानं काय ऐकून घेनार नाय.''

''मंग काय, आपून निसतं हाताव हात धरून बसायचं का?''

''नाय. त्याला इरोध करायचा, पन येगळ्या मार्गानी.''

''कनत्या?''

शंकऱ्यानी इचारलं. तसे गुरुजी ज्योतिरूपेश्वराकं बघत म्हनाले,

''मंडळी, सत्याचा वाली परमेश्वर असतो. हे स्वयंभू जागृत देवस्थान आपल्या पाठीशी हाये. टाटानी कितीबी अन्याय करून धरान बांधायचा आटापिटा केला तरी शिवटी जय आपलाच व्हईन. फकस्त त्याकरता आपून समद्यांनी आपली सहनशक्ती पनाला लावली पायजे.''

''म्हंजी आपून करायचं काय?''

''सत्याग्रह!''

गुरुजींचे ते शब्द देवळात घुमत व्हते.

''अन्यायाच्या, अत्याचाराच्या इरोधात लढन्याचा नवा मार्ग आपल्याला गांधीबाबानी दावलाय. त्याचाच आधार घिऊन आपून आपल्यावला अन्याय दूर

करायचा. आपून या मार्गानी गेलो तर पुन्यातली लोकंबी आपल्या मागं उभी ऱ्हानार हायेत. अस्ती अस्ती समदा महाराष्ट्र आपल्या मागं उभा राहीन. मंग मात्र आपल्या सत्याग्रहाम्होरं हात टेकून टाटाला धरनाचा इचार सोडून द्यायला लागन.''

आमी समदे गप ऐकत व्हतो. मागून ते केसरी पेपरातली बातमी वाचून दावत म्हनाले,

''तिकडं ताम्हिनीबशी दावडीत बोगद्याचं काम चालू झालंय. तिथं टाटाच्या लोकांनी गावातल्या लोकांचा छळ मांडलाय. त्यांच्या पिकांच्या जमिनीत खड्डे खनलेत. खुट्या ठोकून तंबू उभे केलेत. चुलीकरता गावातल्या लोकांचीच फाटी पळवून न्ह्यायला लागलेत. याला इरोध केला तर टाटाची ही मानसं तिथल्या शेतकऱ्यांना मारहान करत्यात. आन् त्यांच्या डोक्याला बंदूक लावून मारायची धमकी देत्यात. मागल्या मयन्यात संगमावबी धरनाच्या पायाबशी टाटाच्या लोकांनी आपल्या लोकांना मारलं. टाटाच्या अशा करनीनी समद्या खोऱ्यातली लोकं घाबरल्यात. येका बाजूला गाव बुडन्याची भीती आन् दुसऱ्या बाजूला माराची. कसं जगायचं या गरीब शेतकऱ्यांनी?''

आजूनबी कायबाय सांगून धरनात बुडनाऱ्या गावांची पेपरात आल्याली नावंबी वाचून दावली. त्यात खोऱ्यातली समदीच गावं व्हती. अहिरवाडी, मुळापूर, पोमगाव, तिसते, वारपे, देवळाली, शिरोली, वेल्होळी, आवळस, निवखंडे, शेडानी, भोरकस, सांगवी, वडवाथर, वडुस्ते, नांदिवली, नानिवली, वळने, मुळशी, परीटवाडी, निंबारवाडी, गोनवडी, वडगाव, पळसे, शिरगाव, वारक, मोहरी, निंबे, सारोळे, चोचवली, दोवडी, ताम्हिनी आन् आमची आकसई.

म्हंजी समदं खोरंच बुडनार व्हतं धरनात. आन् गाव बुडनार म्हंजी गावातली देवळंबी बुडनार. आमच्या गावातलं हे स्वयंभू ज्योतिरूपेश्वराचं देऊळबी.

निस्त्या इचारानीच मनाला येदना व्हयाला लागल्या. ऱ्हावालं नाय म्हनून गुरुजींना म्हनालोबी मी,

''गुरुजी, टाटानी मानसांचा येक इचार नसन केला, पन त्यानी देवाचाबी इचार केला नसन का?''

तसे गुरुजी हसले, म्हनाले,

''पैशावाल्या मानसांकं असला इचार करायला येळ कुठं असतो? त्यांची समदी ताकत येका पैशाचे दोन पैसे करन्याच्या इचारात खर्ची पडती. ''

''पन देव तरी त्यांना कसं याश देतो?''

''पापाचा पैसा तो. त्यात सुख कसलं आन् याश कसलं. देव त्यांना आयुष्यभर त्या पापाच्या पैशामागंच पळायला लावतो. तेबी त्या पैशालाच देव समजून

त्याच्या मागं पळत्यात आन् येक दिस मरत्यात.''

''कसला हा टाटा म्हनायचा? त्यानी आमचा इचार नाय केला. आमाला न सांगता आमच्या रानात आला आन् आमाला आमच्या बायकापोरांसकट बुडवायला निघाला. लय त् लय त्यानी आमच्या देवाचा आन् आमच्या भक्तीचाबी इचार नाय केला.''

''तव्हा आता आपूनबी त्याचा इचार करायचा नाय. तो पैशावाला असन त्याच्या घरचा. म्हनून काय तो आपल्याला त्या पैशाच्या जोराव आपल्या घरातून वढून काढनार काय? बरं आमाला पान्यात बुडवायला आमचा गुन्हा काय? काय घोडं मारलंय का आमी त्याचं? इथल्या रानाच्या जिवाव जगतोय आन् डोंगराच्या कुशीत झोपतोय आमी. किती पिढ्या गेल्या आमच्या अशा. आमचा कव्हा कुनाला तरास नव्हता. किती राजे आले आन् गेले पन कुनी आमाला आमच्या जमिनीहून उठवलं नाय. आन् हा आमुकधबक्या येऊन पाठीव वार करतोय आमच्या. त्याच्या मनात आमच्या मातीचं आन् मानसांचं काहीच मोल नाय का?''

मी मनातली समदी सल गुरुजींम्होरं वकून टाकली. मंग गावातले गडीबी कायबाय इचारायला लागले. अशी मनं मोकळी झाल्याव धीटपना यायला लागला. पार मागं बसल्याला भाग्या मंग गुरुजींच्या म्होरं येऊन बसला. म्हनाला,

''पन गुरुजी, मला येक कळत नाय.''

''काय?''

गुरुजी त्याच्याकं बघत म्हनाले.

''हा टाटा येवढं थोराड धरान बांधतोय कशाला?''

''त्याला तान लागली म्हनून, पानी प्यायला.''

तसे समदे लागले हसायला. गुरुजींनीबी समद्यांना पोटभरून हसून दिलं. थोडी खिसखिस कमी व्हत नाय तेच भाग्या परत म्हनाला,

''का? जनमल्यापून पानी प्याला नाय का तो? का आमच्या रानचं पानी लय ग्वाड लागलं त्याला?''

भाग्याचं बोलनं म्हंजी लय गमतीशीर. सरळ बोलला तरी हसायला यायचं. त्यात गुरुजीबी त्याला उली गमतीनीच घेत व्हते, म्हनत व्हते,

''पानीबी ग्वाड लागलं आन् मानसंबी.''

''म्हंजी? पान्याबरं आमालाबी गिळतो की काय तो?''

''दिसतंय तर तसंच गड्या.''

''म्हंजी काय राक्षस बिक्षस हाये का तो? बरं असला तरी काय उतारा असनच ना त्याच्याव.''

आता मात्र गुरुजी उली थांबले. समद्यांचं हसनं थांबल्याव आमच्याकं बघत म्हनाले,

"सत्याग्रह."

परत तो शब्द देवळात घुमला.

"सत्याग्रह हाच उतारा हाये त्याच्याव. टाटानी येक कंपनी काढलीये. टाटा कंपनी. ती हितं आपल्या रानातल्या पान्याव लाईट बनवनार आन् ममईला न्हेऊन इकनार, त्याच्याव टाटा गब्बर व्हनार आन् आपून मात्र देशोधडीला लागनार."

तव्हा शंकऱ्या म्हनाला,

"म्हंजी ममय लायटीत उजळाव म्हनून आमच्या घरातली चिमनी इझवनार. असलं कसलं डोकं चालतंय ह्या टाटाचं."

शंकऱ्याचं डोकं तापट, पन त्यात कुठलीबी गोष्ट लगीच बसायची आन् ती तो लगीच बोलूनबी दावायचा. टाटाचं डोकं कुठल्या कुठं चालत व्हतं, हे माझ्याबी ध्यानात आलं. पन त्याच्या डोक्यातलं हे खूळ काढायचं कसं? शंकऱ्याच्या मनात येगळंच व्हतं. तो येक घाव दोन तुकडे करायचाच इचार करत व्हता. दुसरा कुठला मार्ग दिसत नव्हता. तव्हा माझ्याबी मनानी तेच घेतलं व्हतं. दुसरा कुनी वाली नसन तर आपूनच आपलं बघायला पायजे.

पन आज साठे गुरुजी सांगत व्हते तेबी बरुबर व्हतं. टाटाच्या बंदुकीम्होरं आन् भाड्याच्या मानसांम्होरं आमी किती येळ टिकनार व्हतो? सरकारबी त्याच्याच मागं.

अशा येळी गुरुजी सांगत व्हते, तेच खरं व्हतं. त्यांनी पुन्याची मानसंबी आमच्या मागं उभी ऱ्हानार व्हती. आमा गरीब शेतकऱ्यांना असा कुनी वाली मिळाला, तर आमी कशाला कुठला आघुरी इचार करू? माझ्या तर मनानी तिथल्या तिथंच घेतलं. गुरुजी सांगत व्हते तो सत्याग्रहाचा मार्गच बरुबर हाये. आन् मी गुरुजींना बोलूनबी दावलं,

"गुरुजी तुमी सांगताय तो सत्याग्रहाचा मार्ग आमाला नयानीच हाये. पन तुमी सांगता म्हंजी तो नक्कीच चांगला असन. आमी त्याच मार्गानी जाऊ."

मी असं बोलल्याबरुबर शंकऱ्यानी माझ्याकं पाह्यलं. पन मी त्याच्याकं कानाडोळा करून गुरुजींकं बघत राह्यलो. मंग गुरुजीबी म्हनाले,

"झालं तर मंग, तुमचा समद्यांचा सत्याग्रहाला पाठुंबा हाये, असं मी पुन्याच्या लोकांना कळवतो. खोऱ्यातल्या समद्या गावांचा असा पाठुंबा मिळाल्याव पुन्याची लोकं आपल्या खोऱ्यात सभा घेनार हायेत. त्या सभंतून सत्याग्रह करायचा, म्हंजी काय करायचं हे ते आपल्याला सांगनार हायेत."

तव्हा सभा म्हंजी काय मला कळलंच नाय. म्हनून मंग गुरुजींनाच इचारलं. म्हनलं,

“गुरुजी, सभा म्हंजी...”

“सभा ... सभा म्हंजी खोऱ्यातल्या समद्या लोकांम्होरं आपले पुढारी आपून काय करतो आन् काय करायचं ते सांगनार हायेत. त्याकरताच आमी आवळसमधले समदे शाळामास्तर गावांमधून हिंडतोय. तुमालाबी सभंचा दिस आन् ठिकान समजलं की तुमी या. त्याचा निरोपबी मी तुमाला येऊन सांगीन. आन् हो, आमी जसं गावागावांमधून हिंडतोय तसं तुमालाबी यायचं असन आमच्याबर तर या. आपल्या जमिनी वाचवन्याकरता आता आपल्यालाच पुढारी बनलं पायजे.”

असं म्हनून गुरुजींनी ज्योतिरूपेश्वराला हात जोडले. आन् देवळाबाहेर पडून मुळापूरच्या वाटंला लागले.

गुरुजी गेले आन् शंकऱ्या माझ्याबशी आला. म्हनाला,

“आपलं काय ठरलं व्हतं?”

“माह्यती हाये मला. पन तव्हा आपल्याम्होरं दुसरा कुठला मार्ग नव्हता. आता सत्याग्रहाचा मार्ग हाये. गोडीगुलाबीनी व्हत असन तर कशाला कुनाच्या रक्ताशी खेळायचं? तो टाटा राह्याचा तिकडं परासपायऱ्या. आन् हिकडं आपूनच आपल्या लोकांची टक्कुरी फोडत बसायचो. नाय...तो आपला धरम नाय. आपून सत्याग्रहच करायचा.”

मी माझ्या मनात पक्का झालेला इचार सांगून टाकला. तसा तो रागारागानीच काही न बोलता गेला निघून.

वाटलं शंकऱ्याच्या डोक्याला सत्याग्रहाचा मार्ग नाय मानवायचा. पन झालं उलटंच. ज्योतिरूपेश्वराचीच कृपा म्हनायची ती.

त्या राती जेवून अंगनात बसलो व्हतो. डोक्यात सत्याग्रहाचाच इचार चालला व्हता. तेवढ्यात शंकऱ्या आला किस्नाला आन् लह्या, अंक्याला घिऊन. वाटलं आता हा सत्याग्रहाचा इचार सोडून द्यायला सांगतो की काय. पन नाय. जवळ बसत म्हनाला,

“म्हादू, गेली दोन-चार मयने गावाला कसं वाचवायचं हाच इचार करतोय. घरदार बुडालं, तर बायकापोरांना, म्हातारा-म्हातारीला घिऊन कुठं जायचं पोट भरायला? आपली पोशिंदी जमीन गेल्याव काय करायचं? कसं जगायचं, कुनिकल्या रानात जायचं? क्वान आपल्याला कुनाच्या रानात पाऊल ठिवून देनार? आन् या धरनी मावलीच्या जिवाव मानानी जगनाऱ्या आपल्यासारख्याला कुनाची गुलामी तरी कशी मानवनार? धरान झाल्याव काय व्हनार आपलं? आन् धरनाचं काम

तर चालू झालंय. अशा येळी दुसरा कुठला मार्गबी सुचत नव्हता, चांगलं सांगनारंबी कुनी भेटत नव्हतं. म्हनून तो आघुरी मार्ग डोक्यात घुसला व्हता. आता समदी म्हनत्यात आन् तूबी म्हनतोय तर सत्याग्रहाच्याच मार्गानी जाऊ.''

शंकऱ्याचं ते बोलनं त्याच्या कीर्तीला सोभनारं नव्हतं. आरेला कारे म्हननारा शंकऱ्या आज केवढा नरमला व्हता! वाघाचं येकदम करडू झालं. मला त्याची लय कीव आली. पन काय करनार, गरिबाला लय ताठा ठेवूनबी चालत नाय.

पन झालं ते चांगलंच झालं. अशी गावागावात येकी असन तरच खोऱ्यात राहीन. आमीच आमच्यात भांडत ऱ्हायलो तर टाटाचं आजूनच फावायचं.

''शंकऱ्या, तू हा इचार केला ते लय चांगलं केलं. आपून समदे बरुबर असू तर सत्याग्रह करायला लय बळ येईन आपल्याला.''

''पन सत्याग्रह करायचा म्हंजी काय करायचं?''

''ते आपल्याला सभा का काय म्हनत्यात त्यात सांगनार हायेत. आता आपून फक्त त्यांच्या निरोपाची वाट बघायची ... आन् मी तर म्हनतो आपूनबी आता साठे गुरुजींगत गावोगावी फिरून लोकांना भेटलं पायजे. त्याबिगार आपल्याला काही माह्यती व्हनार नाय. आता हेच बघ ना, आजपरेन आपून धरान सरकार बांधतंय असंच समजत व्हतो. पन हे कारस्थान टाटाचं हाये हे आपल्याला आजच कळतंय.''

शंकऱ्याबरं किस्नाला आन् लह्या, अंक्यालाबी ते पटलं. मंग सत्याग्रहावरच आमी मधरातीपरेन बोलत बसलो.

त्या साली देवाच्या वावराचं बरंच काम उराकलं. वावराचं पोट चांगलं वर यायला लागलं व्हतं आता. पन सराय आली आन् जांभळ, करवांदं घिऊन पौडाच्या खेपा सुरू झाल्या, नायतर याच साली भात लावन्याजोगं केलं असतं वावार.

त्यातून कव्हाबव्हा धरनाच्या पायाकं चक्रा व्हयाच्या. जीव कासाईस व्हयाचा. पन साठे गुरुजी गावात येऊन गेले की बरं वाटायचं. ते केसरी पेपरातल्या बातम्या वाचून दावायचे. तव्हा वाटायचं केसरीबी सत्याच्याच बाजूनी हाये.

येकदा आमीबी त्यांच्यासंगं आवळसला गेलो व्हतो. तव्हा कळलं की सावकारबी आमच्यासंगं सत्याग्रह करनार हायेत. तव्हा तर वाटलं आता धरान व्हनारच नाय. त्यामुळं शेताच्या कामात आजूनच मन लागत व्हतं.

लानी संपली आन् येक दिस साठे गुरुजी सभंचा निरोप घिऊन आले. घाईघाईतच आले व्हते. म्हनाले,

"धा-बारा गावांना निरोप पोचवायचा हाये आजून. परवा दिशी आंबवन्याला सभा हाये. पुन्याची समदी मंडळी येनार हाये. तुमचं गाव झाडून आलं पायजे, बायकापोरांनिशी. तिथं आपल्याला पुन्याचा येक भला मानूस, पेपरात बातम्या लिव्हनारे विनायकराव भुस्कुटे सत्याग्रहाची माह्यती सांगनार हायेत."

आमाला निरोप सांगून गुरुजी मुळापूरच्या वाटंला लागले, तव्हा त्यांच्या त्या पाठमोऱ्या देहाकं बघून वाटलं, किती झिजतोय हा मानूस आमच्याकरता!

सभंच्या दिशी आमचं समदं गाव झाडून आंबवन्याला गेलं. सभंत पुढारी काय म्हनत्यात ते ऐकन्याची जशी वढ व्हती, तशीच सभा म्हंजी काय ते बघन्याचीबी समद्यांना वढ लागली व्हती. आमच्या आधीच खोऱ्यातली लोकं तिथं आली व्हती. गर्दी मी म्हनत व्हती. आमच्या गावची लोकं जागा मिळन तिथं बसली. शंकऱ्या, किस्ना असे आमी चार-पाच गडी मात्र पार म्होरं गेलो. बाजूला येका उंचावट्याव साठे गुरुजी आन् पुन्याची काही मंडळी घोंगड्यांवर बसली व्हती. माझ्या मनात काय आलं कुन्हाला माहीत. गेलो साठे गुरुजींबशी. म्हनालो,

"गुरुजी, पुन्याचे ते पेपरात लिव्हनारे ..."

तसं गुरुजींनी शेजारी बसलेल्या मानसाकं पाह्यलं. म्हनाले,

"हेच ते विनायकराव भुस्कुटे."

साधाच मानूस, पन पुन्याहून आमाला मदत करायला आला व्हता. मी त्यांना हात जोडले, म्हनालो,

"सायेब, आमा गरीब शेतकऱ्यांकरता तुमी येवढं करताय. ज्योतिरूपेश्वर तुमचं भलं करीन."

तसं त्यांनी माझ्याकं नवलाईनी पाह्यलं. म्हनाले,

"ज्योतिरूपेश्वर? म्हंजी तुमी आकसईचे का?"

"व्हय. आकसईचे. ज्योतिरूपेश्वराच्या पायाशी बसलोय आमी. लय जागृत देवस्थान हाये. आपल्या या सत्याग्रहाकरता आपून त्याचाबी आशीर्वाद घेतला पायजे."

तव्हा ते माझ्याकं बघून हसले. मलाबी माझी भक्ती त्यांना कळल्यावानी वाटलं.

दोन-चार पुढाऱ्यांची भाषनं झाली. समद्यांनीच धरनाला इरोध केला. भुस्कुटेबाबांनीबी धरनाला इरोध करून सत्याग्रह म्हनजे काय, तो कसा करायचा ते समजून सांगितलं. आमी कान देऊन ऐकत व्हतो. कुनी कुनाशी येक नाय का दोन नाय. समद्यांचं ध्यान भुस्कुटेबाबांव. भाषान संपल्याव त्यांनी सांगितलं, की

पुढची सभा ज्योतिरूपेश्वराच्या देवळाम्होरं व्हईन म्हनून. त्याचा मला केवढा आनंद झाला! पन समदे गपगुमान व्हते. मंग मीबी आनंदाच्या उकळ्या मनातल्या मनातच दाबल्या.

सभा संपल्याव गावाच्या वाटंला लागल्याव मात्र लोकांना त्वांडं फुटली. म्हनायला लागली,

"आता टाटाला म्हनाव बांध कसं बांधतोय धरान ते!"

गावात आल्याव आमी इसावा घेतलाच नाय. आल्याआल्याच सभंच्या तयारीला लागलो. शंकऱ्याला आंबवन्याची सभा बघून लय जोर आला व्हता. तो आमच्या समद्यांच्या म्होरं. म्हनाला,

"आपल्या गावात सभा व्हतीये. खोऱ्यातली पाच-पन्नास गावची मानसं येनार. पुन्याच्या मोठमोठ्या मंडळींचं पायबी आपल्या गावाला लागनार. त्यांचं कसं जिथल्या तिथं झालं पायजे."

म्हनून त्यानी किस्नाला घेतला आन् भेंडीच्या चार मेढी तोडून आनल्या. म्हनाला,

"आंबवन्यापरास आपली सभा लय भारी झाली पायजे. पुन्याची मंडळी समद्या लोकांना दिसली पायजे. ते काय बोलत्यात तेबी समद्यांना ऐकायला गेलं पायजे, आंबवन्यात मागल्या लोकांना कायबी ऐकायला गेलं नसन. पन आपल्या हितं तसं नाय झालं पायजे"

म्हनून आमी ज्योतिरूपेश्वराच्या देवळाम्होरल्या माळावच सभा घ्यायचं ठरवलं. चांगली उंचावट्यावली जागा व्हती. म्हनून मंग आमी तिथंच येका बाजूला त्या चार मेढी रवल्या आन् त्याच्याव जांभळीचे आन् सागांचे वासे टाकून चांगला ऊचच्या ऊच माच केला. शंकऱ्यानी त्याच्याव उभंबी राहून बघितलं. म्हनाला,

"समदं दिसतंय मागंपरेन."

मंग गावातल्या बायकांनी माळ झाडून घिऊन शेनानी सारवला. आमी गड्यांनीबी त्यांना पानी आनून दिलं. त्यालाच पार गडाद पडली. पन सकाळी उठून बघितलं तव्हा माळ कसा नटल्यावानी दिसत व्हता.

दुपारपूनच माळाव घोळक्या घोळक्यानी मानसं यायला लागली. आवळस, शिरवली, शेडानी, शिरगाव, वाघवाडी, मुळापूर, भोरकस... बघता बघता खोऱ्यातली गावं झाडून आली. जो येईन तो पह्यल्यांदा देवळात जात व्हता. ज्योतिरूपेश्वराम्होरं डोकं टेकत व्हता. आन् माळाव जागा धरून बसत व्हता.

ऊन खाली व्हयाला लागल्याव साठे गुरुजी पुन्याच्या मंडळींना घिऊन आले. ही पुन्याची मानसं लय शिकल्याली. पन तीबी लय भाविक. आल्या आल्या तीबी

गेली देवळात. ज्योतिरूपेश्वरबाबाच्या पाया पडूनच माचावर आली. ही शिकल्याली मानसं आमच्या खेड्यातल्या देवाला भजताना बघून आमाला लय बरं वाटलं. वाटलं हीच मानसं हायेत आमची मनं जाननारी. म्हनून तर शारातलं येवढं सुख लाथाडून या डोंगररानात आल्यात आमच्याकरता.

आमीबी त्यांचं समदं जिथल्या तिथं केलं. सभंची समदी यवस्था केली. भुस्कुटेबाबा माचाव गेल्यागेल्या आमच्याकं बघून म्हनाले,

"आंबवन्याच्या येका सभंतच शिकलं समदं तुमी."

आम्हाला काय बोलावं तेच कळाना. त्यांच्याकं येड्यावानी बघतच बसलो आमी.

तेवढ्यात केवलशेट भाषान करायला लागले,

"मुळशीच्या मावळ्यांनो, टाटा कंपनी आपल्या खोऱ्यात धरान बांधनार हाये. हे काम सरकारचं नाय. त्यामुळं धरनाचा फायदा आपल्या शेतकरी बांधवांना व्हनार नसून पैशावाल्यांनाच अधिक पैसा मिळन्याकरता व्हनार हाये. या टाटानी लोनावळ्याच्या बाजूला जी धरनं बांधली, तिथल्या गरीब शेतकऱ्यांना कवडीबी दिली नाय. आपल्या पैशाच्या जोराव त्यानी तिथल्या गरीब शेतकऱ्यांना देशोधडीला लावलं. उंद्या आपलीबी तीच गत व्हईन. म्हनून आपून आपल्या जमिनी सोडायच्या नाय. पुन्याची मंडळी सांगन तसं वागायचं. आता तेच आपले वाली हायेत. म्हनून ते सांगतीन तसाच सत्याग्रह करायचा."

आजून बरंच कायबाय सांगत व्हते. आमी समदे गप ऐकत व्हतो. हू नाय की चू नाय.

केवलशेट खाली बसले आन् भुस्कुटेबाबा उभं राह्यले. तसं साठे गुरुजींनी आमच्याकं पाह्यलं. हातानीच टाळी वाजवल्यागत कायतरी खुनवायला लागले. पन आमाला काहीच कळाना. म्हनून मंग जवळ आले. म्हनाले,

"भुस्कुटेबाबा भाषनाला उठल्याव टाळ्या नाय का वाजवायच्या, आता काय चांगलं बोलल्याव तरी वाजवा."

पन आमी बुजगावन्यागत येकमेकांच्या त्वांडाकं बघत राह्यलो, मनातल्या मनात म्हनालो, आता चांगलं काय, वंगाळ काय, आमाला काय कळतंय त्यातलं? तव्हा आता टाळ्या कुठं वाजवायच्या आन् गप कुठं बसायचं हे कुनाच्या बापाला कळायचं? ही मानसं येवढी पुन्याहून आल्यात आमच्याकरता, ती काय करतीन ते समदं चांगलंच करतीन.

पन आंबवन्यापरास भुस्कुटेबाबांनी हितं लय कायबाय सांगितलं. जे सांगितलं ते लय चांगलं सांगितलं. वाटत व्हतं ज्योतिरूपेश्वरच बोलतोय त्यांच्या तोंडून.

ते ऐकून अंगातलं रगात सळसळत व्हतं. वाटत व्हतं आताच सत्याग्रह करावं.

देवळाम्होरल्या माळाहून दिसनाऱ्या रानाकं बघून ते बोलत व्हते. म्हनत व्हते,

"ही समदी सोन्यावानी शेती धरान बांधल्याव आपल्याला दिसनार नाय. तुमच्या वाडवडलांनी हाडाची काडं करून बनवलेल्या खाचरांना मुकून आन् सोन्याचा घास टाकून तुमी आपल्या पोराबाळांसकट देशोधडीला लागनार. हे धरान सरकार बांधत नाय. हे काम पैशावाल्यांचं हाये. हे आपल्याव लय मोठं संकाट हाये. पन समद्यांनी येकी दावली, तर आपून या संकाटाचाबी प्रतिकार करू. त्यात आपून काय वंगाळ करत नाय. असं आमुकधपक्या आपल्या घरात घुसून आपल्यावच शिरजोर करनाऱ्यांना इरोध करन्याचा एक नवा मार्ग महात्मा गांधींनी आपल्या देशाला दावला हाये. आपून समद्यांनी त्या मार्गानी गेलं तरच उपेग व्हईन. आपल्याला देशोधडीला लावन्याचा टाटा कंपनीचा बेत आपून सत्याग्रहाच्या मार्गानीच मागं घ्यायला लावू. या सत्याग्रहात आपून कुनाव हात उचलायचा नाय. कितीबी मारहान झाली, शागाळ झाली तरी समदं गप गिळायचं. सहन करायचं. असं शांतीच्या मार्गानी गेलं तरच आपून आपल्या जमिनी वाचवू"

मंग ते ज्योतिरूपेश्वरबाबाकं बघत म्हनाले,

"या शांतीच्या, सत्याग्रहाच्या मार्गानी जानाऱ्या लोकांच्या मागं ईश्वर असतो. देवाचाच धावा करन्याचा हा मार्ग हाये. टाटा कंपनीनी या देवांचा इचार केलेला नाय. धरनानी आपली शातं जाऊन आपल्या त्वांडचा घास तर हिसकावूनच घेतला जानार हाये. पन टाटाच्या या धरनानी आपलं हे स्वयंभू ज्योतिरूपेश्वराचं आन् ताम्हिनीतलं मल्लिकार्जुनचं देऊळबी पान्यात बुडनार हाये. धरान झाल्यास आपल्याव आपल्या पोराबाळांसह भुकेनी मरून जान्याची पाळी येईन. म्हनून आपल्याला पैशाचा आन् हत्याराचा जोर असलेल्या टाटा कंपनीच्या इरोधात सत्याच्या मार्गानीच जायला पायजे. ह्या मार्गानी गेल्यास लोकमान्य टिळकांच्या जाग्यावले महाराष्ट्राचे पुढारी आन् केसरी पेपरातून लिव्हनारे तात्यासायेब केळकरबी आपल्या मागं उभं ऱ्हातीन. आन् ते आपल्या मागं उभं म्हंजी समदा महाराष्ट्र आपल्या मागं."

भुस्कुटेबाबा बोलत व्हते आन् आमी भान हरवल्यागत ऐकत व्हतो. महाराष्ट्राचे पुढारी तात्यासायेब केळकर येनार म्हनल्याव तर आमाला लयीच धीर आला. पन येवढ्या लोकांम्होरं मनातला तो आनंद दावायला आमी बुजलो.

सभा संपल्याव समदी मंडळी बैलगाड्यांमधून बसून गेली. आमी त्यांना पार येशीपरेन सोडून आलो. जाता जाता साठे गुरुजी म्हनाले,

"वडगावला मल्लिकार्जुनच्या देवळात या. म्होरली सभा तिथंच हाये."

आमालाबी सभंचं याड लागलं व्हतं. आता आपल्याकरता ही मानसं येवढी धडपडत्यात, आपून कमीतकमी ते सांगतीन तसं वागलं तरी पायजे. म्हनून शंकऱ्या, किस्ना, लह्या, अंक्या, मी असे गावातले आठ-दहा गडी गेलो वडगावला.

वडगाव पार तिकडं ताम्हिनी खोऱ्यात. तिथंच मल्लिकार्जुनचं देऊळ. तेबी असंच स्वयंभू, जागृत देवस्थान. तिथली सभाबी अशीच जोरात झाली. वडगाववाल्यांनी चांगला मंडप घातला व्हता. समदा भरला व्हता तो.

पन काही म्हनलं तरी या समद्या सभांपरास मुळशीतल्या सभंनीच आमच्या डोळ्याचं पारनं फेडलं.

तिथंबी आमी केला व्हता तसाच पुढाऱ्यांना बसन्याकरता आन् भाषान करन्याकरता माच केला व्हता. गर्दीबी आमच्यावानीच मी म्हनत व्हती. समद्या खोऱ्यातली लोकं. आमी तर आधीच जाऊन बसलो व्हतो तिथं. भुस्कुटेबाबा तर आपल्या मागं हायेच. पन आता महाराष्ट्राचे पुढारी तात्यासायेब केळकर काय म्हनत्यात तेच आमाला ऐकायचं व्हतं. आमचं समद्यांचं डोळं त्यांच्याच वाटंला लागलं व्हतं. तितक्यात रघुदा आला आन् माझ्या कानाबशी त्वांड न्हेऊन सांगायला लागला,

“म्हादू, सभा संपल्याव घरी जाताना गोळ्यामेळ्यानी जावा.”

“का?”

“टाटा कंपनीनी पुलीस पार्टी मागवलीये, बंदुकी घिऊन. तिकडं वडुस्त्याच्या वाटंव लवनात दबा धरून बसलेत. कव्हा घाला घालतीन काय सांगता येत नाय.”

“पन का?”

“आपून सभा घेतोय म्हनून पायाखालची भुई सराकलीये त्याच्या आता, आन् आता तर तात्यासायेब आल्यात म्हनल्याव लयीच झोंबन त्याला. पिसाळल्यावानीच करीन. आपलं आपून सावध असल्यालं बरं.”

“पन आपून तर फक्त सभाच घेनार हाये.”

“आरं चोराच्या मनात चांदनं. आपल्या येकयेकाच्या माना पिरगळत व्हता. आपल्यालाच आपल्या शेतात जायची बंदी करत व्हता. आता आपून येक झाल्यालो त्याला बघवत नसन. अशी आपली येकी राह्यली तर त्याचं धरान कसं व्हईन?”

अशी आमची कुजबूज चालली व्हती तिच बैलगाड्या येताना दिसल्या. लोकांच्या नजरा तिकडं वळल्या. पार माचाबशी आल्याव पुढारी गाड्यांतून उतरले. तात्यासाहेब लय रुबाबदार मानूस. बोललेबी त्यांना सोभन्यावानीच. म्हनाले,

“टाटा कंपनीनी आपल्या डोंगरदऱ्यांतून धरनं बांधायचा सपाटा लावलाय. अशी इसेक धरनं ही कंपनी बांधनार हाये. पन या धरनांचा फायदा ज्यांच्या

जमिनीव धरनं व्हनार हाये त्यांना तर व्हनार नायच, पन त्याच्या पान्याचा उपेग धरनाखालच्या त्यांच्या बांधवांनाबी व्हनार नाय. धरनाचा समदा फायदा पैसेवाल्यांनाच व्हनार हाये. तुमच्या सोन्यासारख्या जमिनी कवडीमोलानी घिऊन त्यावर हे पैसेवाले आजून गब्बर व्हतीन. ममईच्या बंगल्यांतून लायटीचा झगमगाट व्हईन, पन त्याकरता तुमच्या झोपड्यांची राख व्हईन. हा अन्याय हाये. तुमच्याव आलेल्या संकाटाचा प्रतिकार तुमी शांतीच्या, सत्याग्रहाच्या मार्गानी करनार हे ऐकून मला आनंद झाला. तुमी सत्याग्रहाची तयारी करा, मला मधरातीला बोलवा मी येतो.''

तात्यासाहेब असं आमच्या मनातलं बोलले आन् कव्हा नाय ते नकळतपनी आमी आपुआप टाळ्या वाजवायला लागलो.

या मानसांनी आमाला जवळ करून आमचं बुजरंपन कुठल्याकुठं पळवून लावलं. टाळ्यांचा गजर कुठं कमी व्हतोय नाय तेच आमी 'टिळक महाराज की जय', 'शिवाजी महाराज की जय' असा गजर केला. आन् हजारो मावळ्यांचा तो गजर समद्या खोऱ्यात घुमू लागला.

या गजरानी माझ्या अंगात धा हत्तींचं बळ आल्यागत झालं. काय करावं आन् काय नाय असं झालं.

गजर थांबल्याव मात्र आपूआपच उठलो. गेलो माचाव आन् लागलो बोलायला. म्हनलो,

''टाटा कंपनीचा पांढरा पाय आमच्या रानाला लागल्यापून आमाला आमच्याच जमिनीत उपरं असल्यागत वाटायला लागलंय. कंपनीनी ठेवलेल्या पठानांनी आन् मुकदमांनी आमचा छळ मांडलाय. आमाला न सांगताच आमच्या वावरात खड्डं खनत्यात, आन् आमालाच आमच्या वावरात जायची बंदी करत्यात. आमी कष्टानी घेतलेला राब ही लोकं शेकोटीकरता जाळत्यात आन् त्याला इरोध केला तर आमालाच मारहान करत्यात. आमच्या गुरांच्या वैरनीच्या गंजा पेटवून देत्यात, आमची फाटी उचलून न्हेत्यात. आमच्या पिकाची नासधुस करत्यात. हा जुलूम आमी कुठवर सहन करायचा? आन् उंद्या धरान झाल्याव आमी आमची पोरंबाळं घिऊन कुठं जायचं?''

मी माझ्या मनाची येदना सांगितली. त्यांनीबी ती ऐकून घेतली.

मंग भुस्कुटेबाबा उठले. म्हनाले,

''हा अन्याय आपल्याला दूर करायचा असन तर त्यावर सत्याग्रह हा येकच मार्ग आहे. त्या मार्गानी तुम्ही गेला तर तात्यासायेबबी मधरातीला बोलावलं तरी तुमच्या मागं येनार हायेत.''

भुस्कुटेबाबांच्या या बोलन्यालाबी आमी टाळ्या वाजवल्या. तव्हा त्यांच्या

त्यांडावबी आनंद व्हता.

तोच आनंद आमच्या मनातबी व्हता.

सभा संपली. तात्यासायेब बैलगाडीत बसून परत गेले तरी आमचा आनंद आन् जोर कमी झाला नव्हता. आमी परत 'टिळक महाराज की जय', 'शिवाजीमहाराज की जय' असा गजर केला. आन् सत्याग्रहाचा इचार मनात पक्का करून गावाच्या वाटंला लागलो, तव्हा रघुदानी सांगितलेल्या कंपनीच्या पुलीस पार्टीचा पार इसर पडला व्हता.

❖

३

सभांना जाऊन जाऊन सभा ऐकायचं याडच लागलं आमाला. सभा म्हनली की कामधंदा टाकून पळालो तिकडं. पन यातून येक व्हयाचं, लय कायबाय कळायचं. आता हेच बघा ना, पह्यल्यानी आमी साप समजून भुईच धोपटत व्हतो. वाटत व्हतं सरकारच आमच्या मुळाव उठलंय, तेच आमाला देशोधडीला लावायला निघालंय. पन सभा ऐकल्यावच कळलं, की हे कारस्थान टाटाचं हाये म्हनून. नाय तर आमी आपलं राह्यलो असतो अंधारातच. मंग गाव बुडाल्याव मरायची तरी पाळी व्हती, नायतर पोराबाळांना घिऊन भीक तरी मागायची पाळी व्हती. तिकडं लोनावळ्याच्या बाजच्या लोकांचं काय झालं! या टाटानीच बुडवलं त्यांचं जग. पैशाकरता किती लोकांचा हापुहाप घेतला त्यानी. तेबी आमच्यावानीच गरीब शेतकरी व्हते. लागले ना भिकेला. हाक ना बोंब, समदं बुडालं पान्यात. जमीनजुमला, घरदार, देव-देवळं, पोरावानी वाढवल्याली झाडं... समदं समदं गिळलं त्या धरनानी. पन मी म्हनतो असं गरिबांच्या जिवाशी खेळावतं तरी कसं या पैशावाल्यांना. कुठून कुठं यायचं आन् हितं पिढ्यान् पिढ्या नांदनाऱ्या लोकांना दादागिरी करून हाकलून लावायचं.

पन आमच्याव पुन्याच्या लोकांचं लय उपकार. येळंव आले धावून आमच्याकरता. नायतर काठी घिऊन किती राखन केली असती आमी आमच्या रानाची? त्यांच्या बंदुकीम्होरं किती टिकलो असतो आमी? लोनावळ्यावाल्यांवानीच झाली असती आमचीबी गत. समदं धरनात बुडाल्याव पोराबाळांना घिऊन भिका मागायचीच येळ आली असती आमच्याव. मंग आमच्या जमिनीव टाटा चांगला गब्बर झाला असता.

हा या लोकांचा कसला उलटा न्याय म्हनायचा. येकाला सुख देन्याकरता दुसऱ्याचा गळा कापायचा. तिकडं ममयच्या लोकांना लायटी मिळाल्या पायजे.

त्यांच्या संडासातबी लायटीचा उजेड पडला पायजे, म्हनून आमच्या गरीब शेतकऱ्यांच्या घरातली चिमनी इझवता! सुखी मानसांना आनखी सुख देन्याकरता दुखी मानसांना आनखीनच दुखाच्या खाईत लोटायचं. ह्या पैशावाल्यांचा हा अजबच न्याय हाये.

ज्योतिरूपेश्वराची कृपा म्हनून पुन्याची मंडळी आली आन् त्यांनी आमाला सत्याग्रहाचा मार्ग दावला. नायतर या अजब न्यायाचा आमालाबी तडाखा बसला असता. म्हनून तर या मंडळींची कुठली सभा आमी चुकवत नाय, कुठं कुनकुन लागली की पळालोच सभा ऐकायला. आता त्यानी शाताचं काम उली रेंगाळतं. पन आता शात वाचवायचं म्हनल्याव तेवढं करायलाच पायजे. ही मंडळी कामधंदे सोडून हितं आल्यात आमच्याकरता, मंग आमाला ते सांगतीन तसं वागायला नको? ते साठे गुरुजी, चांगले शाळा मास्तर. काय करायचंय त्यांना येवढं रान तुडवून? पन येत्यातच ना चार-आठ चार-आठ दिसानी. त्यांची अशी पायपीट बघून परवा मनात येक इचार आला, म्हनलं उन्हातान्हाचे पायानीच हिंडत्यात गुरुजी, एखादी बैलगाडी जुपून दिली तर त्यांना तेवढंच बरं वाटन. शंकऱ्याला आन् किस्नालाबी तसं सांगितलं मी. किस्ना तर लगीच म्हनाला,

"आमची गाडी अंगनातच पडून हाये. आळीपाळीनी गावातली बैलं जुपून देऊ त्यांना चांगली सजवून."

आपल्याकरता झिजनाऱ्या मानसाला क्वान नाय म्हननार?

आता परत कव्हा साठे गुरुजी गावात येतीन तव्हा बैलगाडीत बसवूनच पुढच्या गावात पाठवायचा इचार केला व्हता.

चार-आठ दिस गेले की त्यांच्याच वाटंला डोळं लागत्यात गावाचं. ते गावात आल्यालं कळलं की कुठं रानावनात असन तिथून हातातलं काम टाकून पळायचं. आन् त्यांच्याम्होरं येऊन बसायचं. मंग ते काय सांगतीन ते कान देऊन ऐकायचं, असं गावाला याडच लागलं व्हतं.

कव्हा नाय ते आमच्या गावातल्या म्हाताऱ्या कोताऱ्यांपून बारक्या पोरांपरेन, समद्यांच्या त्वांडात येकच तुनतुनं, सत्याग्रह करायचा, सत्याग्रह करायचा. केरबाच्या मारत्यानी तर, त्याचंच पालुपद लावलं व्हतं. भजनात अभंग म्हनल्यावानी सत्याग्रह, सत्याग्रह म्हनत हिंडायचा गावभर.

त्याचा आवाजबी शिरवलीच्या साधुबुवावानी. गायला लागला, की जाम कुनाला चाल उचलता यायची नाय त्याची. भजनाला त्याच्याबिगार कव्हा रंग भरायचा नाय. दिसायला येडागबाळा असनारा हा मारत्या, आपलं खरं गुन दावायचा तो वारीच्या वाटंवच.

पंढरीच्या वारीला आमचं खोरं झाडून जातं. आता माऊलींच्या काळापून

चालत आलेली रीत आमच्या समद्या पिढ्यांनी जपली. मंग आमी कशी मोडू? वारीचं ते सुख जो जाईन त्यालाच ठाऊक. ही वाट म्हंजी मारत्याला आपलं गुन उधळायला मिळाल्यालं मोकळं रान. कायबाय गमती जमती करून हसवून हसवून पोटात पार गोळा आनायचा. आमची समदी दिंडी त्याच्याभवतीच फेर धरल्यावानी. अभंगबी त्याचं त्वांडपाठ. चाली लावून म्हनायचाबी चांगलं. कव्हा कीर्तानात साथीला उभा राह्यला तर बुवाच्या आधी परमान देऊन मोकळा व्हयाचा. आमचे तुका आन् नामा तर सारखेच त्याच्या व्हटात.

मनात आलं, हा जर साठे गुरुजींसंगं हिंडला तर त्यांचं निम्म काम हाच करीन.

सत्याग्रह असा गावात भिनला तव्हा मात्र वाटलं, की आता धरान व्हत नाय. मंग परत कामातबी जीव लागायला लागला. येळ नको घालवायला, म्हनून भात-झोडनी करून घ्यावावं म्हनलं. खळंबी काढलं आन् येक दिस चार गडी बघून सकाळी सकाळीच दऱ्याचं उढवं घेतलं झोडायला. दुपारपरेन झोडून झालं समदं. चांगली कंबरंपरेन भाताची रास पडली व्हती. आन् आजून मळीचं तर यागळंच व्हतं. ही तर त्या राशीकंच बघत बसली व्हती. म्हनाली,

"चार खंडी तर नक्कीच भरन."

तसा बाबा म्हनाला,

"नाय. या सालाला रास उली मोठी हाये. दर साली तिवढ्याच्या मधुमध येती, या साली उलिसीक वर आलीये."

तव्हा ही बाबाकं बघत म्हनाली,

"नका नजार लावू. कव्हा नाय ती या साली डोंगरावानी रास पडली. आधीच लोकांच्या डोळ्यात कुसळावानी सलत असन, त्यात आजून आपली भर नको."

"बाळ, आपल्या जिनगानीला कव्हा आपली नजार लागती का?"

"लागती."

"कशाहून?"

"ते कळायला आईचं काळीज असायला पायजे."

"बाई, तुझ्याशी नको तंडायला. तू तमाखलंच खरं करनार."

"मामंजी, मी माझ्या मनचं नाय बोलत. जगाची रीत सांगते. वैरी नाय वैरीत ते आपलं मन वैरीतं. कितीबी चांगलं वैरायचं म्हनलं तरी ते वंगाळच वैरीतं. मागल्या सालापरास तिवढ्याच्या वर आली, का खाली गेली ते जगाला कशाला माजूर करायचं?"

तव्हा कोडाळ हातात घिऊन उभी राह्यल्याली आयबी रखमीच्याच बाजूनी लागली बोलायला. म्हनाली,

"ह्यांना तशीच सवं. समदं गावभर करायचं. आन् मंग गावाच्या डोळ्याव यायचं."

मंग बाबा बसला गप.

मागून हिनी हळद-कुकू वाहून रास पुजली. पदर पसरून राशीम्होरं डोकं टेकलं.

मी मात्र ती रास डोळं भरून बघत व्हतो. मनात येत व्हतं, हे रान आपल्याला किती देतंय. आपून टाकलेला दाना त्याच्या कुशीत जर नाय रुजला, तर काय किंमत आपल्या राबन्याला. पन आजपरेन या राननी असं कव्हा केलं नाय. आमच्या घामाचा येक थेंब कव्हा वाया जाऊ दिला नाय. आमच्याव लेकरावानी माया करनाऱ्या या राननी किती पिढ्या जगावल्या आमच्या अशा! त्याच्या रिनातून कसं सुटायचं आमी?

मनात असं कायबाय येत व्हतं. तेच सावकाराच्या बैलगाड्या येऊन धडकल्या. रास पुजता-पुजता भाताच्या राशीकं नवलाईनी बघनारी ही जागच्या जागीच उठून उभी राह्यली, आन् माझ्याकं बघायला लागली. मला अवसानच गेल्यागत झालं. राननी देता येईन तेवढं भरभरून दिलं. पन आता कर्म लुबाडून न्हेयाला आलं व्हतं. मी बाबाकं वळून बघितलं. तव्हा तो सावकाराच्या गाडीतली पोती काढत व्हता. त्याला त्याचं कायबी वाटत नव्हतं. इतक्या सालाची सवं, त्याच्या आता अंगवळनीच पडलं व्हतं समदं.

सावकाराच्या गड्यांनी आधुली काढून दिली. बाबानी आधुलीनी भात मोजलं. दोन हिस्से केले. एक हिस्सा सावकाराच्या पोत्यात भरून पोतीबी गाडीत टाकू लागला. गाड्या जाईपरेन मी निसता बघतच व्हतो. मला ते भात कसलं, आमचं रगातच शोषून न्हेल्यावानी वाटत व्हतं.

गाड्या पार नजरंआड गेल्याव मी परत बाबाकं पाह्यलं, तर तो आमच्या हिश्श्याच्या भाताचे आधुलीनी आनखी चार-पाच हिस्से करत व्हता. आता मला ऱ्हावालं नाय, म्हनून इचारलं. म्हनलो,

"आता रे कसले हिस्से करतो आजून?"

तर आधुली काठुकाठ भरताभरता म्हनाला,

"तीन-चार पायल्यांचे हिस्से करून ठेवतो येगयेगळे. चांभार, सुतार, न्हावी, कोळी... समदे येतीन आता येकयेक. समद्यांचं जिथल्यातिथं झालं म्हंजी सुटलो. मंग सालभर काळजी नाय कसली."

"आरे, समद्यांची काळजी करतो, पन आपली, आपून काय खायाचं सालभर."

"हाये की, मातीच्या वावराचं उढवं हाये आपल्याला. सालभर जाईन कसंबी. आन् नाचनी, वरई हायेच की आपली आपल्याला समदी."

''हां. नाचनी, वरई खाऊनच दिस काढायचे आपून. घाम गाळून पिकवल्याला येवढा आंबंमहूर घालायचा सावकाराच्या मढ्याव.''

तसा उठला. काय तरी बोलायला गेला. पन तेवढ्यात न्हावी आला. आन् त्याच्यातच गुतला. त्याचा हिस्सा त्याला भरून दिला. वर उरलेल्या भाताकं बघत म्हनाला,

''बघ, या साली दीड मन भात उरलं दऱ्याचं, सावकार आन् बलुतं भागून.''

तसा न्हावीबी आला सावकाराच्या गतीव. म्हनाला,

''पांडुदा, या साली दीड मन भात ज्यादा झालं तर आमालाबी टाक तीन-चार शेर जास्तीचं.''

तसा बाबा गोंधळला. त्याला काय बोलावं तेच कळाना. आता बोलून तर गेलोय. नायबी म्हनता येईना. मंग काय, टाकल्या त्याच्या पोत्यात दोन आधुल्या जास्तीच्या.

न्हावी गेल्याव मात्र मला चीड आली. म्हनलो,

''बाबा, असा हरिचंद्राचा अवतार व्हऊन उपाशी मरायची येळ येईन आपल्याव. तो सावकार आपल्याला शिरीदभर भात सोडत नाय. आन् येक सालाला उलिसं जास भात झालं म्हनून तू समद्यांना वाटत सुटला. मातीच्या वावराचं उढवं हाये म्हने आपल्याला. पन त्यातबी सावकार दोन मन मागायला येतोच ना.''

तसा येकदम त्वांड शिवल्यागत गप झाला.

त्याच्या त्वांडाकं बघून मंग माझ्या जिवाला लागलं. रखमीबी माझ्या म्होरं आली. म्हनाली,

'' निस्ता त्यांना दोस देऊन काय उपेग? समद्या गावाच्याच खळ्याव जातोय सावकार. आपून त्यातून कसं सुटायचं ते बघायचं का आपल्यातच तंडत बसायचं.''

तव्हा म्हनलं, आता बोलून काय उपेग नाय. नशीब म्हनायचं आपलं. म्हनून गप झालो आन् पात धरायला बैलं आनायला घरी आलो.

गोठ्यात जाऊन बैलांना मुस्कीच बांधत व्हतो, तेच गमत्या आला बोंब मारीत. दारातूनच म्हनाला,

''म्हादू, आरं वाघजईच्या बनातली झाडं तोडली.''

मी मुस्की तिथंच टाकून दारात आलो. तवर हा पुढं गेला बोंबलत. समदा गाव गोळा झाला. तसंच गेलो बनाकं पळत. बघतो तर बनात पळसाचं झाड पडल्यालं. आन् धरनावली लोकं त्याच्या फांद्या तोडताहेत. म्होरं व्हऊन त्यांना म्हनालो,

''हे देवाचं झाडं कशाला पाडलं तुमी?''

तशी हातातली कुऱ्हाड खांद्याव घिऊन येकजन गुर्मीत म्हनाला,

"फाट्याला."

"पन रान काय वस पडलं व्हत काय, देवाच्या झाडाला कुऱ्हाड लावली."

"देवाचं? कुठंय देव?"

उलट मलाच इचारायला लागला सुकाळीचा. म्हनलं,

"कुठंय देव, दिसत नाय का? हितल्या समद्या झाडांमधी हाये, झुडपांमधी हाये, दगडांमधी हाये आन् मातीमधीबी हाये. आमी गावकरी या बनातला कव्हा पाला तोडत नाय, का घराच्या भितीला दगड न्हेत नाय. आन् तुमी आख्खं झाड पाडलं."

तव्हा माझ्याकं बघून येड्यावानी हसायला लागला. म्हनायला लागला,

"येडे हात तुमी, म्हने देवाचं बन."

बोलबोल म्हनता झाडाचे वंडके केले त्यांनी. उचलायलाबी लागले व्हते. तेवढ्यात शंकऱ्या, किस्ना हे गावातले गडी आले, मंग मात्र आमी ते वंडके उचलून परत पळसाच्या बुंध्याबशी टाकले. म्हनालो,

"बाबांनो, आमच्या जिवाशी खेळताय पन आमच्या देवाशी नका खेळू. हे बन सोडून दुसरं कुठलंबी झाड पाडा, झाडांना काय कमी नाय आमच्या रानात."

तव्हा मंग गेले भुनभुन करीत वरच्या दांडाच्या आयनाच्या झाडाकं.

मंग आमी तो समदा पालापाचोळा पळसाच्या बुंध्याशी टाकला आन् हात जोडून म्हनालो,

"आई वाघजई, आमी कव्हा तुझ्या बनातल्या झाडाला कुऱ्हाड लावली नाय. पन आज या परमुलखातल्या लोकांनी गुन्हा केला. त्यांना तुझी कीर्ती माहीत नाय. येवढा गुन्हा पोटात घिऊन त्यांना माफ कर."

धा-पंधरा दिस चांगले गेले व्हते. पन त्या दिशी धरनाची भीती परत मनात बसली. समदी घालमेल. त्या काळजीतच पात जुपली आन् भात मळून घेतलं.

राती रोजच्यागत शंकऱ्या दोन-चार गड्यांना घिऊन अंगनात आला. बरुबर किस्ना आन् लह्या, अंक्याबी व्हता. तेबी काळजीत वाटले. शंकऱ्या म्हनाला,

"म्हादू, आपला सत्याग्रहाचा इचार झालाय. पन निसता इचार करून काय उपेग नाय. धरनाच्या पायाचं काम चालू हाये. आन् टाटाच्या लोकांचा जुलूमबी. काय तरी हालचाल केली पायजे."

मीबी अंगनात तोच इचार करत बसलो व्हतो. साठे गुरुजी सताठ दिस हिकडं फिराकले नव्हते. म्हनून इचार आला आपूनच जावावा त्यांना भेटायला आवळसला. सत्याग्रहाचं काय झालं तेबी कळन. आन् आजचा वाघजईच्या

बनातला परकारबी सांगता येईन त्यांना. गड्यांच्या त्वांडावली काळजी बघून मी मनातली ही गोष्ट त्यांना सांगून टाकली लगीच. म्हनालो,

"आज बनात लय वंगाळ घडलं. कुनाची नजार लागली या आपल्या सोन्यासारख्या रानाला कुनाला माहीत. हा टाटा रान तर बुडवायला निघालाच हाये, पन बुडवायच्या आधीच ते बाटवायलाबी लागलाय. आपून असं निसतं बघत राह्यलो तर उंद्या आपल्या उराव धरान झाल्याबिगार ऱ्हानार नाय."

"तेच आलोय तुला इचारायला. आता काय करायचं?"

शंकऱ्यानी मधीच इचारलं. तव्हा म्हनालो,

"साठे गुरुजी सताठ दिस हिकडं फिराकले नाय. त्यांना काय फक्त आपल्याच गावाचं नाय बघायचं. समद्या खोऱ्यातल्या गावांची काळजी त्यांना. त्या यापात नसन जमलं. पन आपून तर रिकामे हाये ना. मंग आपूनच जाऊ आवळसला."

त्वांडातून शब्द न काढता समद्यांनी तेवढ्या मानाच हालवल्या. समद्यांच्या डोक्यात धरनाचं पानी. कुनाला काय सुचतंय बोलायला? बराच येळ अंगनातल्या चांदन्यात निसतेज गप बसल्यालो. येक नाय का दोन नाय. मंग शंकऱ्याच उठला,

"मंग उंद्याच जाऊ आवळसला. साठे गुरुजींच्या कानाव घालू समदं."

असं म्हनून तो तमाखल्या घराकं जायला लागला. तसे बाकीचे गडीबी उठले आन् जायला लागले. जाता जाता किस्ना तेवढा म्हनाला,

"मंग बैलगाडीबी न्हेऊ जुपून, साठे गुरुजींना."

तव्हा मीबी काही न बोलता निसतीच मान हालावली.

दुसऱ्या दिशी सकाळी सकाळीच आमी देवळाम्होरं गोळा झालो. गावातला घरटी एक तरी गडी काटंकाळजीनी आला व्हता. हे झोडनीचे दिस पन तरी आजचं उंद्याव ढकलून समदे आले व्हते. किस्ना तर म्हनल्यापरमानी बैलगाडीच जुपून घिऊन आला. चांगली सजवली व्हती गाडी. वर कामट्यांची कमान करून रंगीत कापाड लावलं व्हतं. खाली पेंढा हातरून त्यावर घोंगडी टाकली व्हती. मंग आमी चार-पाच गडी त्या गाडीत बसून आन् बाकीचे पायानीच लागलो आवळसच्या वाटंला.

उन्हाच्या तडाख्याच्या आतच पोचलो तिथं. साठे गुरुजींच्याच घरी जानार व्हतो. पन गावात गेल्यागेल्याच कळलं की केवलशेटच्या वाड्याव सरकारी मानसं आल्यात म्हनून. म्हनून मंग तिकडंच गेलो समदे.

बघतोय तर केवलशेटच्या वाड्याची वटी मानसांनी भरल्याली. शिरवलीवाले आन् भोरकसवालेबी व्हते तिथंच बसल्याले. केवलशेट झोक्याव बसून सरकारी मानसांशी बोलत व्हते. साठे गुरुजीबी व्हते तिथंच बाजूला बसल्याले. मंग

आमीबी टेकलो येकयेकजन जागा मिळन तिथं. पह्यल्यांदा क्वान काय म्हनतंय ते काहीच कळाना, पन मागून उलीउली कळायला लागलं. सरकारी मानूस केवलशेटला सांगत व्हता,

"साधा मानूस नाय, जिल्ल्याचा कलेक्टर येनार हाये खोऱ्यात. तुमची काय गाऱ्हानी असतीन ती त्यांना सांगा. हितं आमाला सांगून काय उपेग व्हनार नाय. आमी निसते सांगकामे."

पन केवलशेट त्यांना कायबाय सांगतच व्हते. भोरकसवाल्यांकं हात करीत म्हनत व्हते,

"हे भोरकसचे गावकरी. आठ दिस झाले, रोज आमच्याकं येत्यात. काय जुलूम करायचा बाकी नाय ठेवला या टाटाच्या मानसांनी. उढव्याचं कुडान काढून भाताची वझीबी न्हेली त्यांनी शेकोटी करायला. पह्यल्यांदी राब न्हेत व्हते. आता आमच्या घामाचं पीकबी न्हेयाला लागले त्यांची कातडी शेकायला. आमच्या कष्टाला किंमतच नाय का?"

तसा सरकारी मानूस थोडा वरमला. म्हनाला,

"आमाला कळतंय समदं, केवलशेट. टाटा कंपनी हितल्या शेतकऱ्यांना न इचारता त्यांच्या उराव धरान बांधतंय, हाच लय मोठा जुलूम हाये. पिकाचं नुकसान काहीच नाय त्याम्होरं. कंपनी समदं रानच बळकावन्याच्या इचारात हाये. सभा घिऊन तुमी येकी दावली म्हनून कलेक्टर तरी येतोय तुमच्या खोऱ्यात. पन तिकडं लोनावळ्यावाल्यांना तर कुनी वालीच नव्हता. सरकारला हाताशी धरून कंपनीनी समदी गावं बुडवून टाकली पान्यात. देशोधडीला लागली तिथली मानसं... आता हितंबी काय यागळं नाय. सरकारला हाताशी धरून व्हईन तेवढं दांडगाईनी काम करनार टाटा कंपनी."

"म्हंजी धरान व्हनार?"

"टाटाचा इचार तर तसाच दिसतोय. त्याला इथल्या गरीब शेतकऱ्यांच्या भावनांचं काय घेनंदेनं नाय. हितं पानी साठायला जागा हाये आन् हितल्या पान्याव लाईट बनवून ती ममईला पाठवून त्याच्याव बक्कळ पैसा कमवता येईन, येवढाच त्याच्या डोक्यात इचार. त्या इचारानी त्याला हितल्या जमिनीव शेती दिसत नाय, गावं दिसत नाय. गावात मानसं दिसत नाय की त्या मानसांची देव-देवळं दिसत नाय. त्याला दिसती ती फक्त हितं पानी साठवन्याची जागा."

आमी समदे जिवाचं कान करून ऐकत व्हतो. सरकारी मानसं ही, समदं माह्यती असनार म्हनूनच बोलत असनार. खरं काय देव जाने. नशिबी बुडनंच असन तर देव तरी काय करनार?

ती सरकारी मानसं उठून जायला लागली. जाताजाताबी आमच्याकं बघून सांगायला लागली,

“परवादिशी खोऱ्यात कलेक्टर येनार हाये. धरनाइखी तुमची काय गाऱ्हानी असतीन ती सांगा त्यांना.”

आमी त्यांच्याकं निसतंच बघत राह्यलो. मंग साठे गुरुजी आमच्याबशी आले. आमी काय बोलायच्या आधीच म्हनाले,

“बरं झालं तुमीच आले हिकडं. येका गावाला जायचं काम वाचवलं तुमी. आज कलेक्टरच्या सभंचा निरोप द्यायला येनारच व्हतो आम्ही तिकडं.”

“पन गुरुजी, आमी तुमाला यागळंच सांगायला आलो व्हतो.”

“काय?”

मी त्यांना आमच्या येन्याचं कारन सांगायला लागलो,

“गुरुजी, कंपनीची लोकं लय तरास द्यायला लागल्यात. आमच्या शेताची नासधुस तर व्हतीयंच. पन काल आमच्या वाघजईच्या बनातलं झाडबी पाडलं त्यांनी. आमची भक्ती ही अशी पायदळी तुडवायला लागल्यात ही लोकं आता.”

“समद्याच गावांची ही वरड हाये. आख्ख्या खोऱ्यातच जुलूम चाललाय टाटाचा. तिकडं धरनाच्या पायाबसल्या परीटवाडीला आन् भोरकसला तर शेतकऱ्यांना त्यांच्याच शेतात जाऊन देत नाय ही लोकं. कंपनीच्या लोकांनी शेतकऱ्यांच्या वावरात घुसून खड्डे खनलेत आन् समद्या वावराला कुपान घालून त्या शेतकऱ्यांना त्यांच्याच वावरात जायची बंदी केली हाये. परवा आपून हे समदं कलेक्टरच्या कानाव घालू. उंद्या सरकारनी म्हनायला नको की टाटा कंपनीचा जुलूम तुमी आमाला नाय सांगितला म्हनून.”

“पन सरकारबी टाटाच्या बाजूनी हाये म्हनत्यात. नायतर येवढा जुलूम बघून ते गप राह्यलं असतं का?”

“तेबी खरं हाय, पन आपलं काम आपून करायचं. त्यांच्या कानाव घालायचं. पुढचं सरकार जानू आन् टाटा जानू. पन येक हाये, यांच्या दादागिरीला आपल्याबशी सत्याग्रहाबिगार दुसरं हत्यार नाय.”

बोलत बोलतच आमी अंगनात आलो. केवलशेट तिथंच शिरवलीवाल्यांबरं बोलत व्हते. पाठुपाठ भोरकसवालेबी आले. त्यांच्याकं बघून मंग गुरुजी म्हनाले,

“आमाला आज दोन-तीन गावं घ्यायची हायेत. वाघवाडी, वळनं घिऊन संध्याकाळपरेन परीटवाडीत पोचलं पायजे. आजच्या आज समद्यांना कलेक्टरच्या सभंचा निरोप पोचवला पायजे.”

तसा किस्ना म्होरं झाला. म्हनाला,

“गुरुजी, आजपासून तुमी पायपाय नाय जायचं कुठं. आमी बैलगाडी आनलीये जुपून तुमच्याकरता. त्याच गाडीत बसून जावा आता वाघवाडीला.” गुरुजींनी आपुलकीनी आमच्याकं पाह्यलं. म्हनाले,

“किती काळजी घेता माझी? पन आजून माझे पायबी चांगले हायेत. आन् या रानात पायानी हिंडायलाबी बरं वाटतं. काय घ्या, उंद्या आपल्या दुर्दैवानी हे समदं रान पान्यात बुडालं तर त्या मातीच्या स्पर्शाच्या आठवनीवं पुढलं जीवन घालवू कसं तरी. म्हनून हिंडत असतो हे रान तुडवत.”

“पन गुरुजी, आता ह्या वयात तुमी असं रातुंद्या पायपाय हिंडनं आमाला नाय बघवत. आमचा जीव राखन्याकरता तुमी आता ह्या गाडीतूनच हिंडायचं.” असं म्हनून मी त्यांना आळवायला लागलो. तसा भोरकसवाल्यांनीबी केला आग्रव, म्हनाले,

“आसू द्या गुरुजी, काय येक दोन गावं नाय, आन् तीबी जवळ जवळ नाय. देहाचीबी काळजी घ्यायला पायजे. ऊन मी म्हनत असतं, तेवढाच निवारा व्हईन.”

मंग मात्र गुरुजींना नाय म्हनवलं नाय. आमाला हात जोडून म्हनाले,

“तुमच्या रिनातून कसं सुटू आता?”

आन् बसले गाडीत. भोरकसचे दोन-तीन म्हातारेबी बसले त्यांच्याबरं. खाडखाड करीत गाडी वाटंला लागली.

माझ्या जिवाला मात्र लय लागलं. येवढा मोठा मानूस. आमी त्यांच्याकरता गुंजभर केलं तर हात जोडले आमाला. पन ते तर आमच्याकरता आभाळायेवढं करत्यात. मंग आमी काय केलं पायजे, जीव ववाळून टाकला तरी कमी व्हईन.

आता दुसरं काय दिसानाच. शाताचं काम पडलं व्हतं खंडीभर. पन त्याच्याकं ध्यान लागत नव्हतं. धरनीमायला वाचवन्याकरता कुनी काय सांगितलं, की लगीच तिकडं पळत व्हतो. कारभारीन समदं संभाळीत व्हती म्हनून बरं, नायतर संसाराचा व्हता समदा खेळखंडोबा. या धरनाची गोष्ट कळल्यापून संसारातलं ध्यान उडालंय. घरात पाऊलच थरत नाय. त्यानी घरात काय चाललंय आन् रानात काय चाललंय कायबी कळत नाय. समदं रखमीच्या गळ्यात टाकून मोकळा झालोय मी. ती धिराची बाय म्हनून करती समदं. रातुंद्या राबूनबी कव्हा का नाय, की कू नाय. वर मलाच चार समजुतीच्या गोष्टी सांगनार. म्हननार,

“तुमी घरादाराची आन् शेतीवाडीची नका काळजी करू, त्याला मी हाये भक्कम. तुमी आपलं पुन्याची मानसं सांगतीन तसं वागा. सत्याग्रह करून आपलं शात वाचत असन तर तो करायला आपल्या घरातला येक मानूस तरी गेलाच पायजे की.”

"ते खरं हाये, पन तुझं असं येकलीचं राबनंबी बघवत नाय मला."

मी म्हनालो. तव्हा म्हनाली,

"आपल्या संसाराकरताच राबतो ना. आन् राबन्यानी काय अंग झिजत नाय."

"तसं नव्हं, पन गडी मानसानी निस्तं कुनी सांगन तिकडं पळायचं आन् घरातल्या बाई मानसानी गड्यावानी राबायचं. चांगलं दिसतं का ते!"

"तुमाला काय हौस आलीये का, कुनी सांगन तिकडं पळायला. या आधी कव्हा पळत नव्हता, पन आता पळनं नशिबी आलंय ते भोगलंच पाह्यजे. आता बायामानसांना ते सोभत नाय आन् बरंबी दिसत नाय. नायतर मी तरी आल्याबिगार राह्यले असते?"

"आन् दोघंबी जाऊन बारदाना कुनाच्या गळ्यात टाकायचा? आईला आन् बाबाला झेपनार हाये का आता हे समदं."

"तेबी खरंच. म्हनूनच म्हनते. हितली काळजी तुमी नका करू. त्याला मी हाये भक्कम. समदं करते बैज्वार. तुमी आपलं जावा सभंना आन् करा सत्याग्रह."

ही अशी पाठीशी उभी राह्यली की बरं वाटायचं. सभंला जायला जोर यायचा. सभा ऐकायलाबी चांगलं वाटत व्हतं. पन त्यानी धरनाचं काम थांबत नव्हतं.

पुन्याची मंडळी आली. त्यांनी आमाला आशा लावली. आता हा कलेक्टर काय म्हनतोय म्हनून मंग त्याचीबी सभा ऐकायला गेलो आमी समदे. समद्या वाटंनी त्या कलेक्टराचीच चर्चा. काय म्हनतोय, काय नाय. मारत्या त म्हनत व्हता,

"सभा ऐकून घाबरला टाटा. उगीच नाय त्यानी कलेक्टराला पाठवला. या आधी कव्हा आलंय कुनी आपल्याला इचारायला, की बाबा आमी धरान बांधतोय, तुमच्या जमिनी पान्यात बुडनार हायेत. तव्हा तुमचं काय म्हननं हाये, काय नाय. उठले की सुटले पानी अडवायला. त्याला वाटलं, ही काय आडानी मानसं. पान्यात बुडून जीव जायला लागला, की जातीन आपुआप पळून. पन त्याला म्हनावं आमीबी शिवाजीराजाच्या मावळ्यांचे वंशज हाये. जीव देऊ पन जमीन देनार नाय".

"मारत्या हे वैरून काय उपेग. धरनाचं काम थांबन तव्हाच खरं."

मी त्याची फुशारकी थांबवन्याकरता माझ्या मनातलं बोललो. तसा त्याला आजूनच चेव आला. म्हनाला,

"थांबन थांबन, तेबी थांबन. आज हा कलेक्टर तेच सांगायला आला असनार, बघा तुमी."

"हां बघ."

“निसतं बघ काय, लाव पैज.”

“पैज कशाला लावतोस गड्या, तसं झालं तर नारळ फोडू ज्योतिरूपेश्वराला.”

मंग त्याच्या त्वांडाचं तुनतुनं उलिसं कमी झालं. आन् धडधडत्या छातीनीच आमी सभंच्या जाग्याव गेलो.

आमच्यावानी सभंला गर्दी नव्हती. पन व्हती बरीच मानसं. माचबी चांगला ऊचच्या ऊच बांधला व्हता. त्याच्याव बसून समदी सरकारी मानसं आमचीच वाट बघत व्हती वाटतं! तर काय, आमी तिथं गेलो आन् जरा टेकतो न टेकतो तेच येकजन उठला आन् म्हनाला,

“मंडळी, आपल्या खोऱ्यात येक मोठं धरान व्हतंय. त्या धरनाची माह्यती सांगन्याकरता आज आपल्या खोऱ्यात कलेक्टर आलेत. त्यांना कुनाला काय सांगायचं असन तर सांगा, म्हंजी लगीच त्याच्याव तोडगा काढता येईन.”

मनात म्हनलं नशीब आमचं. समदं घरदार बुडाल्याव नाय आले इचारायला, की धरान बांधू का म्हनून. पन मागून इचार केला, की जाऊ दे, उशारा का व्हईना, सांगून त् बघावं आपलं गाऱ्हान, म्हनून उठलो लगीच. म्हनालो,

“सायेब, हे धरान आमाला नकोय. आमाला धरनाचं काम सुरू करन्याआधी पह्यल्यांदाच इचारलं असतं तर तव्हाच आमी नको म्हनून सांगितलं असतं. सायेब, ही निसती जमीन नाय, आमची आई हाये ती. तिला आमी कशी बुडून देऊ. आमच्या पिढ्यान् पिढ्या हितं गेल्या. आमी ह्याच मातीत जनमलो आन् ह्याच मातीत परत मिसळनार. दिस भरन्याआधीच आमच्या आईच्या कुशीतून आमाला नका बाहेर काढू. आमचा जीव घ्या पन आमची जमीन घिऊ नका. या जमिनीपाई आमी मरून जाऊ, पन आमी आमच्या जमिनी सोडनार नाय.”

मी अशा मनाच्या कळा सांगत व्हतो. मंग माझं बघून दावडीचाबी येक गडी उठला. तोबी गयावया येऊन बोलायला लागला,

“सायेब आमाला न इचारताच हे धरान बांधायचा जुलूम तर आमच्याव व्हतोयंच. पन त्याआधीच टाटाच्या मानसांनी आमाला सळू की पळू करून सोडलंय. धरनावले पठान, मुकदम आन् मजूर समदेच आमच्याव जुलूम करताहेत. आमच्या शेतात खड्डं खनून आमालाच आमच्या वावरात जायची बंदी करत्यात. जाब इचारायला जावावं तर बंदूक उगरून गोळी घालीन म्हनत्यात. उभ्या पिकात कसाबी धिंगाना घालून त्याची नासधूस करत्यात. आमच्या वैरनीच्या रानाला वनवं लावत्यात. आमची चुलवानाची फाटी उचलून न्हेत्यात. राबाची वझी न्हेत्यात.... किती सांगायचं सायेब, येक का दोन, बरं पुलीस त्यांचंच ऐकत्यात. मंग आमी गरीब शेतकऱ्यांनी कुनाकं न्याय मागायचा?”

तो दावडीचा गडी हत्तीवानी. पन पार रडायला आला व्हता. काय करनार तो तरी. अंगातली रग बंदुकीम्होरं दावली असती तर बायकापोरं उघडी पडली असती. येळ मानसाला काय करायला लावीन त्याचा काय नेम नाय. आजूनबी बऱ्याच गावच्या गड्यांनी कायबाय कायबाय सांगितलं. परीटवाडीचा येक म्हातारा तर डोक्याचा पटका हातात घिऊन रडायलाच लागला. म्हनायला लागला,

"सायेब, आमा म्हाताऱ्यांना आता कशाला देशोधडीला लावता? आता या वयात आमची धरनीमाय सोडून कुनीकं जायचं आमी. सायेब, सुखी जगत व्हतो आमी. पन धरनाची वार्ता आली आन् आमची झोप उडाली. वर ही धरनावली मानसं आमाला जित्यापनीच मारायला लागली. त्यांना काय धरबंध नाय. कुनी उठावं आन् आमाला दमदाटी करावं. म्हातारपनात आता समदं बघायला लागतंय हे. आता काय राह्यलंय सायेब, ह्या देहातली हाडं याच मातीत मिसळू द्या. या मातीचं रीन फेडू द्या. तिला पान्याखाली बुडवून आमच्याव अन्याय नका करू."

म्हाताऱ्याचं ते बोलनं ऐकून आन् रडनं बघून अंगातलं रगात सळसळायला लागलं. पन काय करनार, गप बसलो. म्हनलं तो रडतोय तरी. आपल्याला तेबी करता येत नाय.

मनात असा इचार येत व्हता. तेच कलेक्टर उठला आन् बोलायला लागला. आमी समदे गप. झाडाच्या पानाचाबी आवाज नाय. पन तव्हा कान असूनबी बहिरं असल्यागत वाटायला लागलं. तो कलेक्टर काय बोलत व्हता ते आमाला काहीच समजाना. पन त्याच्या त्वांडावून तो आमच्याइखीच कायतरी बोलतोय असं वाटत व्हतं. थोड्या येळानी आमची चुळबूळ सुरू झाली. आमी येकमेकांच्या त्वांडाकं बघायला लागलो. मारत्या हाळूच माझ्या कानात म्हनाला,

"म्हादू, आज आपून समदी गीता गाढवाम्होरंच गायली."

"कारे, काय झालं."

"आरे, तो काय बोलतोय ते आपल्याला समजाना, मंग आपलं गाऱ्हानं काय त्याला डोमलं समजनार."

"खरं हाये गड्या."

"गेलं. परीटवाडीच्या म्हाताऱ्याचं रडनं फुकाट गेलं. त्याच्या आसवाचं पानीच झालं. ह्या बोंबल्याला वाटलं असन म्हाताऱ्याला इचू चावला असन, म्हनूनच रडतोय."

मारत्या कानात असं मस्करीनी बोलत व्हता. पन मला ते उगीच तरास देत व्हतं. मनात येत व्हतं, गड्या इचू कसला, काटाच लागलाय टाटाचा आपल्या समद्यांना. आन् त्याचा उतारा आता भैरीच्या देवळातबी नाय आन् रानातल्या पाल्यातबी नाय.

लय येळ तो कलेक्टर कायबाय बोलत व्हता. आमी आपले येड्यावानी निसतेच त्याच्या त्वांडाकं बघत व्हतो. मधी उली थांबला की वाटायचं संपलं आता. पन कसलं आलंय, परत त्याचं सुरू व्हयाचं. असं लय येळा झालं. मंग गमत्याच म्हनाला,

"म्हादू, हा खाली बसन तव्हाच याचं संपलं म्हनायचं."

तव्हा मीबी म्हनालो गमतीनी,

"नाय, बसल्यालाबी परत उठून कव्हा बोलायला लागन त्याचा नेम नाय. हितून जाईन तव्हाच खरं."

पन शेवटी येकदाचं सपलं त्याचं आन् बसला खाली. बसल्यावबी त्याची चुळबूळ सुरू झाली. परत छातीत धडकी भरली, म्हनलो परत उठतो की काय. पन नाय, त्याच्या शेजारचा मानूस उठला. तव्हा मारत्या परत कानाला लागला. म्हनाला,

"हा त्याचा शेजारी म्हंजी त्याचंच बोल बोलनार."

म्हनून आमी कान देऊन ऐकायला लागलो. पन नाय, तो त्याचा शेजारी असला तरी त्याच्या माळंतला नव्हता. लय आपुलकीनी बोलत व्हता. म्हनत व्हता,

"मंडळी, कलेक्टरसायबांनी आता इंग्रजीतून जे भाषान केलं ते मी तुमाला मराठीतून सांगतो. कलेक्टरसायेब म्हनाले, तुमी समदी सरकारची आवडती लेकरं हायेत. पन तुमच्यावानी सरकारची आजूनबी लय लेकरं हायेत. तुमच्या खोऱ्यात हजारानी तर ममईत लाखानी हायेत. या ममईतल्या लोकांना ममईत ऱ्हानं लय अडचनीचं व्हतंय. तव्हा त्यांना चांगली घरं मिळावं. त्या घरांमंधी लायटीचा उजेड पडावं. निसत्या घरांमंधीच नाय तर त्यांच्या संडासांमधीबी लायटीचा उजेड पडावं आन् ममईच्या गिरन्यांना आन् आगगाडीला लाईटी मिळून त्यांना येनं-जानं सोयीचं व्हावं म्हनून टाटा कंपनीनी मुळशी खोऱ्यात धरान बांधायचं ठरवलंय. या धरनाव लाईट बनून ती ममईला उजेड देनार हाये. तव्हा तुमी कुनी या धरनाला इरोध करू नका. ज्यांच्या जमिनी बुडतीन त्यांना पैसं मिळतीन. जमल्यास काही शेतकऱ्यांना जमिनीबी देऊ. त्याबिगार तुमाला ममईच्या कारखान्यांतून नोकऱ्या मिळतीन. म्हनून सांगतो धरनाला इरोध करायचा येडेपना करू नका. नाय तर जमीन तर बुडंनच पन पैसाबी मिळायचा नाय आन् फुकटच तुरुंगाची हवा खायला लागन."

ते समदं ऐकून माझ्या तर काळजाचं पानी झालं. समदे गप व्हते. आमच्या पायाखालची जमीन सराकली व्हती. कुनाचीच ताकत व्हईना काही बोलायची. पह्यल्यांदा लय आशा व्हती, म्हनून बोललो घडाघडा. पन आता पदरी समदी निराशाच पडली व्हती.

असं क्वान काय बोलाना म्हनून मंग कलेक्टर निघाला जायला. तव्हा त्याच्या मागंमागं जाऊन भोरकसचा विस्नू महार घाबरत घाबरत म्हनाला,

"सायेब, लय राजे आले आन् गेले. त्यांनी आमाला वतनं दिली पन कुनी आमच्या जमिनी नाय घेतल्या. आता तुमी आमची इनामं बुडवून आमच्या पोटाव लाथ मारू नका. वतनाच्या जमिनीव आमच्या पिढ्यान् पिढ्या जगत्यात. इनामाचा पैसा घिऊन तो किती दिस पुरनार हाये आमाला."

विस्नू महाराचंबी बरुबर व्हतं. त्यांच्या इनामाच्या जमिनी. त्या गेल्याव खोऱ्याबाहेर क्वान इचारनार त्यांना. भिका मागायचीच पाळी त्यांच्याव. पन त्याचं सरकारला आन् टाटाला काय सोईरसुतक नव्हतं.

सभंला जाताना लय आशा लावून मस्करी करत चालनारा मारत्या आता येताना मात्र मूग गिळल्यावानी व्हता. समद्यांच्याच त्वांडचं पानी पळावलं व्हतं त्या कलेक्टरानी. समदी वाट मुकी.

घरी आल्यावबी कशात मन लागाना. मातीच्या वावराचं उढवं आजून झोडायचं व्हतं, पन त्यातबी मन लागाना.

सकाळी उठून रानात येऊन बसायचं, रान न्याहाळत. ऊन तापलं की जांभळीखाली येऊन पडायचं, नायतर अंग गार करन्याकरता नदीव जाऊन डुबकी मारून यायचं. जिवाला लईच तरास व्हयाला लागला तर मुळेच्या तळाला जाऊन यायचं.

असं याडंपिसं झाल्यागत झालं व्हतं. कुनाचं खरं आन् कुनाचं खोटं. पुन्याची मानसं आशा दावीत व्हती आन् सरकारला हाताशी धरून टाटा त्याच्याव पानी फिरवत व्हता. काय वाढून ठेवलंय पुढ्यात काय कळत नव्हतं. आई-बाबांच्या आन् बायकापोरांच्या काळजीनी रातुंद्या झुरत व्हतो. माझं असं गपगप ऱ्हानं हिलाबी लय जाळत व्हतं. मी जे भोगत व्हतो तेच ती भोगत व्हती. तिलाबी म्होरं समदा अंधारच दिसत व्हता. त्यात तिच्या मागं आईचं ढुमनं असायचं. पोरगा पायजे, पोरगा पायजे. आता झाला पोरगा तर आमाला नको व्हता का तो. पन देवाची करनी काय असन ते त्याचं त्यालाच माह्यती. शालीच्या मागून पाळना लांबला तो लांबलाच. तो परत हालाव म्हनून तिनी किती देव पालथे घातले असतीन ते तिचं तिलाच माह्यती. अंगारे खाऊन खाऊन मीबी इटलो व्हतो पार आता. कव्हा काय सांगायला गेलं की तिचं आपलं येकच,

"म्हादू, आरं कुठल्या देवाचं काय करायचं चुकलं असन म्हनूनच पाळना हालायचा थांबला आपल्या घरातला. आता त्या देवाचं जिथल्या तिथं करायला नको? त्या बिगार तो पावनार हाये का?"

"आई, पावन तव्हा पावन. आजून आपला वंश तर नाय ना बुडाला?"

मी रागारागानीच बोलायचो. तव्हा त्वांडाव हात ठेवून म्हनायची,

"अगं बाबो! असं वंगाळ काय बोलू नकोस बाबा. पन वंशाला पोरगा नाय म्हनल्याव जगाचं हसू. काय म्हनन जग!"

आय कुठल्या जगात वावरत व्हती तेच कळत नव्हतं. धरनात आपलं जग बुडतंय, त्यापरास तिला आपल्या वंशाच्या दिव्याचीच काळजी लय. ते येक बरंबी व्हतं. वंशाचा दिवा बघन्याच्या आशेव ती जगत तरी व्हती. पन आमी धरनाच्या इचारानी आतल्या आत पोखरत चाललो व्हतो.

मालीबी आता चांगली जानती झाली व्हती. कव्हा अंगनात गप पडल्यालो बघून कायबाय इचारत बसायची.

येकदा असंच देवळात कीर्तान व्हत. येकादस व्हती त्या दिशी. घरातले समदे गेले व्हते ऐकायला. मला कीर्तान ऐकन्याचा लय नाद. पन त्या दिशी माझं पाऊल उचलाना. म्हनलं आपलं मन येगळंच वैरतंय, मंग निसता देहच देवाच्या दारात कशाला न्हेयाचा मढ्यावानी. म्हनून मंग टाकली अंगनात घोंगडी आन् बसलो आभाळाकं डोळं लावून. आन् आता धरनाचं काम सुरू झाल्यापून कीर्तानातबी तोच इषय. उली उली ऐकायलाबी येत व्हतं अंगनात. पार मधरातीपरेन चाललं व्हतं ते.

तर त्या दिशी माली कीर्तान ऐकून आली. मधरातीपरेन जागी राह्यल्याली मी तिला पह्यल्यांदाच पाह्यली. अंगनात मला पडल्याला बघून माझ्याबशी आली. म्हनाली,

"बाबा, आपलं घर पान्यात बुडनार हाये."

मी उठून बसलो. म्हनलो,

"क्वान म्हनालं?"

"आता कीर्तानात सांगितलं. म्हनाले पावसाळ्यात मोठा आहूर येनार. मंग आपून त्यात वाहून जानार."

मी तिच्याकं बघत राह्यलो.

मोठ्या मानसांचं बोलनं बारकी पोरंबी कशी ऐकत्यात. तेच त्यांच्या मनात बसतं. आता बुवा तरी काय करनार, जे त्याच्या मनात तेच त्याच्या व्हटात येनार. कोंबडं डाळलं म्हनून काय ते आरायचं थांबनार हाये का? तो गेला बापडा बोलून मोठ्या मानसात. पन ही तेवढंच घिऊन बसली.

घरात जाताना आनखी वर म्हनाली,

"मंग मी परड्यात लावल्यालं आंब्याचं झाडबी बुडनार का त्यात?"

"नाय, ते नाय बुडनार."

मी मनाव दगड ठिवून खोटंच बोललो. म्हनलं खरं बोलून तिच्या जिवाला कशाला घोर लावायचा? आधीच त्या झाडात तिचा निम्मा जीव. तमाखलं खानंपिनं इसरन पन त्याला पह्यलं पानी घालीन. ते लावतानाचा तिचा आनंद मी पाह्यला व्हता.

म्हंजी येकदा तिनी मातीच्या बांधावल्या शेंदऱ्या आंब्याचा पाड वांडरावानी आंब्यावच बसून खाल्ला. चोखून चोखून बाठा पार पांढरा केला आन् वर घिऊन आली घरी. म्हनाली,

"लय ग्वाड हाये. परड्यात लावू आपल्या."

मंग काय, येक दिस ही आन् मी परड्यात काकडीच्या आन् भोपळ्याच्या ब्या लावत व्हतो. तव्हा कुदळीनी खड्डा खनून तिनी तो बाठाबी लावला परड्यात. दोन-चार दिसानी पाऊस पडल्याव काकडीच्या आन् भोपळ्याच्या ब्यांचे कोंब आले वर, पन हिच्या बाठ्याचा कोंब काय वर येईना. तो का येईना म्हनून इचारून इचारून भंडावून सोडलं आमाला.

म्हनायला लागली,

"तुमच्या काकडीच्या आन् भोपळ्याच्या ब्या वर आल्या. मंग माझा बाठा का नाय आला?

"आंब्याचा बाठा मोठा हाये ना म्हनून त्याला वर यायला येळ लागतो."

तव्हा मी तिची समजूत काढली. पन तिचं समाधान व्हत नव्हतं. रोज सकाळी झोपंतून उठल्या उठल्या पह्यल्यांदा परड्यात जायची आन् बाठ्याची जागा बघायची.

आठ-दहा दिसानी मंग त्या बाठ्याला ऱ्हावालं नाय. अस्ती अस्ती त्वांड दाखवत आला वर. तव्हा काय तिचा आनंद! तव्हापून भूक इसरन पन त्या झाडाला पानी घालायचं कव्हा इसारली नाय.

येका सालात त्या झाडानी तिला येवढा लळा लावला, मंग पिढ्यान् पिढ्यांच्या आमच्या या जमिनीनी आमाला किती लावला असन.

तोच इचार करत परत आडवा पडलो. पहाटं कव्हातरी डोळा लागला.

सकाळी उठून बघतो तर माली परड्यात काय तरी करत व्हती. म्हनून जवळ जाऊन पाह्यलं तर ती त्या घुडघ्यायेवढ्या आंब्याच्या झाडाभवती दगडं लावत व्हती. म्हनलो,

"दगडं कशाला लावती?"

तर म्हनाली,

"पान्यात बुडू नये म्हनून."

तव्हा तिची ती धडपड बघून मनात आलं, दुर्दैवानी हे झाड तिला पान्यात बुडताना दिसलं, तर काय वाटन तिच्या जिवाला! इवलिसा जीव उंद्या कुठं असन आन् कुठं नाय. पन कुठंबी गेली तरी तो जीव त्या झाडात ऱ्हानारच.

असा कशात जीव लागनंबी लय वंगाळ, मानूस सडा असन तर सोडतो समदं चट्‌दिशी. नायतर मरतानाबी माझा सोम्या आन् माझा गोम्या करीत बसतो. माझा जीव त् निसता मानसांमधी नाय, हितल्या मातीतबी गुतून बसलाय. कसा सुटायचो तो त्याच्यातून?

कलेक्टरानी टाटाची बाजू घिऊन आमाला पार चिरडून हाकलायचाच इचार केला व्हता. पैशाम्होरं सरकार वाकलं व्हतं. आता ह्याच्याव पुन्याची मंडळी काय तोडगा काढत्यात याचाच इचार करत व्हतो. मंडळी सत्याग्रह करायचा म्हनत्यात, पन कव्हा? धरनाचं काम तर चालूच हाये. पावसाळ्यापरेन पायाचं काम व्हईन. आन् येकदा पाया झाल्याव धरान व्हयाला किती येळ लागतोय? येकदा धरान झाल्यावं सत्याग्रह करून काय उपेग?

निसता इचार करत बसलो तर मरान वाढूनच ठेवलंय आमच्या पुढ्यात.

पन येक दिस साठे गुरुजी आन् भुस्कुटेबाबा आले आन् समदा उलगडा झाला.

गाव गोळा झाला.

ह्या येळंला ते सत्याग्रहाचा इचार पक्का करून आले व्हते. त्याकरता पुन्याच्या समद्या मंडळींचा त्यांनी गाळ काढला व्हता. आमाला केसरी पेपरबी वाचून दावला. कलेक्टराचं बोलनं आन् आमची गाऱ्हानी समदं छापून आलं व्हतं त्यात. या पेपरानी आमची गाऱ्हानी समद्यांना सांगितली याचं लय बरं वाटलं. वाटलं, आमचं दुख कुनीतरी जाननारा हाये. आमीबी ते लय मन लावून ऐकलं.

साठे गुरुजींनी पेपर वाचून दावल्याव मंग भुस्कुटेबाबा बोलायला लागले, म्हनाले,

"मंडळी, कलेक्टराच्या बोलन्यावून सरकारचा टाटा कंपनीला पाठुंबा हाये. ही कंपनी ममईच्या घरांना लायटी मिळाव म्हनून आपल्या घरांची राख करायला निघाली हाये. याला आपून इरोध नाय केला तर धरान झाल्याबिगार ऱ्हानार नाय. आन् आपल्याकं इरोध करायचं येकच हत्यार हाये, आन् ते म्हंजी सत्याग्रह. या सत्याग्रहात लय मोठी ताकत हाये. आपल्याला गांधीबाबानी दिलेली ही मोठी देनगी हाये. या सत्याग्रहानी येवढ्या मोठ्या इंग्रज सरकारला येकले गांधीबाबा वाकवत्यात, मंग आपून समदे मावळे येक झालो तर टाटाला वाकवू शकनार नाय का? त्याच्या पाठीशी पैसा असन, सरकार असन, पन आपल्या पाठीशी

ईश्वर हाये. त्याच्याम्होरं कुनाचं काय चालत नाय. त्या ईश्वराव श्रद्धा ठेवायची आन् सत्याग्रह करायचा. आपून जर येकी दावली, सत्याग्रहाच्या नेमांचं पालन केलं तर पुन्याची मंडळीबी आपल्या मागं येईन. पन त्याकरता आपून शेवटपरेन येक राह्यलं पायजे. कलेक्टर पैसा देईन म्हनतो. दुसरीकं जमिनी देईन म्हनतो. पन त्याचा काय भरवसा नाय. ह्याच टाटानी मावळातबी धरनं बांधली. त्याच्याव लाईट तयार करून आता ममयाला इकायला लागलाय. पन ज्यांच्या जमिनीव धरनं बांधली त्या गरीब शेतकऱ्यांना त्यानी कायबी दिलं नाय. तीच गत आपली व्हनार. टाटा कंपनीच्या त्वांडाला आता रगात लागलंय. असली इसेक धरनं बांधनार हाये ही कंपनी आपल्या रानातून. ही कंपनी आपला इचार न करता धरान बांधती. आपल्याला देशोधडीला लावती. आन् मंग सरकारशी करार करून गब्बर व्हती. पन आपून आपलं रान ह्या कंपनीला गिळून द्यायचं नाय. कलेक्टर म्हनाला तसं जमिनीचं पैसं घ्यायचं नाय. आपून सत्याग्रह करायचा तो आपल्या जमिनी वाचवन्याकरताच. कंपनीनी सरकारशी करार केलेला नाय, पन उंद्या हीच कंपनी सरकारला हाताशी धरून आपल्या हाताव चार-दोन आने ठिवीन आन् आपल्या जमिनी बळकवीन. म्हनून कुनी पैसा घिऊ नका. आपला लढा आपली माता वाचवन्याकरता हाये येवढं ध्यानात ठेवा. याचा इसर पडू नये म्हनून उंद्या ज्योतिरूपेश्वराच्या देवळाम्होरं सभा हाये. त्या सभंत समद्यांनी देवाचा अंगारा लावून सत्याग्रहाच्या शपथा घ्यायच्या हायेत. सत्याग्रह करताना कंपनीचे मजूर, पठान, सरकारचे पुलीस आपल्याव अत्याचार करतीन, पन त्याला आपून इरोध करायचा नाय. समदं सहन करायचं. हा सत्याग्रह म्हंजी आपल्या सहनशक्तीची परीक्षा हाये. त्याचं नीट पालन केलं तर आपून जिंकू.''

येवढं बोलून भुस्कुटेबाबा थोडा येळ थांबले. आमी कुनी काय बोलतोय का काय म्हनून आमच्या त्वांडाकं पाह्यलं. पन कुनी काय बोलंना म्हनून मंग परत बोलायला लागले, म्हनाले,

''मंडळी, तुमी काही बोला. तुमाला हे मान्य हाये का?''

मंग आमी माना हालवून बोललो,

''व्हय मान्य हाये.''

''मंग उंद्या ज्योतिरूपेश्वराम्होरं शपथा घ्या. आमी आमची मायभूमी इकनार नाय आन् तिचं पैसं घेन्याचं पापबी करनार नाय. हा सत्याग्रहाचा लढा आमी शेवटपरेन लढू आन् त्याच्या नेमांचं पालनबी करू, असं म्हनून देवाचा अंगारा लावा.''

मागून येकयेक गडी बोलायला लागला. महाराचा भिरू तर म्हनाला,

''आमची आई वाचवन्याकरता आमाला तापल्या तव्याव चालायला सांगा,

आम्ही मांग-म्होरं बघनार नाय.''

मंग मीबी देवाचा गजर केला. समदी उठून मोठ्यानी म्हनालो,

''ज्योतिरूपेश्वरमहाराज की जय.''

मंग तो गजर लय येळ चालू राह्यला. त्या गजराच्या आवाजातच साठे गुरुजी आन् भुस्कुटेबाबा बैलगाडीत बसून शिरवलीच्या बाजूला गेले.

दुसऱ्या दिशी देवळाम्होरं खोऱ्यातली गावं गोळा झाली. आवळसचे केवलशेट, शेडानी, शिरवलीचे इनामदार, वतनदारबी व्हते त्यात. सावकारांना आमच्या बरुबरीनी बघून आमाला आजूनच जोर आला. भुस्कुटेबाबांनी काल आमाला जे सांगितलं तेच आज परत समद्यांम्होरं सांगितलं,

''महात्मा गांधींनी दावलेल्या सत्याग्रहाच्या मार्गानी आपून चाललोय. समद्यांनी त्या मार्गाचं नीट पालन करायचं. आपली मायभूमी इकायची नाय. आन् तिचं पैसंबी घ्यायचं नाय. शेवटपरेन सत्याग्रह करायचा. आन् आपली मायभूमी वाचवायची.''

मंग समद्यांनी कपाळाला अंगारा लावून शपथा घेतल्या. मनात म्हनलं, आता ज्योतिरूपेश्वरबी आला आमच्याबरं सत्याग्रहात. आता देवच आमच्याबरुबर म्हनल्यावं आमाला क्वान हरवनार? थोड्या येळानी माझ्या मनात आल्याला इचारच भुस्कुटेबाबा समद्यांम्होरं बोलले. म्हनाले,

''ज्योतिरूपेश्वराच्या पायाव हात ठिवून आपून सत्याग्रहाच्या शपथा घेतल्या हायेत. ईश्वर सत्याचा वाली हाये. आपून आपला सत्याचा मार्ग आन् एकजूट कायम ठेवू, म्हंजी ईश्वर आपल्या मागं राहीन. आन् आपल्या सत्याचाच जय व्हईन.''

झालं. कुनीतरी मंग गांधीबाबांचा जयजयकार सुरू केला. महात्मा गांधी की जय, महात्मा गांधी की जय असं लय येळ चाललं व्हतं. आन् ज्योतिरूपेश्वराच्या गजरानी तर आज समदं गाव सकाळपून घुमत व्हतं.

शपथा घेतल्या, सभा झाली. आन् जो तो आपल्या गावाच्या वाटंला लागला. साठे गुरुजी आन् भुस्कुटेबाबाबी गेले बैलगाडीत बसून, पन माझा पाय काय देवळातून निघंना. म्हनलं किती पुन्याई या गावाची. हितं ज्योतिरूपेश्वर हाये. त्याच्या कीर्तीनी खोऱ्यातली गावं त्याच्या पायाबशी येत्यात. या पुन्याच्या मंडळीचीबी किती भक्ती या ज्योतिरूपेश्वराव! शपथा घेन्याकरताबी त्याच्याच पायाशी आले. ऊर भरून आला माझा. मंग गेलो परत गाभाऱ्यात. ठेवलं त्याच्या पायाव डोकं. म्हनालो,

''आज तुझ्या पायाशी समदं खोरं आलंय. मोठ्या श्रद्धेनी आमी तुझा अंगारा लावलाय. शपथा घेतल्यात. आमी तुझ्या शपथेला जागू. आमी आमची मायभूमी इकनार नाय. तिचं पैसंबी घेनार नाय. पुन्याच्या मंडळींनी सांगितल्यापरमाने सत्याग्रहाचं पालन करताना तुला कव्हा इसरनार नाय. जीव देऊ पन जमीन देनार

नाय. तुझ्या नावाला बट्टा लागन असं आमच्या हातून कव्हा काय व्हनार नाय.''

आन् मंग मी परत त्याचा अंगारा कपाळाला लावला आन् बाहेर आलो.

मंग गावात सताठ दिस सत्याग्रहाच्या शपथेचाच इषय. ज्याच्या त्याच्या तोंडी ज्योतिरूपेश्वर आन् सत्याग्रहाची शपथ. मारत्यानी तर त्याच्याव एक गानंबी रचलं व्हतं. समद्या गावात म्हनत हिंडायचा.

सत्याग्रह करनार की मातेला इकनार?
शपथेला जागनार की पैशाला भाळनार?

अस्ती अस्ती मारत्याच्या त्वांडातलं हे गानं गावात ज्याच्या त्याच्या त्वांडात घोळू लागलं.

नवल म्हंजी येक दिस शंकऱ्याबी माझ्याकं तेच गानं गुनगुनत आला. म्हनाला,

''म्हादू, व्हनार व्हनार म्हनत व्हते. पन आता खरा सत्याग्रह व्हनार. समद्यांनी ज्योतिरूपेश्वराच्या शपथा घेतल्यात. ती शपथ मोडायची कुनाची टाप हाये का?''

''आरे सत्याग्रह व्हनार, पन त्याला येळ लावून काय उपेग, निसत्या शपथा घिऊन धरनाचं काम तर थांबत नाय. सत्याग्रह करून काम थांबन तव्हाच खरं.''

''तेबी खरं हाये. पन ह्या पुन्याच्या मंडळींनी काय तरी ठरवलं असनच की.''

''त्यांच्याच भरवशाव हाये आपून आता. हा उनाळा जाऊन दिला तर पायाचं समदं काम व्हईन. म्हनत्यात कंपनीनी आजून लय मजूर आनलेत. पायाचं काम जोरात चाललंय. तिकडं सुरुंग फुटला की माझी छाती पार फाटून जातीये हितं. ही मंडळी सत्याग्रहाला येवढा येळ का लावत्यात ते काय कळाना. पावसाळ्यापरेन सत्याग्रह नाय झाला तर काय खरं नाय. आन् शपथा घेतल्यापून कुनी फिरकलंबी नाय हिकडं.''

''आपूनच जाऊ आवळसला केवलशेटकं, साठे गुरुजीबी भेटतीन आपल्याला तिकडंच.''

पन आमचं हे बोलनं चालू असतानाच किस्ना आला. आन् आल्याआल्याच म्हनाला,

''काय उपेग नाय केवलशेटकं जाऊन. कलेक्टर येऊन गेल्यापासून तेबी सरकारी मानसांच्या मागं फिरायला लागलेत. काय कळत नाय आपल्याला. समदा आंधळा कारभार.''

''आन् साठे गुरुजी?''

''ते फिरत्यात भुस्कुटेबाबांसंग गावोगावी. आपल्याकंबी येतीन उंद्यापरवा. आता तेच काय करतीन ते करतीन. पन केवलशेट लय आतल्या गाठीचा. काय

करीन ते सांगता येत नाय.''

किस्नानी हे आनखी येगळं सांगितलं. आजूनच जिवाला घोर लागला. येक निस्तारायला जावावं तर दुसरं पुढ्यात उभं ऱ्हातंय. बरं, परत साठे गुरुजी गावांमधून कशाला हिंडत्यात त्याचाबी खुलासा व्हईना. निसता इचार करन्यातच दिस जायला लागलेत. आता साठे गुरुजी कव्हा गावात येईन, तव्हाच खरा उलगडा व्हईन, म्हनून मंग बसलो त्यांचीच वाट बघत.

तेबी आले दोन दिसांनी. बरं आले तेबी रातीचंच. बरुबर भुस्कुटेबाबाबी व्हते, थंडीनी कुडकुडत. त्या दिशी शंकऱ्या, किस्ना असे आमी गडी शेकोटी करून बसलो व्हतो अंगनात. आल्या आल्या शेकोटीम्होरंच बसले. मलाच वंगाळ वाटलं. राती अपराती आलेत. जेवले बिवलेत की नाय म्हनून म्हनलं,

''पह्यल्यांदा दोन दोन घास खाऊन घ्या.''

तर म्हनाले,

''आमी आता शिरवलीत खाऊन आलोय दगडू फाटकाच्या हितं. आजच्या आज निरोप द्यायचा म्हनून रात करून आलो.''

आमी येकमेकांच्या त्वांडाकं पाह्यलं. म्हनालो,

''कसला निरोप?''

तशी साठे गुरुजींनी थैलीतून कागदं बाहेर काढली. आन् म्हनाले,

''पुन्याची मंडळी आपल्यासंग सत्याग्रह करायला येनार हायेत. पन त्यांची येक अट हाये, की आपून बळजबरीनी सत्याग्रह करत नसून आमी आमच्या मनानीच आमच्या जमिनी वाचवन्याकरता हा सत्याग्रह करत हाये, म्हनून या पत्राव अंगठे करून द्यायचे आन् सत्याग्रहाची पट्टी म्हनून भात द्यायचं.''

''पन आमी ज्योतिरूपेश्वराम्होरं शपथा घेतल्यातच की. मंग आजून परत हे अंगठे कशाला?''

मी म्हनालो.

''ते पुन्याच्या मानसांना पायजे. देवाला तुमचा इस्वास हाये. तसाच या मानसांनाबी द्यायचाय. अंगठे द्या आन् किती भात देनार तेबी सांगा.''

''भात किती द्यायचं?''

''आपल्याला पाचशे खंडी भात गोळा करायचंय. तुमाला जेवढं जमन तेवढं तुमी द्या. पन आताच किती देनार ते सांगा. सत्याग्रहाची तारीख ठरवायला आपल्याला पुन्याला जायचंय दोन वारानी.''

मंग त्यांनी आमाला ते शपथपत्र वाचून दावलं. त्यात लिव्हलं व्हतं,

'आमी आमची जमीन वाचवन्याकरता शेवटपरेन सत्याग्रह करू. जीव देऊ,

पन जमीन देनार नाय. जमिनीचा पैसा घेनार नाय, की बदली जमीन घेनार नाय. सत्याग्रह करू तो आमच्या जमिनी वाचवन्याकरता. त्याकरता गांधीबाबानी दावलेल्या सत्याग्रहाचं जिथल्या तिथं पालन करू. त्याला बट्टा लागून देनार नाय. सत्याग्रहापून मागं सरनार नाय, आन् शपथंला इसरनार नाय.'

आजूनबी बरंच कायबाय लिव्हलं व्हतं त्यात. ते समदं वाचून दावलं आमाला त्यांनी.

मंग शेकोटीच्या उजेडातच आमी त्याच्याव अंगठं केलं. आन् चार चार मन भात द्यायचं कबूल केलं.

त्या दिशी लय येळ साठे गुरुजी आन् भुस्कुटेबाबा शेकत बसले. आमालाबी नवल वाटलं. तव्हा सावकारांचा इषय निघाला म्हनून किस्ना लगीच बोलून गेला. म्हनाला,

"केवलशेटकं सरकारी मानसांचं येनं-जानं वाढलंय. त्यांनी शपथ घेतलीय, पन शपथंला जागनारा मानूस नाय तो."

ते ऐकून भुस्कुटेबाबा म्हनाले,

"केवलशेटच नाय, खोऱ्यातले समदेच सावकार येकाच माळंचं मनी हायेत. पन तुमी काळजी करू नका. आपून सत्याच्या मार्गानी चाललोय. सत्याग्रह करतोय. सत्याग्रह करून टाटा कंपनीचा काटा काढल्याव सावकारांचा काटा काढून टाकायला किती येळ लागतोय."

तेबी खरं व्हतं. येवढा मोठा टाटा वाकल्याव सावकारांना वाकवायला काय जड नव्हतं. त्यांच्याबी पापाचा घडा भरत आला असन आता. आमच्या लय पिढ्यांचं रगात पिलंय त्यांनी.

पन ते समदं घडनार व्हतं ते आमी सत्याग्रह करून जिकल्याव. आन् सत्याग्रहाला सुरुवात तर काय व्हत नव्हती. म्हनून मी मनातली तळमळ लगीच भुस्कुटेबाबांना बोलून दावली, म्हनालो,

"तुमच्या समद्या अटी आमाला मान्य हायेत. पन सत्याग्रह तेवढा लवकर सुरू करा, टाटाचे मजूर हजारोनी धरनाव आलेत. पायाचं कामबी जोरात चाललंय. तिथल्या सुरुंगाच्या आवाजानी आमची छाती फाटायला लागलीये."

तव्हा भुस्कुटेबाबा जागचे उठले. म्हनाले,

"त्याकरता आमी रातीचा दिस करून हिंडतोय. पुन्याच्या मंडळीची अटबी आता आपून पुरी केली हाये. आता म्होरल्या दोन वारानी सत्याग्रहाचीच तारीख ठरवायला पुन्याला जायचंय. सभा ऐकायला येता, तशी तारीख ठरवायलाबी समदे या."

आमीबी जागचे उठलो.

मंग त्यांच्याबरं तसल्या रातीला गावात घरोघरी हिंडून आमी गावकऱ्यांचं अंगठं घेतलं. आन् किती मन भात घालनार तेबी घरटी कबूल करून घेतलं. पार मधरात उलटल्याव ते शिरवलीच्या वाटंला लागले. पन येवढ्या रातीचं दोघंच जानार म्हनून मंग शंकऱ्या, किस्ना आन् मी असे आमी गडी त्यांना शिरवलीच्या येशीपरेन सोडवून आलो.

❖

४

निरोप मिळाल्या मिळाल्याच आमी पुन्याला जायची तयारी सुरू केली. नायतरी सत्याग्रह करायला आमी लय उतावळे झालो व्हतो. कव्हा येकदा सत्याग्रह करतोय आन् धरनाच्या पायाचं काम बंद पाडतोय असं झालं व्हतं. ज्योतिरूपेश्वराची शपथ घेतल्याव तर आजूनच बळ आलं व्हतं. चांगले धाईस गडी निघाले आमच्या गावातून.

त्या दिशी पहाटं पहाटंच निघालो आमी. कोंबडाबी आरायची वाट पाह्यली नाय. गावातले गडी सत्याग्रहाचा दिस ठरवायला पुन्याला जानार म्हनून पहाटंच समदं गाव बायकापोरांनीशी जागं झाल्यालं. आमचंबी घर पहाटंच उठल्यालं. शाली, माली त सारख्या माझ्या मागंमागं.

"आमीबी येनार, आमीबी येनार." करत अंगनातली बैलगाडी जुपन्याआधीच तिच्यात जाऊन बसल्या.

मारत्यानी तर या पुन्याला जायच्या गोष्टीवबी गानं रचल्यालं.

चला चला रे आज जाऊ पुन्यनगरीचं दर्शन घेऊ
मुळशीच्या या मर्द मावळ्यांची करुन कहानी कानी घालू

असं म्हनत गावभर हिंडत व्हता. त्याच्या मागं धा-बारा बारकी पोरंबी वरडत हिंडत व्हती. त्या दिशी माघी शिवरातीचा जागर असल्यावानीच वाटत व्हतं.

हिनी पहाटं पहाटं उठून धा-बारा तांदळाच्या भाकरी केल्या. त्यावर चांगल्या दोन मुठी तिळाची भुगी आन् दोन-तीन कांदे टाकून फडक्यात बांधून दिल्या. म्हनाली,

"घ्या, भाकरी घ्या आन् ती कापडंबी बदला. आता काय औताव नाय चालले, पुन्याला चाललात चार लोकांमधी."

"आता राहू दे. येवढ्या अंधाराची कुठं पेट्या उचकाटती."

पन तिला जोर. मलाच चिमनी हातात धरायला लावली. आन् तळाची पेटी काढली. त्यात चांगलं घडी घालून ठेवलेलं लग्नातलं काठाचं धोतार, पैरन आन् पटका काढला. तिथंच चिमनीच्या उजेडात झटकला. उली घड्या पडल्या व्हत्या. पन नया कपड्याचा वास काय गेला नव्हता आजून. जाईन तरी कसा, लगीन झाल्याझाल्याच त्याला या पेटीत कोंबून ठेवला व्हता. आज सताठ वर्षानीच बाहेर येतोय तो. आता ह्या टाटानी हा उद्योग मागं लावला नसता तर आताबी नसता आला बाहेर, शालीच्या नायतर मालीच्या लग्नापरेन राह्यला असता तसाच. रातुंद्या मातीत वावरनारी मानसं आमी. आमच्या अंगाव असला कपडा दिसायचा तो लगीन याव्हातच.

पन आज हिच्या हटापायी ती कापडं पेटीबाहेर आली. म्हनालो,

"नटून थटून जायला मी काय तिकडं मिरवायला नाय चाललो. सत्याग्रहाचा दिस ठरवायला चाललोय."

"राहू द्या. चार लोकांमधी कसं जावावं काय कळत नाय तुमाला. बघन तव्हा आपली अंगाव लाललाल झाल्याली कोपरी आन् धोतार."

असं म्हनून ही कोपरीच लागली काढायला. तशी तिच्या हाताला लागली कंबरंची आडकी. ती तिनी चांगली हिसकूनच घितली. म्हनाली,

"रातुंद्या कंबरंला आडकी-कोयता. आता पुन्यालाबी घिऊन जाताय का तिला!"

"काय करनार, कळायला लागल्यापून कंबरला हाय ती. ती नसन तर हात तुटल्यावानी होतो."

मंग नेसलं काठाचं धोतार, पैरन अडकवून पटका गुंडाळला डोक्याला. तव्हा ही उजेडात कवतुकानी बघत म्हनाली,

"आता कसं नवरदेवावानी दिसताय."

म्हनून मंग मीबी वळून पाह्यलं मागं, तर भितीव माझी सावली चांगली देखनी दिसत व्हती.

ती बघतच मी कंबरला भाकर बांधली.

अंगनात आलो. बैलं जुपली. खाली दोन पाचुंदं पेंढ्या टाकल्या. आन् त्याच्याव घोंगडी हातारली. म्हनलं बसायलाबी व्हईन आन् बैलांना वैरनबी व्हईन.

नई कापडं घातल्यानी अंगात रुबाब आल्यावानी वाटत व्हतं. मोठ्या ऐटीतच कासरा हातात धरून गाडीत बसलो. लाल्याच्या अंगाव चाबूक टाकून गाडी देवळाच्या अंगाला वळावली. म्हनलो सत्याग्रहाचा दिस ठरवायला चाललोय, ज्योतिरूपेश्वराला सांगून जावावं. आन् आज ठेवनीतली कापडंबी अंगाव व्हती.

तीबी दावावं त्याला, म्हनून आलो देवळाम्होरं. तर माझ्या आधी शंकऱ्याच्या आन् लह्याच्या गाड्या. मंग अस्ती अस्ती आनखी दोन गाड्या आल्या. काही पायानीच आले व्हते. समदेच नटल्याले. मनात म्हनलं बायको शानी आपली. नायतर आज चांगलीच सोभा झाली असती.

गाभाऱ्यात समदे मिळूनच गेलो आमी. मी तर ज्योतिरूपेश्वराम्होरं डोकंच टेकलं.

"बाबा, पुन्याच्या मानसांनी सत्याग्रहाचा दिस ठरवायला बोलावलंय. तो दिस लवकरच ठरून आमच्या सत्याग्रहाला याश येऊ दे. तुझ्या शपथेला आमी जागू. शेवटपरेन सत्याग्रह करू. आमचा जीव देऊ पन अत्याचार करनाऱ्याव हात उचलनार नाय आन् आमची जमीनबी देनार नाय. तू आमच्या पाठीशी हायेस. पुनेकरांना दिलेल्या शब्दाला जागायचं आमाला बळ दे. शिवाजीच्या मावळ्यांचे वंशज आमी. आजपरेन कीर्ती हाये. पुढंबी त्याच्या हातून काय वंगाळ व्हऊ देऊ नको. हा मुलूख संभाळता संभाळताच आमचे पूर्वज मेले. आज परत या मुलखाव घाला आलाय. आता त्याला वाचवन्याची पाळी आमची हाये. आमाला शक्ती दे."

असं ज्योतिरूपेश्वराम्होरं मन मोकळं केलं आन् देवाचा गजर करून बाहेर आलो. आता कोंबडं आरायला लागलं व्हतं. देवळाम्होरल्या माळाव गाव गोळा झाला व्हता. किती काळजी व्हती गावाला! त्याबिगार गाव बायकापोरांनिशी आमाला घालवायला आला का? त्यांच्याकं बघतच आमी गाड्यांमधी बसलो आन् पुन्याच्या वाटंला लागलो. तव्हा गाव पार येशीपरेन आलं.

थंडीचा कडाका चांगलाच व्हता. कुनी कुनाशी काय बोलत नव्हतं. समद्यांनी अंगाला घोंगड्या गुंडाळलेल्या, माल्याबशी आल्याव शिरवली, आवळस, वाघवाडी, भोरकसच्या गाड्याबी भेटल्या आमाला. काही गावचे गडी पायपाय चालले व्हते. भोरकसचा येक म्हातारा लय येळ आमच्या गाडीच्या बरुबरीनीच चालला व्हता. थंडीत कुडकुडत चाललेल्या त्या म्हाताऱ्याला पायपाय चालताना बघावलं नाय. म्हनून त्याला आमी आमच्या गाडीत घेतला. कसातरी म्हातारा दाटीवाटीत बसला. पन म्होरं आजूनबी बरेच गडी पायपाय चालले व्हते. आता पुन्यापरेन त्यांचे पायच त्यांची गाडी. आपलं घरदार, जमीनजुमला वाचवन्याकरता हा समदा वनवास.

भोरकसचा तो म्हातारा लय बोलका. शेऱ्यात आल्याव रावड्याच्या डोंगराकं बघत म्हनाला,

" रावड्याच्या डोंगराव ऊन आलं. दिस उगवला."

आमी रावड्याच्या डोंगराकं पाह्यलं. डोंगराचा माथा चांगला पिवळा पडला व्हता. अस्ती अस्ती ऊन खाली सरकत व्हतं. म्हातारा त्याच्याकं बघतच म्हनाला,

“गड्यांनो, बैठकीच्या येळंपरेन पोचलं पायजे पुन्यात. नायतर वरडायची पुन्याची मानसं.”

“पोचू. आता इसावा नाय घ्यायचा कुठं.”

मी म्हनालो.

“नाय तर व्हयाचा खेळखंडुबा. हे सावकार गेलेत समदे कालच. आपून नाय म्हनल्याव घ्यायचे डाव साधून.”

“कसला डाव?”

“कसला डाव? त्वांडाला पानी सुटलंय सावकारांच्या.

कलेक्टरानी हाडूक दावलंय त्यांना. पैका दिसायला लागलाय आता त्यांना.”

“पन त्यांनीबी शपथा घेतल्यात की, पैसे घ्यायचे नाय म्हनून.”

“शपथा काय, देवबी उचलून घितीन ते. या पैशावाल्यांचं टकुरं लय यागळं असतं. त्यांना पैशाम्होरं देव सारखाच आन् दानवबी सारखाच. गरिबांच्या माना पिळायच्या आन् आपली झोळी भरून घ्यायची. त्याबिगार का टाटा धरान बांधतोय. धरान कसलं बांधतोय, आपलं सरानच रचतोय तो. काय कमी हाये त्याला? पन येती का त्याला दया आपली आन् आपल्या पोराबाळांची? गरिबालाच गरिबाची कनव यायची बाबा. हे सावकारबी टाटाच्या पंगतीतले.”

“तसं नाय व्हयाचं. सावकार तसं नाय करायचे. आता कागदाव सह्या दिल्यात, अंगठे दिलेत त्यांनी.”

“पन भात कुठं दिलंय! आमच्या बरुबरीनी व्हते तर द्यायचं व्हतं भात. तिथं का हात आखडला? त्यांच्या कोठारात पडल्याली पोती आमच्याच शेतातली आन् आमच्याच घामाची हायेत ना? मंग? समदा कावा हाये हा सावकारांचा. सत्याग्रह नकोय त्यांना. पैसा पायजे, पैसा.”

“सत्याग्रह नकोय?”

“व्हय. म्हनत्यात पाऊसकाळ झाल्याव सत्याग्रह करू. तवर धरनाचं काम निम्म व्हईन आपल्या उराव. मंग पैसा घ्यायला मोकळे हे. त्यांचं काय, समदे सावकार उपरे. त्यांचं जमिनीशी नातं अवघं पीक घेन्यापुरतं. आता पीक नायतर पैसा मिळन. आपल्यागत जमिनीत जीव आडकलाय का त्यांचा? आपल्या जमिनीवला पैसा घेतीन आन् जातीन निघून. मधल्या मधी मरू आपून. पैसाबी नाय आन् जमिनीबी नाय.”

“पुन्याची मंडळी तसं व्हऊन नाय द्यायची. म्हनून तर त्यांनी आधी आपल्याला इचारलं. निसतं इचारलं नाय तर शपथा घ्यायला लावल्या. कागदाव अंगठं घेतलं. मंगच सत्याग्रहाला तयार झाले. सावकार काय त्यांच्या म्होरले हायेत काय?”

“हां, आता त्यांनीच काय केलं तर केलं. नायतर हा टाटा आपल्याला बुडवल्याबिगार नाय राह्यचा. मंग आपलीबी पाळी हाये वळवनवाल्यांगत देशोधडीला लागायची. तिकडं नाय, गावंच्या गावं उठवली त्यानी. कायबी दिलं नाय त्यानी त्या लोकांना. भिका मागत हिंडत्यात आता शाराच्या वस्तीला. आपल्या मागं पुन्याची मानसं आली म्हनून पैसा तरी देतोय म्हनालाय. आन् दिला तरी किती? आपल्या आयुष्याचा घास काढून घेनार आन् आने दोन आने ठेवनार आपल्या हाताव. ते किती दिस पुरनार? आमची जमीन आमच्या पिढ्यान् पिढ्या पोसत आलीये. ती जमीन हा आमच्याकून काढून घेनार. आन् तिच्याव ह्याच्या पिढ्या गब्बर व्हनार.”

“नाय जया जायचं त्याला.”

“त्याला नाय जायचं आन् ह्या सावकारांनाबी नाय जायचं. त्यांना सत्याग्रह लगीच नकोय. त्यांना फक्त सत्याग्रहाचं हत्यार उगरायचंय, टाटाकून पैसा घेन्याकरता. म्हनून तर म्हनत्यात पाऊसकाळ झाल्याव सत्याग्रह करू म्हनून.”

“पाऊसकाळ झाल्याव सत्याग्रह करायचा, मंग आपल्याला आताच कशाला बोलावलंय?”

“सत्याग्रहाचा दिस ठरवायला! खरं हाय ते, पुन्याची मानसं हायेत चांगली. आन् ज्योतिरूपेश्वर आपल्या पाठीशी हाये. शेवटी सत्याचंच खरं व्हतं. पन देवबी परीक्षा बघत असतो. आपली परीक्षाच हाये आता. आपल्या निम्म्या जमिनी सावकाराकं घानवट. त्यानी पैसा घेतला म्हंजी आपूनच घेतल्यावानी हाये. आता ज्योतिरूपेश्वर त्यांना कसली बुद्ध्या देतोय ते तोच जाने.”

हा भोरकसचा म्हतारा दिसायला येडागबाळा. दात पडल्याले. खांद्यावर पैरन फाटल्याली. जोडाचं धोतार दोन चार जागी शिवल्यालं. पायात व्हान नव्हतीच त्याच्या. डोक्याचा पटकाबी अळ्यावानी वळल्याला. म्हातारा दिसायला असा, पन त्याला समदं माहीत. म्हनून इचारलं,

“सावकारांनी भात दिलं नाय हे कुनी सांगितलं?”

“सांगायला कशाला पायजे? आपल्या डोळ्यानी बघत व्हतो की समदं. समदी गावं हिंडतो साठे गुरुजींसंगं.”

ते ऐकून माझी मलाच लाज वाटली. येवढा म्हातारा मानूस, पन तोबी आपली जमीन वाचवन्याकरता समद्या खोऱ्यात अनवानी हिंडतोय. आन् आपून तरने निसतंच झुरत बसतोय. तव्हा मनात इचार आला. आजूनबी येळ नाय गेल्याली, सत्याग्रहात हेच तरुनपन आपल्या कामास येईन.

म्हाताऱ्याशी बोलन्याच्या नादात पौड कव्हा आलं ते कळलंच नाय. समद्यांनी

गोळ्यामेळ्यांनी जायचं म्हनून म्होरं आल्याली समदी मानसं पौडात थांबली व्हती. म्हनून मंग आमीबी थांबवली गाडी.

आता दिस चांगला इठ्ठलवाडीच्या डोंगराव आला व्हता. आमी तिथंच उन्हाला उभं राह्यलो. पौडाची सडाक बैलगाड्यांनी आन् मानसांनी भरून गेली व्हती. पौडाची लोकंबी सडकव येऊन आमच्याकं नवलाईनी बघत व्हती. तव्हा आमालाबी आतून बरं वाटत व्हतं.

बराच येळानी मंग आमी गोळ्यामेळ्यानी पुन्याच्या वाटंला लागलो. काही बैलगाड्यांमधून तर काही पायपाय. खिंडीत आल्याव उली इसाव्याला थांबलो. बैलांम्होरं दोन पेंढ्या टाकल्या आन् आमीबी झाडाखाली बसून भाकर खाल्ली. ऊन चांगल तापलं व्हतं. पन कटाळा करून भागनार नव्हतं. म्हनून मंग लागलो परत वाटंला. खिंडीतल्या चढाव बैलं उली कुरकुरायला लागली. पन आमी खाली उतरून गाड्या मोकळ्या केल्याव लागले पाय उचलायला. मंग येकदा खिंड वलांडल्याव जी टकळी सुरू झाली ती लकडी पूल येईपरेन चालू व्हती.

लकडी पुलाव आलो त पुन्याची मानसं आमची वाट बघत थांबल्याली. लय आपुलकीनी इचारपूस केली आमची. भुस्कुटेबाबाबी व्हते त्यात. त्यांनीच मंग आमाला इठ्ठलाच्या देवळात न्हेलं. इठ्ठलाच्या पाया पडून तिथंच आमी समद्यांनी जरा येळ इसावा घेतला.

सांज झाल्याव शिरवलीच्या बुवासंग हरिपाठ घेतला. तो कुठं संपतोय नाय तेच साठे गुरुजी आले निरोप घिऊन. म्हनाले,

''पुन्याच्या मानसांनी आजची बैठक उंद्याव ढकालली, तव्हा आज आपल्याला समद्यांना हितंच रात काढायला लागनार.''

''काय घोळ नाय ना झाला?''

मी इचारलं.

''नाय, पन आजची बैठक उंद्या व्हईन, असा निरोप द्यायला सांगितलाय. लहान तोंडी मोठा घास नको म्हनून मी त्याचं कारन नाय इचारलं. आता येवढ्या लांब आलोयंच तर येका रातीनी काय व्हतंय. न्हावा म्हनले तर राहू.''

''तसं नव्हं. येक काय दोन राती राहू. पन सत्याग्रह करायच्या इचारात त काय बदल झाला नाय ना, म्हनून इचारलं. आमाला काय धाड भरलीये राह्याला. आता ते आमच्याकरता येवढं करत्यात आन् आमाला येक रात निघाना व्हय. आन् इठ्ठलाच्या जवळच तर राह्यचंय. राहू की.''

''जेवनाचीबी सोय केलीय पुन्याच्या मानसांनी आपली.''

“त्यांना कशाला तरास. आमी आनल्यात भाकरी बांधून.”

“आता इठ्ठलाचा परसाद म्हनून घ्या त्यांचं जेवान.”

मंग आळान भाकरीव ताव मारून मारली बैठक परत इठ्ठलाच्या देवळात. सारी रात काढायची व्हती. बसलो तसंच येकमेकांच्या उबीला. तव्हा देवळाशेजारच्या काही आयाबायांनी पांघरुनंबी दिली आनून आमाला. म्हनाले,

“वारकऱ्यांना गारठ्यात ठिवून आमी उबीला कसं झोपावं? आमीबी तुमच्यावानीच हाये. आपून समदे येकाच वाटंचे वारकरी, तुमी तिकडं डोंगररानात ऱ्हाता आन् आमी शारात, येवढाच फरक. पन तुमी असे अधीमधीच कसं निघाले वारीला?”

येका माऊलीनी मला इचारलं. तव्हा म्हनालो,

“ही येगळीच वारी लागलीये आमच्या मागं. पुनेकर मंडळीच्या पायाशी आलोय.”

“का? काय झालंय?”

“जीव वाचवायला सत्याग्रहाचा मार्ग दावलाय त्यांनी. त्यांचा हुकूम पाळायला नको?”

“जीव वाचवायला येवढ्या लांब? असं क्वान उठलंय येवढ्या मानसांचा जीव घ्यायला?”

“आता येकायेकी येवढ्या मानसांचा जीव क्वान घेनार?”

“क्वान म्हंजी? काय धरनीकंप व्हनार की जगबुडी व्हनार?”

“आता जगबुडीच म्हनायला पायजे त काय. आमचं गाव म्हंजी आमचं जगच की! तेच बुडवायला निघालाय एक तालेवार.”

“क्वान हाये एवढ्या उलट्या काळजाचा?”

“टाटा. कुनी पैशावाला मानूस हाये. धरान बांधतोय आमच्या रानात. आमचं समदं बुडनार त्यात. शेतीवाडी, घरदार समदं समदं. आता तुमीच सांगा. असा आमच्या त्वांडचा घास हिसकून आमच्या पोटाव लाथ मारली त कुठं जायाचं आमी गरिबानी? शेतीवाडीबिगार दोन-चार आने घिऊन शाराच्या वस्तीला येऊन काय करायचं आमी? आमाला क्वान थारा देनार हाये हितं? असं येक दिस आलं तर तुमी पाहुनचार करान. पन रोजचं मढं त्याला क्वान रडं. वळचनीला तरी उभं राहून द्याल का तुमी? आमी न इचारता कुनाच्या बांधावबी पाऊल ठेवत नाय. पन हा बाबा कुनीकून कुठं आला आन् आमालाच आमच्या घरातून हाकलून द्यायला लागलाय.”

“असं कसं व्हईन. सरकारात कळवा तुमी.”

“कळवलं, पन काय उपेग नाय. हे इंग्रज सरकार. पैशाकरता देश गिळला आपला. आता त्याच्याच चालीनी चालतोय हा टाटा. त्यालाबी राज्य करायचंय

आपल्याव. म्हनून मंग पैशाच्या जोराव सरकारलाबी बांधलंय त्यानी आपल्या दावनीला. काय नाय, मरान दिसतंय पुढ्यात. आता ही पुन्याची मानसं काय करतीन ते करतीन.''

बराच येळ ती माऊली माझ्याशी बोलत बसली. मंग तिथले भजनकरी आल्याव ती बाहेर अंगनात जाऊन बसली. तिथल्या भजनकऱ्यांनाबी आमच्याइखी लय आप्रुप. त्यातले काही वळखीचेबी व्हते. पंढरीच्या वाटंव वळख झाल्याली. मंग काय, भजनाच्या आधी लय इचारपूस झाली आमची. म्हनलं हा पंढरीचा पांडुरंग कोनत्या रूपात कव्हा धावून येईन त्याचा नेम नाय. जनीचं दळान दळलं. चोख्याची गुरं राखली, लय त लय पुंडलिकालाबी भेटायला गेला. आन् आज बघा ना, या भजनकरी वारकऱ्यांच्या रूपानी आमच्या मदतीलाबी धावून आला. त्यांच्या इचारपुशीनी किती बरं वाटलं! जो तो आपल्या वळखीच्या मानसाबशी बसून इचारपूस करत व्हता.

माझ्याबशीबी येक जन बसला. दर साली आमच्याच मागं त्यांची दिंडी असती. कव्हाबव्हा भजनाच्या नादापायी घुसायचा आमच्याच दिंडीत. समदी वाट आम्हा वारकऱ्यांचीच. मागं गेला काय आन् म्होरं आला काय. वारकरीच तो. आताबी बघा ना, आपल्या मानसांसंगं आला आन् माझं पाय धरून माझ्याबशीच बसत म्हनाला,

''पेपरातून वाचतोय तुमच्यावलं संकाट आमी. मागल्या येकादशीला आळंदीत भेटले व्हते मुळशीतले वारकरी. ते सांगत व्हते समदं.''

''म्हंजी मुळशीबाहेरबी माह्यती झालाय आमच्यावला अन्याय?''

''तर, पेपरातून समद्या महाराष्ट्राला कळालंय. समदे तुमच्या मागं हाये.''

''तुमी मागं हाये म्हनून तर आलोय हितवर.''

''पन पेपरात आजूनबी कायबाय कायबाय छापून येतंय. परवा आलं व्हतं छापून, जमिनीच्या बदल्यात पैसा मिळनार हाये म्हनून.''

''आता सत्याग्रह करायचा म्हनायला लागल्यापून म्हनतंय सरकार. पन सरकार हाये गोऱ्यांचं. त्यांचा काय भरवसा. उपरं ते. परत धरान बांधतोय टाटा. तो सरकारला हाताशी धरून दोन-चार आने देनार. ते दोन-चार आने घिऊन आमी आमच्या जमिनीव आन् घरादारावर पानी सोडायचं का?''

''बळजबरीनी झालंच धरान तर पैसातरी घ्यावावं का नाय?''

''नाय. आईला इकन्याचं पाप कसं करू आमी? त्या जमिनीव पिढ्यान् पिढ्यांची वहिवाट आमची. तिचा पैका घिऊन आमच्या पूर्वजांना त्वांड कसं दावू आमी. आन् आता तर शपथा घेतल्यात आमी ज्योतिरूपेश्वराम्होरं. जीव देऊ पन जमीन देनार नाय.''

“आता हा तुमचा तुटनारा जीव त्या टाटाला कव्हा कळायचा?”

“त्याला कसला कळतोय? त्याला म्हनाव आमचा जीव जानऱ्याकरता आन् आमी इरोध का करतो ते कळन्याकरता एखाद्या गरीब शेतकऱ्याच्या पोटी जनम घे, म्हंजी कळतीन त्याला आमच्या कळा.”

आमचं असं बोलनं चाललं व्हतं तव्हर काही भजनकऱ्यांनी अलंकापुरी पुन्यभूमी पवित्र सुरूबी केलं. मंग आमी थांबलो. मनात म्हनलो, ह्या जनम मरनातल्या फेऱ्यातल्या यातना हायेत. जन्माला यायचं म्हंजी त्या भोगल्याच पायजेत. त्या पांडुरंगाचे आन् माऊलीचे उपकार, त्यांच्या नामस्मरनानी थोडा इसर तरी पडतो या यातनांचा. हा भक्तिमार्ग नसता तर या यातनांच्या आगीत जळायचंच काम व्हतं निसतं.

मनात येवढ्या यातना भरलेल्या. पन त्या भजनात समद्यांचा इसर पडला.

त्या दिशी मारत्याचा आवाजबी असा लागला व्हता, की पुन्याचे समदे भजनकरी चाट पडले. मऊ मेनाहून आमी इस्नूदास.... आन् म्होरं काय बरं? हां. भले तरी देऊ गांडीची लंगोटी, नाठाळाच्या काठी हानू माथा. हा तुकोबारायांचा अभंग ऐकावा तो मारत्याच्याच तोंडून. तीन येळंला घेतला हा अभंग. पन चाल म्हनून उचलता येईना कुनाला. म्हनलं शाब्बास पठ्ठ्या, मुळशीचं नाव काढलंस आज. पार पहाटंपरेन भजन रंगलं व्हतं. मंग पुन्याच्याच भजनकऱ्यांनी समारोपाचा अभंग घेतला. आता पहाट झालीच हाये म्हनून मंग पांडुरंगाची आरतीबी घेतली आन् संपावलं भजन. मंग पडलो तिथंच येकमेकांच्या उबीला, येकमेकांच्या अंगावली पांघरूनं वढत.

दुसऱ्या दिशी सांजच्याला गडाद पडायच्या येळंला आमी बैठकीला निघालो. साठे गुरुजी म्होरं म्होरं आन् आमी मागं मागं. वारीला चालल्यावानीच समदं. बैठकीच्या जागी गेलो त झालं यागळंच. आमच्या गावावानी ही बैठक उघड्याव नव्हती. मंग चार भितीत किती लोकं मावनार? म्होरं व्हती ती बसली कशी तरी आत जाऊन दाटीवाटीत. पन आमी काही गडी राह्यलो मागंच. मंग बसलो तिथंच अंगनात. म्हनलो आत बसलो काय आन् बाहेर बसलो काय, दिस कळला म्हंजी झालं.

पन बराच येळ झाला तरी आतलं काय कळाना. शंकऱ्या म्हनाला,

“सत्याग्रहाचा दिस ठरवायला येवढा येळ लागतो?”

“लागत असन. मागला-म्होरला समदा इचार करूनच ठरवनार ते. ही मानसं त्यांचे कामधंदे सोडून सत्याग्रहाला येनार म्हनल्याव इचार करनारच.”

असा मी माझ्या मनानी केलेला इचार त्याला सांगितला. पन त्यानी त्याचं काय समाधान व्हत नव्हतं. म्हनाला,

"नाय गड्या, मला यागळंच वाटतंय. दिस ठरवायला येवढा येळ?"

शंकऱ्याच्या मनानी असं वंगाळ वैरलं आन् झालंबी तसंच. कसाबसा आत घुसलेला मारत्या घामानी न्हाऊनच बाहेर आला. म्हनाला,

"समदा घोळ झालाय."

"काय झालं?"

मी इचारलं.

"पुन्याची मानसं म्हनत्यात पाऊसकाळ झाल्याव सत्याग्रह करू."

"म्हंजी पाया भरून झाल्याव?"

"ते म्हनत्यात पाऊसकाळात असं कितीसं काम व्हनार हाये. जवळजवळ बंदच ऱ्हातं म्हनत्यात पाऊसकाळात काम."

"पन पावसाला आजून दोन-तीन मयने अवकास हाये. तवर तर काम चालूच ऱ्हानार ना. इरोध नाय म्हनल्याव आनखी मजूर मागवून टाटा पावसाळ्याच्या आत पाया भरून घेनार. मंग धरान वर चढायला कितीसा येळ लागतोय? असं आपल्या बाजूनी क्वान नाय बोललं का?"

" म्हनाले की, भुस्कुटेबाबा म्हनाले, पाऊसकाळ झाल्याव सत्याग्रह करायचा म्हंजी धरान बांधायला परवानगी दिल्यावानीच हाये. टाटा कंपनीला आजूनच जोर येईन मंग. पन त्यांचं क्वान ऐकतोय?"

"का? केवलशेट नाय बोलले काय?"

"नाय. तेबी म्हनत्यात पाऊसकाळ झाल्यावच सत्याग्रह करू म्हनून."

"आन् आपल्या केसरीतले तात्यासायेब?"

"त्यांचंबी तेच म्हननं."

"काय?"

"पाऊसकाळ झाल्याव सत्याग्रह करायचा."

मी शंकऱ्याकं पाह्यलं. त्वांड पार पडलं व्हतं. मी त्याला म्हनालो,

"आता काय करायचं?"

"आता मरायचं. ह्यांच्याव भरवसा ठेवला, आता तेच आपला गळा कापायला निघालेत. आपून आपल्या मनगटाव लढलो असतो तर तव्हाच एक घाव दोन तुकडे झाले असते. असं दुसऱ्याव इसंबून राहून काय उपेग नाय."

"पन आजून भुस्कुटेबाबा तर हाये ना आपल्या मागं."

"तो येकला मानूस काय करनार?"

"तो येकला कुठंय? आपून हाये की त्यांच्यामागं. आपल्यालाच म्होरं झालं पायजे आता."

असं आमी अंगनात बोलत व्हतो तेच तात्यासायेब तरातरा बाहेर आले, आन् आमच्या म्होरूनच निघून गेले. मागुमाग पुन्याची समदी मंडळी गेली निघून. समदा इस्कोट झाल्याला दिसत व्हता. रघुदा बाहेर आल्या आल्या आमी त्याला इचारलं. म्हनलो,

"काय झालं? त्यात्यासायेब असं उठून का गेले?"

तर तो म्हनाला,

"काय व्हनार? पुढारी भांडले तमाखल्यात. काही ठरलं नाय. आपून भुस्कुटेबाबांच्या मागं हाये म्हनून त्यांना राग आला. गेले ते उठून रागारागानी."

"मंग आता?"

"आता काय? मोडली बैठक. आता आपल्या गावाला जायचं आन् धरान झालं की त्यात मरायचं."

तेवढ्यात पुन्याच्या मानसांच्या मागं मागं गेल्याले केवलशेटबी आले आमच्या म्होरं. म्हनाले,

"चला. सत्याग्रहाचं नाय ठरलं. पाऊसकाळ झाल्याव करू त्याचा इचार."

म्हनून आमाला घाई करायला लागले. तव्हा आमालाबी काय सुचाना. आमीबी लागलो मंग जड पावलांनी इठ्ठलाच्या देवळाकं चालायला. कशाला आलो आन् काय झालं. वाटलं उगीच या लोकांच्या नादी लागलो. पन तेवढ्यात रघुदानी आवाज दिला.

"आरे, भुस्कुटेबाबा बोलावत्यात."

म्हनून मंग परत माघारी फिरलो. तेवढाच तर मानूस आमच्या इस्वासाचा. म्हनून मंग आलो परत त्या अंगनात. तव्हा भुस्कुटेबाबा तिथं बोलत व्हते. त्यांच्या शेजारी शंकरराव देवबी उभे व्हते. हा मानूसबी देवावानीच आमच्या मागं उभा राह्यल्याला. भुस्कुटेबाबा कव्हा त्यांच्याकं तर कव्हा आमच्याकं बघत म्हनत व्हते,

"आपून आज सत्याग्रहाचा दिस ठरवायला आलो. तो दिस ठरला. रामनवमी. रामनवमीच्या दिसापून आपून सत्याग्रहाला सुरुवात करायची. हा निरोप खोऱ्यातल्या समद्या मावळ्यांना सांगा आन् सत्याग्रहाची तयारी जोरात सुरू करा. आता आपली एकजूट जगाला दावायची येळ आली हाये."

आमाला नक्की काय चाललंय ते कळाना. पन मागून इचार केला की भुस्कुटेबाबा सांगत्यात म्हंजी तेच खरं असनार. तात्यासायेबांसकट समदी मानसं उठून गेली, पन यांनी आपल्या मनापरमाने दिस ठरवला. ही केवढी आनंदाची गोष्ट! पन पुन्याची मानसं रागानी निघून गेली व्हती, तव्हा आनंद मानावं की दुख मानावं तेच कळाना आमाला. मंग निसत्या माना हालवून आलो तसंच मुक्यानी देवळात.

काही उतावळ्या गड्यांना नाय ऱ्हावालं. त्यांना गावाला जाऊन रामनवमीचा निरोप कव्हा सांगतो असं झालं व्हतं. म्हनून मंग ते रातचेच गाड्या जुपून लागले गावाच्या वाटंला. आमच्या गावच्या गड्यांनी मात्र पहाटंपरेन भजन करून मंगच गाड्या जुपल्या. साऱ्या वाटंनी रामनवमीच्या आन् सत्याग्रहाच्या गप्पा मारतच राती गडाद पडायच्या येळला गावात पोचलो.

रामनवमीचा निरोप कळाला आन् परत ज्याच्या त्याच्या तोंडी सुरू झालं, सत्याग्रह, सत्याग्रह. मारत्याच्या त्वांडाला तर जरा खंडमंडाळ नाय. बघन तव्हा आपलं 'मुळशी सत्याग्रह करनार की, मातेला इकनार?' मंग त्यालाबी समद्या गावाची साथ मिळायची, 'मुळशी सत्याग्रह करनार' म्हनून. मंग काय, तोच गजर घुमत व्हता किती दिस. पुन्याहून आल्याव दोन दिसांनी तर त्यानी लय गंमत केली. सकाळी सकाळीच आला वासुदेव बनून. पह्यल्यांदा वळखूबी येईना. पन मागून आवाज वळखीचा वाटला. लय ठेक्याव म्हनत व्हता.

वासुदेव आला रे वासुदेव आला,
सत्याग्रहाला चला रे सत्याग्रहाला चला

मनात म्हनलं भोरकसच्या म्हाताऱ्यावानी मारत्याबी सत्याग्रहाकरता झटतोय. आपूनच निसतं सत्याग्रह व्हावाव सत्याग्रह व्हावाव म्हनत बांधाव उभं राहून औत हाकतोय. पन आता तसं करून नाय भागायचं. सत्याग्रहाचा दिस चार-पाच दिसाव आलाय. जरा खोऱ्यातल्या गावांमधून हिंडावं म्हनून शंकऱ्याला सांगून पाह्यलं. तव्हा शंकऱ्या तर तयार झालाच पन मारत्याबी येतो म्हनला आमच्या बरं. मंग आमचा चार-पाच गड्यांचा मेळा तयार झाला. मंग आमी सालतर, आंबवनं, मुळापूर, देवघर, वाघवाडी, वळनं अशा खोऱ्यातल्या बऱ्याच गावांमधून हिंडलो. मारत्याच्या मागं आमीबी चरान म्हनत गाव गोळा करू लागलो. आमच्यावानीच समदी गावं सत्याग्रहाच्या दिसाची वाट बघनारी. समद्यांनाच घरंदारं बुडन्याची काळजी.

सप्तमीच्या दिशी सकाळ सकाळीच शंकऱ्या, किस्ना, लह्या, अंक्या, मारत्या, मी असे आमी धा-बारा गडी मुळशीला निघालो. मी तर घरातून निघतानाच हिला सांगितलं. म्हनालो,

"सत्याग्रह करायला निघालोय. ज्योतिरूपेश्वराच्या शपथंपरमानी शेवटपरेन सत्याग्रह करनार हाये. एक तर जीव तरी देऊ नायतर जमीन तरी वाचवू. त्याबिगार हा सत्याग्रह थांबनार नाय आता."

हिनी त्वांड बारीक केलं. म्हनाली,

“ती बंदुकीवाली मानसं. आपला तापटपना त्यांच्याम्होरं नका दावू. कुनी कमी बापाचं म्हनलं तरी चालन.”

“आमी सत्याग्रह करनार हाये. सत्याग्रह. तिथं गावातल्यावानी कुऱ्हाडी काढून नाय भागत. तिथं येखाद्यानी बंदुकीची गोळी घातली तरी गप मरायचं असतं. आरे नाय म्हनायचं आन् कारे नाय म्हनायचं. गावातल्यावानी मारामारी नसती तिथं.”

“तसं नव्हं, पन मानूस म्हनलं की तोल जातो कव्हाबव्हा. दांडगाई करनाऱ्या त्या बंदूकवाल्यांम्होरं नरमाईनी वागा येवढंच सांगायचंय मला.”

“बरं बाई, बंदुकीची गोळी खाईन पन नरमाई नाय सोडनार.”

“गोळी कशाला खायाची? आपून त्यांच्या तोंडी नाय लागल्याव इनाकारन गोळी मारायला काय मोगलाई हाये का?”

“व्हय, त्यांना मोगलाईच वाटतीये. तसं नसतं तर आपल्या राबाच्या वझ्यांनी त्यांनी त्यांची हाडं शेकली नसती.”

“पन मी म्हनते तुमाला येवढ्या खोऱ्याला ती मूठभर लोकं आऱ्हाटत नाय?”

“तुला घरात बसून सुचतंय हे समदं. तिथं कानसुलाला बंदुकीची नळी लागली की समदं शानपन जातं कुठल्या कुठं पळून.”

“पन आता त्याच्यावला तोडगा म्हनून सत्याग्रह करताय ना! तो डोक्यात राग घालून करू नका म्हंजी झालं. आमा बायांना मुलांचा आन् चुलीचा याप नसता तर आमी आलो असतो तुमच्या खांद्याला खांदा देऊन.”

“तुमाला बाया मानसांना न्यायला आमा गड्यांना याड नाय लागलं. ती कुनीकुनीकून परमुलखातून आल्याली उलट्या काळजाची मानसं. गड्या मानसांची भीड बाळगत नाय तिथं बाया मानसांची काय तऱ्हा. तिथं तुमाला न्हेऊन आमाला आनखी यागळा घोर लागून राह्याचा.”

ती खुळ्यावानी माझ्याकं बघत राह्यली. तिचंबी बरुबर व्हतं. थोड्याशा भांडनावून गावात येकमेकाव कुऱ्हाडी काढनारे आमी गडी हा समदा जुलूम सहन कसं करनार व्हतो? आन् मी तर असा तापट. तिचा इस्वासच बसाना. पन तिला सांगून काय उपेग? आज आमच्या जमिनी वाचवन्याकरता हा नवा लढा देनार व्हतो आमी. जिवाला मारून देहाला जगवनार व्हतो.

मंग समदी बायकापोरं आमच्या मागं, परत ज्योतिरूपेश्वराच्या देवळात. देवाच्या पायाव डोकं ठेवून परत त्याची आळवनी केली.

“देवा ज्योतिरूपेश्वरा, शपथेला जागायची येळ आली हाये. आमच्या मागं उभा ऱ्हा.”

मंग, ज्योतिरूपेश्वर महाराज की जय,' असा गजर करून आमी सत्याग्रह करायला निघालो. तिथून परत समदी बायकापोरं येशीपरेन. शंकऱ्याची बायको तर त्याला लय कायबाय कायबाय समजून सांगत व्हती. मलाबी त्याची काळजी व्हती. शंकऱ्या कुठल्याबी गोष्टीचं येक घाव दोन तुकडे करनारा. कुनी हात उगारला तर त्याच्याव कुऱ्हाड घालनारा. पन आपल्या या रागाला मुरड घालून तो सत्याग्रहाला तयार झालाय. संगमाव लय अत्याचार व्हऊ नये म्हंजी झालं. नायतर त्याचा दाबलेला राग उसळून यायचा आन् सत्याग्रहाला बट्टा लागायचा. पन येक मन म्हनत व्हतं, नाय, त्याच्यात मारायची धमक हाये तशी मार खायचीबी हाये. आता आपली जमीन वाचवन्याकरता मार देता येत नसला तरी मार खायची तयारी ठेवल्यालीच असनार त्यानी.

सत्याग्रहाचा असा इचार करत करतच ऊन तापायच्या येळला आमी संगमाबशी पोचलो. तव्हा शेडानीची आन् वळन्याची मानसं नदीच्या पल्याडल्या काठाकं चालली व्हती. म्हनलं तिकडंच जमली असतीन समदी मानसं, म्हनून मंग गेलो त्यांच्या मागं.

नदी वलांडली. बघतो तर नदीच्या पल्याडल्या अंगाला माळाव मोठा मांडव घातल्याला. मांडवावं शेकाट्याला लावलेला भगवा झेंडा वाऱ्याव फडकत व्हता. तो बघून आमच्या अंगात काय जोर आला म्हनून सांगू!

पाय उचलून मांडवाबशी आलो. आत डोकवून पाह्यलं तर मांडव भरल्याला. त्यात खोऱ्यातली मानसं तर व्हतीच, पन पुन्याची मानसंबी बरीच व्हती. मंग त्या समद्यांकं नवलाईनी बघतच आमी तिथं येका बाजूला बसलो. क्वान क्वान कायबाय कायबाय बोलत व्हतं. आमी ते ध्यान देऊन ऐकत व्हतो. त्यात साठे गुरुजींची तर लय धावपळ चालली व्हती. म्हनत व्हते,

"तीन-चारशे खंडी भात जमलाय. जागजागच्या गावांतून साठवून ठेवलाय. गरज पडन तसं मांडवात आनू काढून."

"त्याची काय काळजी करू नका. सत्याग्रहात रिकाम्या पोटी ऱ्हायची सवं हाये आमाला. भात नाय गोळा झाला तरी चालन पन खोऱ्यातले समदे मावळे सत्याग्रहाला आले पायजेत. तरच आपला सत्याग्रह जोर धरीन आन् समद्या महाराष्ट्रात पोचन."

पुन्याचा येक गडी साठे गुरुजींशी बोलत व्हता. तसा मंग उठलो जाग्यावला. म्हनलो,

"आमी आलोय समदे. समदी गावं झाडून आल्यात. आमच्याकरता तुमी येवढ्या पुन्याहून आलात आन् आमाला हितल्या हित यावाना व्हय? जमिनी

वाचल्या तर आमी जगनार हाये सायेब, आमाला काळजी नाय व्हय.''

''तुमी फक्त हुकूम द्या सायेब, पायात जाऊन बसतो आन् टाका म्हनतो त्यांना माती. गाडलो तरी बाहेर येनार नाय.''

शंकऱ्याबी उठून बोलायला लागला. मंग किस्ना तरी कसला थांबतोय, तोबी म्हनला,

''सायेब, तुम्ही फक्त सांगा, छातीव पहार घेतो. म्हनतो पाया खनन्याआधी जीव घ्या माझा.''

तो पुन्याचा गडी आमच्याकं बघतच राह्यला. भरल्याला मांडव बघून जोरच आला व्हता तव्हा आमच्या अंगात. पन पुन्याचा मानूस तो. बोलायला ऐकायचा का आमाला. म्हनाला,

''पन हा जोर कायम ठेवायचा, धरनाचं समदं काम थांबंपरेन. नाय तर दोन दिस छातीव पहार घ्याल आन् मग कटाळून घरी बसाल. सत्याग्रहात असं चालत नाय. हा काय तुमचा गनिमी कावा नाय, येका रातीत जिकायला. सत्याग्रहात आपून अत्याचार सहन करायचा. जुलूम सहन करायचा. इतका की जुलूम करनाऱ्यालाच लाज वाटली पायजे आन् तो निघून गेला पायजे, कळलं? आन् जुलूम करनारा राक्षस असतो. त्याचं काळीज येवढ्या लवकर पाघळत नाय. पन आपून ते पाघळंपरेन तो सहन करायचा. हात उचलायचा नाय. त्वांडातून शी काढायची नाय. सत्याग्रहाचे नेम पाळायचे. सत्याग्रहात ते पाळले तरच त्याला खरा जोर येतो. नाय तर समदा फुसका बार.''

''आमी सत्याग्रहाच्या नेमानीच वागू सायेब, त्यात कुठं काय चूक व्हयाची नाय, तशी आमी शपथ घेतलीय ज्योतिरूपेश्वराम्होरं, आन् कागदाव अंगठंबी करून दिलेत. आमाला आमच्या जमिनी वाचवन्याकरता जळत्या निखाऱ्यावून जायला सांगितलं तरी आमी जाऊ. काय वाटन ते सांगा, आमी करू. पन तेवढा टाटाचा काटा काढा. त्या टाटाचा काटा आमच्या पोटात जाऊन आमचा जीव जायला लागलाय. लवकर सत्याग्रह करून आमचा जीव वाचवा.''

मी समदं बोलून घेतलं. तव्हा,

''झालं, उंद्याचाच दिस तेवढा मधी. मंग व्हईनच सुरू.''

असं म्हनून तो मांडवातच ताडपत्री बांधून बनवलेल्या कचेरीकं जायला लागला. तव्हा मनात बळंच कोंडून ठेवलेली शंका व्हटाव आली. म्हनालो,

''सायेब, आमी जुलूम सहन केल्याव धरनाचं काम थांबन ना?''

''देव जाने.''

तो थांबून, माझ्याकं बघत म्हनाला.

“देव आपल्याच बाजूने हाये सायेब, सत्याच्या. सत्याग्रह करून सत्याची बाजू जिकली पायजे. देव जानतो समदं. त्याच्या शपथाबी घेतल्यात आमी. त्यालाबी त्याची काळजी असनारच की. देवाला बुडवनारा कसा जगन सायेब, शेवटी आपूनच जिकनार.”

“तुमचा देवावर इस्वास हाये ना?”

“लय. तोच तर जगवतोय आमाला.”

“मंग नक्की जिकू आपून. धरनात बुडनाऱ्या आपल्या जमिनी वाचवन्याकरता तुमी सत्याग्रहाच्या मार्गानी लढताय. अख्ख्या हिंदुस्थानात असा सत्याग्रह पह्यल्यांदाच व्हतोय. त्यात आपून नक्की जिकू.”

ते ऐकून आमाला लय बरं वाटलं. मंग दिसभर त्या मांडवात आमी हिकडं तिकडं मिरवत व्हतो. येक दोनदा धरनाच्या पायाबशीबी जाऊन चक्कर मारून आलो. त्या मजुरांना आमच्या सत्याग्रहाचं काय सोईरसुतक नव्हतं. त्यांचं काम चांगलं जोरात चाललं व्हतं. त्यांच्याकं बघून शंकऱ्या दातव्हट खात म्हनाला,

“गांडमनीच्यांनो, करा आजून दोन दिस गमज्या. येकदा सत्याग्रह सुरू व्हऊ द्या. मंग बघतो तुमच्यात किती जोर हाये ते.”

अष्टमीच्या दिशी सकाळी सकाळीच गेलो आमी नदीव. आंघुळ्या केल्या आन् मांडवात येऊन बसलो. कालपरास आज सकाळपून आनखीनच गावोगावच्या गड्यांची रीघ लागायला लागली व्हती. आता तर मांडवात बसायलाबी जागा उरली नव्हती. काही गडी बाहेरच कवळ्या उन्हाव उभे व्हते. मागून आमीबी पुन्याच्या मंडळींना मांडवात बसायला जागा मिळाव म्हनून बाहेर येऊन थांबलो. आमचे डोळे खोऱ्यातल्या गावांच्या वाटंला लागले व्हते. जमिनीची आस त्या समद्यांना सत्याग्रहाच्या मांडवाकं खेचून आनत व्हती. मनात म्हनलं, हातात कुऱ्हाड घ्यायची काय गरज. येवढी गर्दी बघूनच टाटाची मानसं आमच्या खोऱ्यातून निघून जातीन. शंकऱ्याबी म्हनाला,

“म्हादू, सत्याग्रह करायची काय गरज नाय. आता येवढी मानसं बघून मजूर जात्यात पळून.”

“मलाबी तसंच वाटतंय गड्या. देवाच्या दयेनी व्हावावं तसं.”

“व्हईन व्हईन. कालपून अख्ख्या महाराष्ट्रातून मानसं येत्यात. पार सांगली, कोल्हापूर, सातारा, नागपूर समदीकून येत्यात.”

“आन् पुन्याममईची तर हायेतच. आपूनच जिकनार गड्या. लय चांगलं झालं. आपल्याला सत्याग्रहाचा मार्ग मिळाला.”

“सत्याग्रहाचा मार्ग तो. त्याच्या मागं लोकं उभी ऱ्हानारच.”

असं आमी बोलत व्हतो तेच सत्याग्रह करन्याकरता पुन्याहून आनखी काही गडी आले. आमी त्यांच्याकं नवलाईनी बघायला लागलो. म्हनलो तमाखले कामधंदे सोडून आमच्या जमिनी वाचवन्याकरता एवढ्या लांबून आलेत आमच्या रानात.

ते गडी मांडवाबशी येत्यात नाय तेच मांडवातली पाव्हनी मंडळी त्यांना म्होरं जाऊन रामराम घालायला लागली. समदे त्यातल्या येकाच्या मागं-म्होरं. मानूस तोळामासाच. अंगाव कापडंबी काही सायबावानी नव्हती. मला तर तो आमच्यावानीच वाटत व्हता. बघतबी व्हता आमच्याकं मोठ्या आपुलकीनी. मांडवात गेल्याव तो भुस्कुटेबाबांबरं कायबाय कायबाय बोलत बसला. अधून मधून आमच्याकंबी बघत व्हता. पन आमी लांब उभं व्हतो. कायबी ऐकायला येत नव्हतं. ऱ्हावालं नाय म्हनून मंग आमी साठे गुरुजींबशी गेलो. त्यांच्या कानाबशी जाऊन हाळूच म्हनालो,

“गुरुजी, क्वान हायेत हे?”

“हे पांडुरंग बापट. आपल्याकरता तमाखली चांगल्या पगाराची नोकरी सोडून आलेत. सत्याग्रह करायला. बघा समद्या महाराष्ट्रातून किती मोठमोठी मानसं येत्यात आपल्याला मदत करायला. आता आपलंबी काम हाये ते सांगतीन तसं वागायचं.”

“वागू की, सांगतीन तसं वागू. आता बापटांच्या रूपानी पंढरीचा पांडुरंगच आलाय आपल्याला मदत करायला म्हनल्याव कुनाची भीती.”

त्या देवासारख्या मानसाकं बघून पट्दिशी माझ्या तोंडून असं बोलून गेलं. तव्हा साठे गुरुजीबी म्हनाले,

“खरं हाये. ही समदी मानसं आपल्या मागं देवावानीच उभी राह्यल्यात.”

मांडवात असा आनंदी आनंद व्हता. मानसांचे लोंढेच्या लोंढे येत व्हते. उंद्याच्या दिसाची वाट बघत व्हते. पन ऊन उली तापल्याव आमच्या या आनंदाला गालबोट लावायला मांडवात पुलीस आले. चांगली मोठीच्या मोठी पुलीस पार्टी व्हती ती. भुस्कुटेबाबा बोलत व्हते त्यांच्याबरं कायबाय कायबाय. हिकडं आमच्या काळजाची धडधड वाढल्याली. वाटलं सरकार आताच बंदूक उगारतं की काय. उगारली तर पहिली गोळी आपून घिऊ छातीव. पन तसं झालं नाय. मागून येक पुलीस आमच्याकं त्वांड करून म्हनाला,

“टाटा कंपनीनी तुमाला पैसा दिल्याव तर तुमी तुमच्या जमिनी सोडाल ना?”

“नाय. आमी सत्याग्रह पैशाकरता नाय करत. आमी सत्याग्रह करतोय ते आमच्या जमिनी वाचवन्याकरता.”

मी येवढ्या मानसांमधी बोललो. धीरच आला व्हता तसा. तो पुलीसबी बघत राह्यला माझ्याकं. मंग काय, गप बसला. जरा येळ घुटमळला आन् मंग गेला आपली पार्टी घिऊन.

राती तर समदा माळ भरला मानसांनी, माळाव जिकडं बघाव तिकडं मानसं. जेवनं झाल्याव पुन्याच्या मानसांनी आमचे धाईस धाईस गड्यांचे पुठ्ठे पाडले. धरनाच्या पायाच्या जाग्याव गेल्याव कुनी चरात उतरायचं, कुनी खोदकामाव जायचं, कुनी सुरुंगाच्या बिळावं जाऊन बसायचं, कुनी मातीच्या ढिगाऱ्याव बसायचं. असं समदं आमाला सांगत व्हते. दुधाळ चांदन्यात आमी ते ध्यान देऊन ऐकत व्हतो. मधरातीपरेन असं चाललं व्हतं. आमच्या गड्यांच्या समद्या पुठ्ठ्यांना येक येक म्होरक्याबी दिला व्हता. तो सांगन तसं आमी वागायचं. तो म्हनला मार चरात उडी की मारायची. घे पहार अंगाव की घ्यायची. असं त्या चांदन्यात ठरलं. आन् सकाळची वाट बघत आमी आभाळातल्या चंद्राकं बघतच त्या माळाव डोकी टेकली.

रामनवमीच्या दिशी पहाटं पहाटंच माळ जागा झाला. आमी कालसारखंच आजबी नदीव जाऊन आंघुळ करून आलो. तिथूनच ज्योतिरूपेश्वराला हात जोडले आन् परत मांडवात येऊन थांबलो. पुन्याच्या मानसांची लय गडबड चालली व्हती. सकाळी सकाळी मजूर कामाला सुरुवात करायच्या आत सत्याग्रहाला सुरुवात करायची व्हती. समदे म्होरके आपापले पुठ्ठे घिऊन मांडवाच्या बाहेर येऊन थांबायला लागले. तव्हा समदी शिस्त वारीतल्यावानी. आपापली मानसं बघून रांगंत उभं राह्यचं, दर्शनबारीत थांबल्यावानी. आता येवढ्या मानसांना वळायचं म्हंजी शिस्त पायजेच की. पुन्याच्या मानसांनी ती यवस्थाबी चांगली केली व्हती. मानूस हिकडचा तिकडं काय व्हईन. मुळशीचा डोंगर उजळंपरेन हेच चाललं व्हतं. मंग दिस उगवायला आन् आमच्या गड्यांच्या रांगांम्होरं भगवा झेंडा रवायला येकच येळ झाली. मनात म्हनलं चला, सूर्यदेवबी आला आपल्यासंगं. त्या कवळ्या उन्हात फडकनारा भगवा आमी बघत व्हतो, तेच साठे गुरुजी बोलायला लागले,

"ज्याची आपून वाट बघत व्हतो, तो दिस आज उजाडलाय. आपल्या जमिनी वाचवन्याकरता आपल्याम्होरं येकच मार्ग व्हता आन् तो म्हंजी सत्याग्रह. आपल्या आयुष्याचा घास हिसकावून घिऊन आपल्याला भिकेला लावायला निघालेल्या टाटा कंपनीला आन् सरकारला प्रतिकार करन्याचा हाच येकमेव मार्ग आपल्याम्होरं व्हता. सत्याग्रहाच्या मार्गानी येकट्या महात्मा गांधींनी जुलमी इंग्रज सरकारला

घाम फोडला, मंग आपून येवढी मानसं येक व्हऊन सत्याग्रह केला तर टाटाच्या मनाला पाझर फोडू शकनार नाय का? आपल्याला या सत्याग्रहातून टाटामधला मानूस जागा करायचा हाये. तो मानूस जागा झाला आन् आपला जीव त्याला कळला, की तो आपुआपच ह्या धरनाचं काम थांबवून निघून जाईन. पन मानसातलं मानूसपन जागं करनं म्हंजी दगडाला पाझर फोडन्यावानी हाये. ती ताकत सत्याग्रहात हाये, फक्त त्याला गरज हाये आपल्या चिकाटीची. ममईला लाईट मिळू नये म्हनून आपून सत्याग्रह करत नाय. शिवाजीराजाच्या मावळ्यांचे वंशज येवढे वंगाळ नाहीत. ममयवालेबी आमच्याच मराठी मुलखातले. त्यांच्याइखी आमच्या मनात कपट कसं असन? त्यांना लाईट मिळाव. त्यांचं कल्यान व्हावं. पन त्याकरता आमच्या घरातली चिमनी मालवून आमचा जीव कशाला घेता? आमच्या पिढ्यान् पिढ्या या जमिनीव गेल्या. गुन्यागोविंदाने नांदल्या. कव्हा कुनाची द्रिष्ट लागली नाय. पन आता टाटा कंपनीनी आमच्याकं वाकड्या नजरंनी पाह्यलं. इथल्या पान्याची त्याला भुरळ पडली. आन् तो आमच्या जिवाव उठला. यात आमचा काय गुन्हा? येवढा समदा अन्याय व्हऊनबी या धरनाचा आपल्याला आन् आपल्या शेतकरी बांधवांना कसलाच फायदा नाय. आज आपून निळेच्या आन् मुळेच्या अंगाखांद्याव खेळतो. तिच्या पान्याव जगतो. पन उंद्या धरान झालं की आपल्याला त्यातलं पानी प्यायलासुद्धा मिळनार नाय. पंचवीस हजार खंडी आंबेमहूर भात पिकवनाऱ्या आपल्या जमिनींना टाटा येक पानी साठवायचं भांडं समजत हाये. आपल्याला आन् आपल्या जमिनीला काडीचीबी किंमत न देनाऱ्या टाटा कंपनी इरोधात म्हनूनच आपून सत्याग्रह करनार हाये. जान नायतर जमीन हाच आपला उद्देश असनार हाये. जीव गेला तरी चालन पन आपून आपल्या जमिनी सोडायच्या नाय. अत्याचाराला, जुलमाला सत्याग्रहाच्या मार्गानी प्रतिकार करून महाराष्ट्राला आपून आपल्या जमिनी वाचवून दावायच्या. तव्हा चला, पायाच्या चरात उतरा आन् दावा आपल्या सत्याग्रहाची ताकत.''

असं साठे गुरुजी म्हनताच नानिवलीचा इठुबा म्होरं झाला. चांगला उचापुरा गडी. गुडघ्यापरेन आवरलेलं धोतार. आन् लाल पागुट्यामुळं तो लय देखना दिसत व्हता. त्यानी भगवा झेंडा ऊच धरल्याव 'शिवाजीमहाराज की जय'च्या गजरात समदा माळ दनानून गेला.

मंग भगवा झेंडा घिऊन धरनाच्या पायाकं चालनाऱ्या इठुबाच्या मागं आमी चालायला लागलो. जुलूम सहन करायला चाललो व्हतो. पन मनात मात्र आनंदाच्या उकळ्या फुटत व्हत्या. आनंद जमिनी वाचन्याचा व्हता. जमिनीम्होरं जिवाचंच काय वाटत नव्हतं, तर जुलमाचं काय वाटनार?

पायाबशी आलो आन् समदं अंगच बधीर झाल्यावानी झालं. म्होरके आपापले पुठ्ठे घिऊन पायाची जागा अडवू लागले आन् पायाव काम करनारे समदे मजूर येकदम गांगरून गेले.

आमचा म्होरक्या पुन्याचा. आमी त्यांना नाना म्हनायचो. ते समद्या पायाव हितून तिथून नजार टाकत व्हते. आमीबी बघत व्हतो. समद्यांची घाई चरात उतरायची आन् जिथं पायाचं बांधकाम झालंय त्याच्याव आडवं पडायची. बापट, भुस्कुटेबाबा, पौडाचे आबा समदे समदे आपापला पुठ्ठा घिऊन चरात उतारले. कुनी चरातल्या मातीव आडवं पडत व्हतं. कुनी सिमीटचं घमिलं आमच्याव टाका म्हनून सांगत व्हतं. कुनी सुरुंगखोदाईच्या कामात पहारीखाली हात देत व्हतं, तर कुनी खडक फोडन्याच्या कामाव आडवं पडून आमच्या अंगाव टाकीचे घाव घाला म्हनून सांगत व्हतं. नानानी आमालाबी खुनावलं. तशा आमी नदीत उड्या माराव्यात तशा चरात उड्या मारल्या. तिथं चरात उतारलेले मजूर फावड्यानी मातीची घमिली भरून वरच्या मजुरांकं देत व्हते. आमी त्या मातीवच आडवं पडलो. मजुरांना फावडं कुठं टाकाव तेच कळाना. जिथं कुठं जागा दिसन तिथं मजूर फावडं टाकायला जायचे. पन फावडं पडायच्या आधी आमीच त्या मातीव पडायचो. आमच्या शेजारी बापटांचा पुठ्ठा. ते तर आडवे पडून मजुरांचे पाय धरत व्हते. म्हनत व्हते,

"हे धरान नका बांधू. आमाला देशोधडीला नका लावू."

पन त्या मजुरांना कायबी कळत नव्हतं. ते कोंगाडी मजूर. त्यांना आमचं खेड्याचं बोलनं कसं समजायचं. म्हनून मंग त्यांच्या पुठ्ठ्यातले गडी पोटाव हात मारून घ्यायला लागले. म्हनायला लागले,

"धरान बांधून आमच्या पोटाव लाथ मारू नका."

असं लय येळ चाललं व्हतं. पन मागून लय येळानी आमचं तिकडं ध्यान गेलं, तव्हा बघतोय तर तिथले समदे मजूर चरातून बाहेर गेले व्हते.

आमच्या चरात मात्र तसं नव्हतं. तिथं समदे मजूर आमचेच बांधव, ते आमच्या छातीव फावडं कसं चालवनार? तीबी मानसंच. शेतकरीच. आमच्यावानीच काळजाची. लगीच पाघळायची. म्हनायला लागली,

"कशाला येवढ्या यातना करून घेताय?"

तव्हा मी त्यांना म्हनालो,

"ज्या आईनी आमच्या हजारो पिढ्या पोसल्या त्या आईकरता येवढंबी नको का करायला आमी?"

"पन पैसं मिळतीन की तुमाला त्याचे."

"ते पाप क्वान करायचं? आन् दोन-चार आन्याकरता जनमाची भाकरी त्या टाटा कंपनीच्या घशात कशी घालायची?"

"नाय,पन सरकारनी मनाव घेतल्याव पैसाबी जायचा आन् जमीनबी जायची."

"म्हनून तर आमी सत्याग्रह करतोय. पैशाचं काय सुखदुख नाय आमाला. तो आमच्याकं कधी नसतोच. त्यामुळं त्याच्यावाचून आमचं काय आडत नाय. आमच्या जमिनी हायेत तवर आमच्या हजारो पिढ्यांना पोटाची चिंता नाय. आमचा लढा हाये तो त्या जमिनी वाचवन्याकरताच. आता येकतर जमिनी वाचवू नायतर सत्याग्रह करून जीव देऊ."

मी असं बोलल्याव तो मजूर येकदम वरमला. म्हनाला,

"आता हे येवढं आमाला माह्यती असतं तर आमी कशाला आलो असतो तुमच्या अन्नात माती कालवायला."

"आमी तुमाला नाय दोस देत. ही समदी करनी त्या टाटाची. त्याची नजार जर आमच्या रानाव गेली नसती तर आमाला हे दिस बघायला लागले नसते."

"खरंय बाबांनो तुमचं, आमालाबी त्याच्याच मानसांनी आनलंय. पोटासाठी मंग आमीबी आलो. दुष्काळी भाग आमचा. शेती असूनबी नसल्यावानी. पाऊस पडला तर पिकती. म्हनून आलो हिकडं, तेवढंच दोन-चार आने आघुटीला व्हतीन म्हनून."

"तुमाला दोन-चार आने मजुरी मिळन. पन आमचा जनमाचा घास जाईन. तुमच्या पाया पडतो. पन हे काम थांबवा. मजूरच नाय मिळाले तर कसं बांधीन टाटा धरान? तव्हा काम थांबवून आमच्या गरीब शेतकऱ्यांचा दुवा घ्या. आमच्या पोराबाळांच्या पोटाव लाथ मारू नका."

"असं नको बोलू बाबा. आमालाबी पोरंबाळं हायेत. त्यांच्या एका घासाकरता तुमचा जनमाचा घास नाय काढनार आमी."

असं म्हनून त्या मजुरांनी हातातल्या टोपल्या खाली ठेवल्या आन् तिथंच आमच्याबशी चरात बसले.

आमच्या पुठ्ठ्यानी गोडीगुलाबीनीच जिकलं त्या मजुरांना. सत्याग्रहाची ताकत तिथंच कळली आमाला. मनात म्हनलं यांना शा देऊन नाय तर हानून मारून सांगितलं असतं, तर त्या खुनशीनी आजूनच जोर आला असता. म्हनाले असते, सुकाळीचे लय माजलेत. बुडवा ह्यांना पान्यात. पन सत्याग्रहाच्या मार्गानी सांगितलं तर आमच्याकरता जीव तुटायला लागला त्यांचा. गांधीबाबा, लय जालीम हाये तुझा सत्याग्रह. आज त्यानी द्रिष्टांत दावला आमाला. आता जनमभर ह्याच मार्गानी जायचं.

त्या घडीला मनात असं कायबाय कायबाय येत व्हतं. तव्हा बोलता बोलता एक मजूरबी बोलून गेला. म्हनाला,

“तुमचा हा सत्याग्रह दगडालाबी पाझर फोडीन. तुमचा जीव बघून टाटा नक्की निघून जाईन इथून.”

“तसं झालं तर पावला म्हनायचं ज्योतिरूपेश्वर.”

मी असं देवाचं नाव काढल्याव त्याला काय वाटलं कायनुक. म्हनाला,

“ह्या सत्याग्रहानी देवबी पाघळन का हो?”

“का?”

“मागल्या तीन सालात पावसाचा टिपूस नाय आमच्या रानात. पोराबाळांना अर्ध्यापोटी ठेवताना जीव तुटतो आमचा. पन त्या देवाला पाझर फुटत नाय. पाऊस पडत नाय. त्याच्याम्होरं सत्याग्रह केल्याव तरी पाडीन का तो पाऊस?”

“काय करनार?”

“काळीज कापून ठेवू त्याच्याम्होरं. म्हनू आमचा जीव घिऊन आमच्या पोरांना जगव.”

“असं नको बोलू बाबा. आपून समदी त्या देवाचीच लेकरं. त्यालाच काळजी आपली. ह्या सालाला तुमी आमच्याकरता पाघळला. आमचा दुवा घेतला, तव्हा ह्या साली तुमच्या रानात नक्की पाऊस पडन.”

असं म्हनत मी तिथूनच ज्योतिरूपेश्वराला हात जोडले. म्हनालो,

“ज्योतिरूपेश्वरबाबा, आपल्याकरता तमाखल्या पोराबाळांच्या पोटाला चिमटे घेनाऱ्या या मानसांचं रान ह्या साली पिकू दे. कोरडे पडल्याले त्यांचे वढे ह्या साली भरून वाहू दे रे बाबा.”

माझ्याबरं त्यानीबी हात जोडले. येकजन म्हनाला,

“हितं मजुरीला येन्याआधी वाटत व्हतं, पाऊस पडू नाय तर नाय पडू. मुळशीत धरान व्हतंय, म्हंजी दोन-तीन सालात आपल्याला कायमचं पानी मिळनार. पन आता आमच्या पोटाकरता तुमच्या पोटाव लाथ मारून वर देवाला काय त्वांड दावनार.”

“म्हंजी तुमी नगरच्या बाजचे का?”

“व्हय.”

“नाय गड्या, तसं नाय. हे धरान आपल्या शेतकऱ्यांकरता नाय. धरान झालं तर त्यातलं पानी आपल्याला प्यायलाबी मिळनार नाय. हे धरान पैशावाला पैशावाल्यांकरताच बांधतोय. ममईच्या घरातून आन् संडासातून लायटी याव्यात म्हनून आपल्या घरातल्या चिमन्या इझवायचा इचार हाये त्यांचा.”

"मंग तर आपल्या गरिबाव लय अन्याय हाये हा."

"म्हनून तर सत्याग्रह करतोय आमी."

असं आमचं बोलनं चालू व्हतं तेच साठे गुरुजी आले आमच्याबशी. म्हनाले,

"हितलं समदं काम थांबलंय. बायाबी टोपल्या टाकून बसल्यात. फक्त मावळत अंगाला येका जागी खडक लागलाय. तिथं पाया भरायचं काम चालू हाये. तिथले मजूर ऐकाना. तव्हा समद्या पुठ्ठ्यातले दोन-दोन गडी तिकडं जात्यात. तुमच्यातलेबी जावा दोघंजन."

नानानी शंकऱ्याला आन् मला तिकडं जायला सांगितलं. आमी चरातून बाहेर आलो. बघतो तर तेवढी येक जागा सोडली तर समदं पायावलं काम थांबलं व्हतं. हितून-तिथून चरात गडी आडवे पडल्याले. आमी पळतच पाया भरत व्हते तिथं गेलो. तिथं कोळशावानी काळे, आडदांड मजूर, खडक लागला व्हता तिथं सिमीटचं काम करत व्हते. आमी गेल्यागेल्याच तिथं आडवे पडलो. टाका म्हनालो आमच्या अंगाव सिमीट. गाडा आमाला आन् मंग बांधा आमच्या अंगाव धरान. मागून आमच्या मागं आलेले दुसऱ्या पुठ्ठ्यातले गडीबी जागा दिसन तिथं आडवे पडले. खडकावली गुंजभर जागाबी उघडी ठेवली नाय आमी गड्यांनी. मंग काय, गेले समदे मजूर बावरून. रागारागानी बघायला लागले आमच्याकं. पन मंग आमी जागचे उठानाच, म्हनून मंग जाऊन बसले पल्याडल्या मातीच्या ढिगाऱ्याव. तव्हा साठे गुरुजी तिथूनच वराडले. म्हनाले,

"आता पायाचं समदं काम थांबलंय. पन आमी सांगत नाय तवर कुनी आपली जागा सोडायची नाय. तसंच पडून ऱ्हायचं."

ते ऐकून 'छत्रपती शिवाजीमहाराज की जय'चा गजर पायाव घुमू लागला.

आमी तसंच त्या खडकाव पडून राह्यलो. जरा हालचाल केली की ते आडदांड मजूर सिमीटचं टोपलं घिऊन यायचे. वाटायचं आता अंगाव वतत्यात की काय. पन उगीच उगारल्यागत करायचे. आन् परत जायचे.

ऊनबी चांगलं वाढल्यालं. खडकाव पाठी-पोटाला चटके बसत व्हते. पन उठता येत नव्हतं. उठलं की मजूर टपलेलेच सिमीट टाकायला. मंग राह्यलो तसंच पडून देवाचं नाव घेत.

दिस चांगला माथ्याव आल्याव समदे मजूर न्ह्यारीला गेले. तरीबी आमी जागा सोडली नाय. म्हनलं हे मजूर कव्हा डाव साधतील काय सांगता येनार नाय. आन् ही तर सुरुवात व्हती. आता ते न्ह्यारीला गेलेत, पन आमाला त्यांना आमचं रान सोडायला लावायचंय. तव्हा हे समदं गप गिळायलाच पायजे व्हतं.

थोड्या येळानी न्ह्यारी करून मजूर परत आले. पन मघाशी व्हते ते मजूर आता

नव्हते. मुकदमबी व्हता त्यांच्यात. तोच घिऊन येत व्हता त्यांना. त्यांना बघून आमी खडकावली जागा परत पाह्यली. ती कुठं गुंजभरबी उघडी नव्हती. तो तावातावानीच आला आमच्याबशी. मारक्या बैलावानी बघायला लागला. मजुरांना म्हनाला,

"कायबी करा. पन हितलं सिमीटचं काम सांजच्यापरेन झालं पायजे."

तशा मजुरांनी सिमीटच्या टोपल्या भरल्या आन् आले आमच्या अंगाव. पन सिमीट टाकनार कुठं? समद्या जागेव आमीच आडवे पडल्यालो. मंग लागले मुकदमाच्या त्वांडाकं बघायला. असं लय येळ चालू व्हतं.

मुकदम गेला कटाळून. तो गेला तसे समदे मजूरबी बसले एका बाजूला जाऊन.

आजून जरा येळ गेल्याव आमी बसलो मंग जरा अंग ढीलं सोडून. मान वर करून आजूबाजूला डोकवायला लागलो.

शेजारच्या पुठ्ठ्यात नगरच्या बाजचे मजूर आमच्या गड्यांसंगं गप्पा मारत बसले व्हते. काही गडी चराच्या भितीला टेकून तंबाखू मळत व्हते आन् मजुरांनाबी देत व्हते. त्याच्या पड्यालल्या पुठ्ठ्यात मात्र समदे कोंगाडी मजूर. एका बाजूला ते तमाखलेच बोलत बसल्याले.

ते बघून वाटलं आता थांबलं समदं काम. पन कसलं काय, धा-बारा बाया आल्या टोपल्या घिऊन. शंकऱ्याच्या पल्याडल्या बाजूला इतभर जागा दिसली आन् टाकलं तिथं सिमीट. निम्मअर्ध तर शंकऱ्याच्याच अंगाव. शंकऱ्या चवताळून उठायला लागला. पन मी त्याला दाबला. म्हनलं,

"नको. नायतर अंगाला हात लावला म्हनून वरडायची. बाईची जात ती. उगीच सत्याग्रहाला बट्टा नको."

आमी मजुरांना आऱ्हाटलो नाय. म्हनून मंग बाया सोडल्या आमच्या अंगाव. हा कावाच व्हता त्यांचा. बायांच्या अंगाला हात लावला म्हनून कांगावा करायचा आन् सत्याग्रहाला बट्टा लावायचा इचार व्हता त्यांचा. पन शंकऱ्या माझं कसलं ऐकतोय? तो उठलाच. आता म्हनलं आली खाली बघायची पाळी. पन बघतो तर शंकऱ्या त्या माऊलीम्होर लोटांगन घालतोय. म्हनतोय,

"आमची परीक्षा बघू नका. सकाळपून आमी हितं जळतोय. अंगाखायला खडक चुलीवल्या तव्यावानी तापलाय, आता थोड्याकरता इस्कोट करू नका." तशी ती माऊली टोपलं घिऊन बाजूला जाऊन उभी राह्यली. बाकीच्यांना सिमीट टाकायला आमी जागाच ठेवली नव्हती. त्या तशाच उभ्या व्हत्या. मी शंकऱ्याकं बघतच राह्यलो. मंग तोच माझ्याकं बघत म्हनाला,

"म्हादू, शपथ घेतलिये आपून, ती मी कशी मोडीन."

बायांनाबी काम करता येईना. तव्हा मंग समद्या पायाचंच काम थांबलं. समदे मजूर बसल्याले आन् आमी पायाव आडवं पडल्यालो. दिस पार मावळतीच्या बाजूला अर्ध्याव जाईपरेन हे असंच व्हतं. पन मागून कंपनीचा सायेब काही कोंगाडी मजुरांना घिऊन आला आमच्या पुठ्ठ्याबशी. म्हनाला, "हितल्या चुन्याच्या आन् सिमीटच्या कामाव गरम पानी मारायचंय. समद्यांनी बाजूला व्हा."

पन आमी कुनी त्याचं ऐकलं नाय. म्हनालो,

"गरम पानी मारा. नायतर सिमीटखाली गाडा, आमी हितून हालनार नाय. तुमीच समदं काम बंद करून निघून जावा हितून."

सायेब भडकला आन् मजुरांवच खेकसला. तसा मजुरांनी पंप चालू करून पायपाची त्वांडं आमच्या बाजूला केली. उकळतं पानी आमच्या अंगाव पडायला लागलं. जीव तळमळायला लागला. पन जागचं हालून चालनार नव्हतं. मंग बसलो तसंच गरम पान्यात होरपळत. मनात म्हनलो, हा कसला जुलूम करतोय टाटा आमच्याव! तव्हा भोरकसच्या एका गड्यानी तर अभंगच म्हनायला सुरुवात केली.

'जळे माझी काय लागला वनवा, धाव रे केशवा मायबापा.' तसं आमीबी त्याचं चरान उचाललं. आमच्या पुठ्ठ्यात तोच अभंग घुमायला लागला. अभंग म्हनत म्हनतच आमी गरम पानी अंगाव घेत व्हतो.

दिस पार मावळतीच्या डोंगराव उतरंपरेन असंच आमी होरपळत व्हतो. आन् तुकोबारायांपरमाने तळमळत व्हतो. पन आमची जागा सोडत नव्हतो. आमची अवस्था बघून शेजारच्या पुठ्ठ्यातल्या आमच्या गड्यांचा जीव तळमळत व्हता. काही मजूरबी आमच्याकं बघून हळहळत व्हते. कंपनीचा सायेब मात्र मातीच्या ढिगाऱ्याव उभा राहून मजा बघत व्हता.

मागून त्याला काय वाटलं काय माहीत. त्यानी मजुरांना पानी बंद करायला लावलं आन् निघून गेला. तो गेला तसे मजूरबी मातीच्या ढीगाऱ्याव जाऊन बसले. आन् परत सकाळच्यावानी 'छत्रपती शिवाजीमहाराज की जय' अशा जयजयकारात पाया दनानून गेला.

दिस मावळल्याव हितंतिथं बसल्याले मजूर आपापल्या राहुट्यांकं जायला लागले. आन् आमी जाग्यावले उठून बसलो.

पहिल्या दिशी आमी जिकलो व्हतो. त्या आनंदात होरपळलेल्या अंगाचं काय वाटत नव्हतं. मंग साठे गुरुजींचा निरोप आल्याव जयजयकार करत आमी सत्याग्रहाच्या मांडवाकं निघालो. सकाळी येताना अंग बधीर झाल्यावानी वाटत व्हतं. पन आता जिकून जाताना मात्र अंगात धा हत्तींचं बळ आल्यावानी वाटत व्हतं.

राती जेवून मांडवात बसलो, पुढारी उंद्याच्या सत्याग्रहाचं कायबाय कायबाय सांगत व्हते. आमी ते नीट ऐकत व्हतो. भाजलेल्या अंगाव चांगले घागरे आले व्हते, पन आमचं तिकडं ध्यान नव्हतं. आमी साठे गुरुजी काय सांगत्यात तेच कान देऊन ऐकत व्हतो.

"आज आपून सत्याग्रह करून धरनाच्या पायाचं काम बंद पाडलंय. या सत्याच्या लढाईत आपून पयल्याच दिशी जिकलोय. आपल्या सत्याच्या बाजूला ईश्वर हाये. आपून जर अशीच चिकाटी दावली तर येक दिस टाटा कंपनीला धरनाचं काम कायमचं थांबवून आपलं रान सोडावंच लागन. म्हनून जरी आज काम थांबलं असलं तरी आपून उंद्या परत सत्याग्रह करनार हाये. फक्त आज गरम पान्यानी भाजलेली मानसं उंद्या सत्याग्रहाला येनार नाय. उंद्याच्या दिस ती मांडवातच थांबतीन."

साठे गुरुजींचं ते धोरान मला नाय पटलं. म्हनून मी म्हनलं,

"का? शेवटपरेन सत्याग्रह करायची शपथ घेतलीये. मांडवात बसून कसा व्हईन सत्याग्रह?"

"आपल्याला शेवटपरेन, टाटा कंपनी आपल्या रानातून जाईपरेन सत्याग्रह करायचा हाये. म्हनूनच काही मानसांनी उंद्या आराम केला पायजे. दुखापती व्हऊन समद्यांनी हातरूनं धरल्याव शेवटपरेन सत्याग्रह क्वान करनार?"

"पन आमाला काय तरास नाय."

"तरी उंद्या मांडवात थांबायचं. तोबी सत्याग्रहच हाये. निसतं धरनाच्या पायाव पडायचं नाय, तर आपला सत्याग्रह शेवटपरेन कसा टिकन तेबी आपल्यालाच बघायचं हाये."

मंग बसलो गप.

दुसऱ्या दिशी शंकऱ्या, मी असे आमी भाजलेले गडी मांडवातच थांबलो, बाकी गडी भगवा घिऊन कालवानीच घोषना देत गेले सत्याग्रहाला.

आमचा जीव हिकडं कासाईस. काय व्हतंय आन् काय नाय. त्या मोकळ्या येळात अंगाचीबी आग व्हयाला लागली. रातीतून अंगावले घागरे चांगले मोठे झाले व्हते. त्यात पानी झालं व्हतं आता. काही गडी तर लय तळमळत व्हते. ताम्हिनीतल्या येका म्हाताऱ्याला ते नाय बघावला. उठला आन् गेला म्हातारा रानात. तासाभरनी कवळाभर पाला घिऊन आला. तिथंच येका दगडाव वाटला आन् लावला आमच्या घागऱ्यांवं. झटक्यात आग थांबली. गार गार वाटायला लागलं. म्हनून म्हनलं,

"बाबा, कसला पाला हा?"

पन म्हातारा लय धोरनी. म्हनाला,

"तान भागली ना? मंग कशाला नदीच्या मुळाच्या मागं लागता."

अंग गार पडल्याव आमी माळाव हिकडं तिकडं हिंडत व्हतो. तेवढ्यात पायाच्या अंगानी मोटारीचा आवाज आला. म्हनलं आज काय तरी निकाल लागतोय. म्हनून टेकाडावं जाऊन बघायला लागलो. पन झाडांमधून काय दिसत नव्हतं.

मंग आलो चुलानाबशी. तिथं बत्त्यांमधून भात शिजत व्हता. म्हनलं आज ह्यांना तरी हातभार लावावा म्हनून म्होरं गेलो.

आपल्याला आज सत्याग्रह नाय करायला मिळाला. कमीत कमी जे करत्यात त्यांच्या पोटापान्याची तरी यवस्था करू. पन त्यांनीबी आमाला चुलानाबशी येऊ दिलं नाय. म्हनाले,

"आधीच तुमच्या कातड्यांना हाय लागली. त्यात चुलानाबशी येऊन आजून कशाला भाजून घेता."

मंग काय. बसलो येऊन मांडवात गप्पा मारीत. तेवढ्यात परत मोटारीचा आवाज आला. आमी नीट कान देऊन ऐकला. परत आमचं मन नाही ते वैरायला लागलं. काय झालं असन आन् काय नाय असा इचार कुठं करतोय नाय करतोय तेच सत्याग्रहाला गेलेले गडी परत मांडवाकं येतानी दिसले. जीव येकदम घाबरा झाला. पन गडी जवळ आल्याव त्यांची त्वांडं बघून बरं वाटलं. म्हनलं काय वंगाळ झालेलं नाय दिसत. मागून समद्यांच्या मधून केसरीच्या तात्यासायेब केळकरांना चालताना बघून जीव भांड्यात पडला. मोठ्या रुबाबात ते मांडवाकं येत व्हते. म्हंजी मघाशी गाडीचा आवाज आला तो ह्यांच्याच. आमी जाग्यावले उठून त्यांच्याकं नवलाईनं बघायला लागलो. मनात म्हनलं. आमा गरीब शेतकऱ्यांच्या लढ्याला तात्यासायेब आले. आता ते आले म्हंजी समदा महाराष्ट्रच आल्यावानी. आन् महाराष्ट्र आमच्या मागं असल्याव आमाला कुनाची भीती. मनानी आजूनच उभारी घेतली.

जवळ आल्याव त्यांनी माझ्याकं बघितलं. मी खुळा. त्यांचं पाय धरायचं सोडून निसताच त्यांच्याकं बघत राह्यलो. मंग भुस्कुटेबाबाच म्होरं झाले. आमच्या अंगावले घागरे दावत म्हनाले,

"बघा तात्यासायेब, ही टाटाच्या मानसांची करनी. गरम पान्याचे फवारे मारून असं भाजून काढलंय त्यांनी शेतकऱ्यांना."

तव्हा लय आपुलकीनी पाह्यलं त्यांनी आमच्याकं. बोलायची काय गरज? डोळंच सांगत व्हते त्यांचे समदं.

मंग मांडवात चक्कर मारली. भुस्कुटेबाबांसंगं कायबाय कायबाय बोलले आन् मंग गेले परत मोटारीकं.

धुराळा उडवत मोटार गेल्याव मारत्यानी समदं सांगितलं. म्हनाला,

"आज काम चालूच झालं नाय. त्यात तात्यासायबांची मोटार आल्याव टाटाच्या मानसांची बोलतीच बंद झाली. बघतच राह्यले समदे आमच्याकं. भुस्कुटेबाबांनी इनवनी केल्याव तात्यासायबांनी आपून बनवलेल्या दगडी माचाव उभं राहून भाषान केलं. तेबी ऐकलं त्यांनी कान देऊन. मंग भाषान झाल्याव आमच्याकं मारक्या बैलावानी बघनारा गोरा चांगलाच नरमला. तात्यासायबांशी आन् भुस्कुटेबाबांशी कायबाय कायबाय बोलायला लागला. तव्हा आता पुन्यात बैठक व्हईपरेन काम बंद ऱ्हानार हाये."

ते ऐकून आमाला लय बरं वाटलं. वाटलं आता टाटा कंपनीची उचलबांगडी व्हनार, आमच्या मागं तात्यासायेब आलेत म्हंजी समदा महाराष्ट्र आलाय. आता आमच्या जमिनी वाचनार.

पन कसलं काय. मधी दोनच दिस गेले. आन् परत सत्याग्रह करायचं ठरलं. बऱ्याच आयाबायाबी आल्या व्हत्या त्या दिशी सत्याग्रह करायला. आमच्या पुठ्ठ्यातबी चार बायका व्हत्या. पन त्या दिशी पायाव काम चालूच नव्हतं. मजूरबी दिसत नव्हते त्या दिशी तिथं. सारा दिस आमच्या जिवात जीव नव्हता. म्हनलं काय झालंय ते देवाला माहीत. पुन्याला बैठक व्हनार व्हती. काम बंद व्हतं तर मंग सत्याग्रह कशाला करायचा?

सारा दिस धरनाच्या पायाव असा इचारातच गेला.

ऊन उली उतारल्याव साठे गुरुजींनी आमाला येका जागेव गोळा व्हयाला सांगितलं.

काय झालंय आन् काय नाय. येका दगडाव उभं राहून ते काय म्हनत्यात ते ऐकायला लागलो. तव्हा ते म्हनाले,

"कलेक्टराचं पत्र हाये. त्यांचं म्हननं हाये की खोऱ्यातल्या काही लोकांनी पैसे घ्यायचं कबूल केलंय. तुमीबी पैसे घ्या. जमल्यास काही लोकांना दुसरीकं जमिनीबी देऊ. पन ही जमीन सोडा."

तव्हा आमी तिथल्या तिथं सांगून टाकलं,म्हनालो,

"कुनी पैसे घ्यायला तयार नाय. हा समदा सरकारचा आन् टाटा कंपनीचा कांगावा हाये. त्यांना म्हनाव आमची बायकापोरं, गुरढोरं समदी या भितीखाली पुरा, आमी मेल्याव मंग खुशाल धरान बांधा."

त्याच्या दुसऱ्या दिशीबी आमाला तेच इचारलं. तव्हाबी आमी म्हनालो,

“आमी सत्याग्रह करतोय ते आमच्या जमिनी वाचवन्याकरता. पैशाकरता नाय. आमी हे शपथ घिऊन सांगितलं. कागदाव अंगठा करून दिला तरी तुमचा इस्वास बसाना. जमिनीकरता तुटनारं आमचं काळीज आता छाती फाडून दावू का तुमाला?”

आमी असं काळजापासून बोलल्याव समदेच पुढारी नरमले. म्हनाले,

“उंद्या फाटाफूट नको. चार लोकं पैसे घेनार आन् चार सत्याग्रह करनार. त्यानी काय उपेग व्हनार नाय. पन तुमी असंच आपल्या जमिनीकरता ठाम राह्यलात तर तुमच्या जमिनीव कुनी पाऊल ठेवन्याचं धाडस करनार नाय.”

असं म्हनून पुढारी परत परत आमाला तेच तेच इचारत व्हते. पन आमी पैसे घ्यायला तयार नव्हतो.

“कितीबी पैसा दिला तरी आमी आमच्या मातेला इकनार नाय.”

असं आमी तिथं सांगितलं.

मंग काम बंद हाये म्हनून आमी मांडवाकं आलो. त्या रातीला मांडवात पंढरपूरचा बुवा आला व्हता. म्हनाला,

“माझ्या वारकरी बांधवांवं आज घाला आलाय. आपल्या जमिनी वाचवन्याकरता सत्याग्रह करत्यात. पांडुरंग त्यांच्या मागं हायेच. पन माझ्या पामराच्या हातूनबी काहीतरी सेवा घडाव म्हनून आलोय या रानात.”

मंग रातभर कीर्तान रंगलं. कीर्तानातून बुवा म्हनत व्हता,

“आपल्याला मदत करायला देवासारखी मानसं आल्यात. सत्याच्या बाजूनी उभी ऱ्हानारी ही मानसं हायेत. शंकरराव देव आले. भुस्कुटेबाबांचा जीव तर पयल्यापासूनच आपल्याकरता तुटतोय. आन् पांडुरंग बापट, त्यांनी तर केवढा मोठा त्याग केलाय आपल्याकरता! शंभर रुपयांची नोकरी सोडून, घरदारापासून लांब आपल्या रानात येऊन राह्यलेत ते. त्यांचे पांग आपून कितीबी फेडायचं म्हनलं तरी फेडू शकनार नाय.”

असं पहाटंपरेन कीर्तान चालू व्हतं. मारत्यालाबी तव्हा काय जोर आला व्हता काय माहीत. कीर्तान संपल्या संपल्याच त्यानी पवाडा म्हनायला सुरुवात केली. आन् आपल्या आवाजानी पहाटं पहाटंच आमच्या अंगातलं रगात गरम केलं. दुसऱ्या दिशी हनमान जनम व्हता. मारुतीची पूजा करूनच आमी समदे सत्याग्रहाला गेलो. पन त्या दिशीबी पायाव काम चालू नव्हतं. मंग बसलो तिथंच गप्पा मारीत. कुनी तंबाखू मळत तर कुनी बिड्या वढत.

असं रोजच चाललं व्हतं. काम बंद पन आमी निसतंच येऊन बसायचं.

येक दिस उरावड्याचे गडीबी आले. म्हनाले,

“आमीबी तुमच्यासंगं हाये. आजूबाजूच्या गावातली येकबी बैलगाडी आन् गडी धरनाच्या कामाव जाऊन देनार नाय आमी, मजूर आन् बैलगाड्या नाय मिळाल्याव कसं काम करीन टाटा? आन म्हनाव बाहेरून किती मजूर आनतोय ते.”

ते ऐकून आमाला आजूनच बरं वाटलं. म्हनलं यांच्या जमिनी बुडनार नाहीत, तरीबी आमच्याकरता धावून आले.

पंधरा दिस असाच खेळ चालला व्हता. त्यात येक दिस मधीच पुलाचं काम चालू झालं. पन तेबी आमी बंद करायला लावलं.

अंगात रोग शिरला की तो कव्हा कुठं घाव घालीन ते सांगता येत नाय. तव्हा आपून आधीच त्या रोगाच्या मुळाव घाव घातला पायजे.

असं म्हनून धरनाचं समदं काम आमी बंद पाडलं व्हतं. पन पुढाऱ्यांशी काय बोलनं झालंय ते आमाला समजत नव्हतं. ते काय करीत असतीन ते इचार करूनच करीत असतीन, असं म्हनून आमी रोज पायाव येऊन बसत व्हतो.

येक दिस मात्र साठे गुरुजी हातात कसला कागद घिऊन आले. आमी पायावच बसलो व्हतो. समद्यांना गोळा करून म्हनाले,

“कंपनीनी धरनाचं समदं काम दिवाळीपरेन थांबवलंय. पन आपला सत्याग्रह आजून संपला नाय. आपला सत्याग्रह टाटा कंपनी आपल्या रानातून निघून जाईपरेन ऱ्हानार हाये. तव्हा दिवाळी झाल्याव जर धरनाचं काम परत सुरू झालं तर आपल्याला परत सत्याग्रह करायला लागनार हाये. त्याला तुमची तयारी हाये का?”

तव्हा आमी येकमुखानी भगव्या झेंड्याची शपथ घिऊन म्हनालो,

“दिवाळी झाल्यावच काय, आमाला कव्हाबी अर्ध्या रातीला बोलवा आमी येऊ आन् धरनाचं काम कायमचं बंद पडंपरेन सत्याग्रह करू, त्याकरता वाट्टेल तो जुलूम सहन करू. तुरुंगात जाऊ आन् आमच्या जिवाचं रान करू.”

साठे गुरुजींनाबी त्याचं समाधान वाटलं. त्वांडावून दिसत व्हतं त्यांच्या ते. मंग म्हनाले,

“आता काम बंद झालंय, सत्याग्रहबी दिवाळीपरेन थांबवायचं ठरलंय. तव्हा आता समद्यांनी आपापल्या घरी गेलं तरी चालनार हाये. पन ह्या टाटा कंपनीचं काय सांगवत नाय, तव्हा निरोप मिळाला की लगीच यायचं. आन् सत्याग्रह करायचा.”

मंग ती रात आमी मांडवातच काढली. गेली पंधरा दिस हा मांडवच आमचं घर व्हतं. पाऊल कसं उचलन त्यातून लगीच. पन आता तिथं थांबूनबी काय उपेग नव्हता. सत्याग्रह थांबला व्हता. आमी जिकलो व्हतो. पन टाटा कंपनी जिकल्याचं

समाधान आमाला देनार नव्हती. दिवाळी झाल्याव काम सुरू व्हयाची भीती मनात व्हतीच. जिकल्याच्या समाधानाबरुबरच ती भीतीबी काळजाच्या येका कोपऱ्यात घिऊन आमी दुसऱ्या दिशी आमच्या गावांच्या वाटंला लागलो.

❖

५

वारीचे दिस सोडले तर कळायला लागल्यापून असा येकबी दिस गेला नव्हता, की ज्या दिशी मी शेताकं गेलो नाय. बांधाहून हिंडन्याचं आन् जांभळीखाली बसन्याचं सुख जगाच्या पाठीव कुठं मिळनार हाये? ही वावरं म्हंजी माझं दुसरं घरच. मुसळधार पावसात, कडाक्याच्या थंडीत आन् अंग भाजून काढनाऱ्या उन्हात हे रानातलं घर निसतं भुरळ पाडतं मला. गावातल्या घरापरीस ह्या आभाळाचं आढं असलेल्या घरातच आमचे समदे दिस जात्यात. आमाला गावातल्या चार भितीच्या घरातला फक्त अंधारच माहीत. पन हितं रानातल्या आमच्या घरात काय काय नाय म्हनून सांगू. पावसाळ्यात हजार रंगांनी रंगलेल्या या घरात इथले ओढे आन् व्हळा टाळ-पखवाज घिऊन भजन करायला लागत्यात. जिकडं बघावं तिकडं तेच भजन. भजन करत करतच हे ओढे आन् व्हळा मुळेला येऊन मिळत्यात. आन् मंग ज्ञानोबा, नामदेव, एकनाथ, तुकाराम करतच म्होरं माऊलीला भेटायला जात्यात. दुसरं काय पायजे मानसाला? दोन येळंला भाकरीचा तुकडा आन् त्वांडात पांडुरंगाचं नाव. याच्या परीस दुसरं सुख ते काय असतं. पन आता आमच्या गरिबाच्या या सुखाला टाटाची नजार लागली. आन् ते सुख त्याच्या डोळ्यात कुसळावानी सलायला लागलं. आमी कुनाच्या आध्यात-मध्यात नाय. देवाचं नाव घेतो आन् पोटाला पोटभर खातो. तरीबी टाटा आमच्या मुळाव उठला. आता तो देवच बघून घेईन समदं.

त्याला त्याच्या करनीचं फळ काय मिळायचं ते मिळन. पन आमी असं कुठलं पाप केलंय की ज्यामुळं आमचं सोन्यावानी रान असं येकायेकी गिळल्या जातंय. त्या रानात जीव आमचा. जीवच गेल्याव देहाचं काय व्हनार. किड्या मुंग्यांचीच भरती!

पन आता पुन्याच्या लोकांनी हे रान जगवायचं सपान दावलंय. आमचं पोट फक्त भाकरीनी भरत नाय. ती बांधाव बसून खाल्ल्यावच भरतं. सत्याग्रहाला गेल्यापून पंधरा दिस बांधाव बसून भाकर खाल्ली नाय. चांदीचा पाट आन् सोन्याच्या ताटापरीस ह्या बांधाव हातातल्या तळव्याव घेतल्याली भाकरच ग्वाड लागती आमाला. त्यानीच आमचं पोट चांगलं भरतं. त्या बांधावल्या पोटासाठीच तर समदा आटापिटा चाललाय आता आमचा.

सत्याग्रहाहून आल्याआल्याच कंबरंला आडकी बांधली आन् निघालो रानाकं. पन हिला ऱ्हावाना. म्हनाली,

"खरं काय झालं? धरान व्हनार की नाय? काही म्हनत्यात व्हनार, काही म्हनत्यात नाय."

"ज्योतिरूपेश्वरालाच माहीत. आमी आमच्या शपथेला जागलो. आन् शेवटपरेन जागनार. मंग तो काय करीन ते करीन. त्याच्या मनात असन ते व्हईन. त्याच्या लीलेम्होरं क्वान जानार?"

"पन आता थांबलं म्हंजी थांबलं. टाटा आता येवढ्या लोकांची हाय नाय घ्यायचा."

"भोळी हायेस बाई तू. त्याचं काळीज आपल्यावानी नाय. आपले हे भोग येवढ्या लवकर नाय संपनार. त्यानी पायाच्या चरात पैसा वतलाय. तो कसा सोडीन तो."

"म्हंजी परत सत्याग्रह करायला लागनार?"

"पुन्याच्या मानसांच्या बोलन्यावून तसं दिसतंय. म्हनाले दिवाळीपरेन काम थांबलंय, पन आधीमधी कव्हा निरोप येईन तव्हा यायचं सत्याग्रहाला."

ती येकदम काळजीत पडली. म्हनाली,

"मंग तवर कामं तरी घिऊ उरकून. वळीव बिळीव कोसळला तर समदंच राहीन जाग्याव."

तिचंबी खरं व्हतं ते. या सभांच्या आन् सत्याग्रहाच्या धांदलीत बारीक सारीक कामं हिनी उराकली, पन आजून वढनी व्हयाची हाये. दाढीरोपं भाजायची हायेत. घर शेकारायचंय.

या सालाची करवांदाची आन् जांभळांची सराय तर गेली समदी सत्याग्रहातच. त्याचंबी रामायन सांगत बसली ती. म्हनाली,

"येक दिस करवांदाची पाटी घिऊन चालले व्हते पौडाला. मामंजीबी व्हते बरूर. पन भोरकसच्या लवनातून ते गेले म्होरं. मी परीटवाडीच्या दांडानी पाय उचलून चालले व्हते तेच धरनावले दोन मजूर झाले आडवे. कायबाय बोलायला लागले. मला कायबी समजाना."

“कोंगाडी मजूर असतीन ते.”

मी म्हनालो.

“आता कोंगाडी व्हते का भोंगाडी कुनाला माह्यती. पन व्हते बांडगूळच.”

“का? काय केलं त्यांनी?”

“पाटी लागले वढून घ्यायला.”

“मंग?”

“मंग काय. येवढ्या कष्टानी तोडल्याली करवांदं मी बरी देईन त्यांना तशीच.”

“सुकाळीचे मोगलाई लागल्यावानीच करत्यात.”

माझं टक्कुरं फिरलं. तव्हा माझ्याकं बघत ती म्हनाली,

“मोगलाई? माझ्याम्होरं नाय चालायची ती. पायातली व्हान काढल्याव येक झाला मागं, पन येक रगील लागला अंगलटपना करायला. मंग उचालला दगड आन् घातला त्याच्या डोक्यात. रक्तानी भरलेल्या त्वांडानी लागला माझ्याकं वांडरावानी बघायला. तसा दुसरा म्होरं यायला लागला, मंग त्याच्यावबी उगारला दगड. तसे गेले मंग गांडीला पाय लावून पळत.”

“पन दुसऱ्या दिशी डूख धरून परत आले नाय ना?” मी इचारलं.

“ते देव जाने.”

“म्हंजी?”

“म्हंजी दुसऱ्या दिसापून परत करवांदं घिऊन पौडाला गेलेच नाय.”

“का?”

“मामंजीनी नाय जाऊन दिलं.”

“का?”

“का? म्हंजी माझीबी झाली चूक. दुसऱ्या दिशी कंबरंला कोयता घिऊन निघाले म्हनून. म्हनाले, ज्या वाटंनी रगात सांडतं, त्या वाटंनी जायलाच नको. त्यांचंबी बरुबर व्हतं. पन कोयता बाळगायची मला काय हौस आली व्हती का? पुरुषाचं यागळं असतं. अशा येळी बाई मानसाचं मन काय वैरीतं ते बाई मानसालाच माहीत.”

खरंय, तिचं दुख तिलाच माहीत. मी काय बोलनार, तोंड शिवल्यागत बसलो गप. पन मागून तिची समजूत काढाव म्हनून म्हनलो,

“रखमे, म्हनून इज्जतीला जपनारे आपले गडी बाया मानसांना सत्याग्रहाला न्हेत नाय.”

“तुमी नाय न्हेलं तरी या मावळातल्या बाया निसत्या घरात बसून ऱ्हातीन असं वाटतं काय तुमाला?”

ती म्होरलं बोलून मोकळी झाली. आन् तिचं खरंबी व्हतं. मागल्या तीन-चार दिसात सत्याग्रहात खोऱ्यातल्या तुरळक बायाबी दिसायला लागल्या व्हत्या.

पन ते समदं ऐकून रगात सळसळायला लागलं. ही सराय म्हंजी दोन-चार आने कमवायचे दिस. पन हितंबी टाटानी आमची वाट आडवली. म्हंजी या साली चार-दोन आन्यांची कमाईबी नाय.

घराबाहेर पडलो आन् तडक मातीच्या वावरात आलो. वावार लय इद्रुप दिसत व्हतं. या सालाला कडामेराच काढल्या नव्हत्या त्याच्या. उन्हानी वावार भेगाळलेलं. बांधबी उघडे बोडके, उन्हात जळत असल्यावानी. नाचनीची धसकाटं वाळलेली. पायाला टचाटचा टोचत व्हती. म्हनलं काय ही अवस्था वावराची. थोडा कानाडोळा झाला आन् केवढं रागावलं वावार! मंग ऊन बघितलं नाय की तान बघितली नाय, लगीच आडकीतला कोयता काढला आन् कडामेरा काढायला सुरुवात केली. तंटनी, दवना, म्हारवेल, निर्गुडी यांनी समदी कडामेर भरली व्हती. गडाद पडंपरेन ते नीट करून टाकलं. आन् वावराच्या वरच्या अंगाला ढीग करून ठेवला. डोकं केल्यावानी वावार दिसायला लागलं. आता येकदा पेटारी लावली की राग जाईन त्याचा. मंग चांगलं देखनं दिसायला लागन.

वावराचं ते देखनं रूप बघायची मलाबी लय घाई. मंग काय, धरलं लगीच दुसऱ्या दिशी औत. उन्हाच्या आत नांगरून घेतलं. म्हनलं आता त्याच्यावच पेटारी धराव आन् वढाव माती बांधाव. म्हनून धरली पेटारी. पन कसलं काय! दोन तीन पेटाऱ्या सोडल्या कशातरी बांधाव, पन मागून भरल्याली पेटारी कुठं वढतीये बैलांना. भेगाळलेली जमीन ती. ढीकळंच येवढी मोठमोठी आली व्हती, की ती बैलांनाबी वढवत नव्हती. त्या बैलांना तरी काय म्हनायचं? वला चारा नाय की कसलं आंबवान नाय. समद्या बरगड्या वर आल्या व्हत्या त्यांच्या. आता पावसाळ्यात रान माजंपरेन त्या अशाच ऱ्हानार. पन म्हनून काय काम चुकतंय का त्यांना? आमच्यावानीच त्यांचंबी. आज ऊन हाये, उंद्या पावसाळा येन्याच्या आशेव जगायचं.

हानायचंच म्हनलं तर तसंच हानलंबी असतं मी औत. पाठीव दोन चार चाबकाचे फटके बसले असते म्हंजी चट जीव खाऊन वढली असती पेटारी. पन त्यांच्या त्वांडांचा फेस बघून माझाच जीव लागला तुटायला. म्हनून मंग पेटारी सोडली आन् मैंग जुपला. मैंगाखाली मोठमोठ्या ढीकळांची माती केली आन् मंग परत पेटारी जुपली. तव्हा कुठं बैलांचा तान कमी झाला. भराभर पेटाऱ्या बांधाव सोडल्या. रानच्या मातीनी झालेले चढ सपाट केले. आन् दाढीकरता कुळव धरला. दाढीचा रोपटा तेवढा कुळवून मैंगानी तिथं चांगली माती केली, तव्हा कुठं मनाचं समाधान झालं.

औत सोडलं आन् बांधाव जाऊन उभा राह्यलो. वावराचं ते देखनं रूप मनात साठवून ठेवूशी वाटत व्हतं. आताच आंघुळ करून नयी कापडं घातल्यावानी दिसत व्हतं वावार. आता तेवढी दाढ भाजली की वळवाचीच वाट बघायची.

म्होरल्या सताठ दिसात दऱ्याची वावरंबी घितली समदी वढून. वाटवल्या, पायथ्याच्या आन् पोटाच्या वावराचं काय वाटलं नाय. येका येका दिसात उराकलं समदं. पन उशाचं वावार रानच्या मातीनी भरलं व्हतं. त्यानी लय जीव काढला. दर सालाला पाऊसकाळात हे वावार एखाद्या शिलेदारावानी रानच्या पान्याशी लढतं आन् खालच्या वावरांना वाचवतं. उतरंडीवानी एकाखाली एक असनारी ही वावरं, उशाच्या या वरच्या वावरांमुळंच आज इतकी वर्षं मुसळधार पावसात टिकून हायेत. नाय तर रानच्या पान्याच्या लोंढ्यात बारुंडी पडून कव्हाच त्यांचं माळरान झालं असतं. दर साली माती काढून काढून बैलांचा आन् माझा जीव मात्र जायला व्हतो. पन ते वावार आमच्याकरता दर साली येवढा लोंढा आपल्या छातीव घेतंय, मंग त्याच्याकरता आमी येवढंबी करायला नको का? मंग काय, जिवाचा इचार क्वान करतो? चार येळा पेटारी लावायला लागली. पन वावराचं रूप मनागत झाल्यावच औत सोडलं.

त्या रातीला अंगनात पडल्याव लय बरं वाटलं. मनावलं वढनीचं वझं कमी झालं व्हतं. आता म्हनलं दोन चार दिस हिच्याबरं करवांदं घिऊन जावावं पौडाला. आघुटीच्या तेल-मिठाचंबी बघायला पायजे. मंग येकदा भाजनीला लागलं, की पेरनीबी येईन त्यालाच जोडून. हालताच यायचं नाय. त्यात कव्हा आधीमधीच वळवानी दनका दिला तर धारा लागतीन पान्याच्या घरात. तव्हा आढंबी शेकारायला पायजे. ह्या दिसात कामाचा निसता डोंगर असतो असा. पन त्यातूनबी दोन-तीन आन्याकरता पौडाला हेलपाटे घालायलाच लागत्यात.

दुसऱ्या दिशी मंग कोंबडं आरायलाच उठलो. हीबी उठून जात्याव बसली व्हती, नाचन्या दळत. आजून चांगलं पांढरं पडलं नव्हतं. पन घरात कुठं पाऊल थरतंय?

हिला म्हनालो,

“आज पौडाला जाऊ करवांदं घिऊन.”

तसं जातं थांबवून नवलाईनी बघायला लागली माझ्याकं. तव्हा माचुळीवली पाटी काढत मी म्हनालो,

“दोघं गोळ्यामेळ्यानीच जाऊ बरूर. मी हाये संगं. असं घाबरलो तर मंग जगायचं कसं?”

तिचं त्वांड येकदम उजाळलं. मंग तिच्याकं बघतच मी पाटी बगलत घेतली आन् तिला मागून यायला सांगत घराबाहेर पडलो. चांगलं पांढरं पडंपरेन रानातबी

पोचलो. समद्या जाळ्या करवांदांनी काळ्या पडल्या व्हत्या. मंग काय, घुसलो पाटी घिऊन जाळ्यांमधी. वांडरांगत तुटून पडलो त्यांच्याव. पाटी कव्हा भरली ते कळलंबी नाय. चांगली शिगोशिग भरलेली पाटी घिऊन बाहेर आलो, तर समोरच्या दांडावल्या जाळीत ही कंबरंला टोपली धरून करवांदं तोडत व्हती. मावळतीच्या आडव्या दांडावल्या जाळ्यांमधूनबी काही बाया जाळ्यांवर घसरल्या व्हत्या.

चिकानी हात समदं चिकाट झालं व्हतं. येका जाळीखाली पाटी ठेवून त्यावर पळसाची पानं टाकली. त्याच पानांनी चिकाट हात पुसले. आन् पळसाच्या पानांचा डोना करून हिच्या पाटीच्या भरतीची करवांदं झाल्याव दिस उगवायच्या आत आमी दोन पाट्या करवांदं घिऊन रानातून तसंच पौडाच्या वाटंला लागलो.

दिस डोंगराआडून डोकवायच्या आत आमी भोरकस सोडून संगमाबशी आलो. पन हिच्या मनात भ्या व्हतं तसं कायबी घडलं नाय. घडंन तरी कसं. हिनी त्यांना मासलाच दावला व्हता तसा. आजून जरा म्होरं गेल्याव ऱ्हावलं नाय म्हनून मंग थांबलो. तिथंच वाटंच्या कडंला घटकाभर पाट्या उतारल्या. हिला, ''पायावं काय चाललंय बघून येतो.'' असं म्हनून पायाकं गेलो. जीव घाबऱ्या व्हताच. म्हनलं आमच्या मागं काय झालंय आन् काय नाय. पन काय नव्हतं. पायावं येकबी मजूर नव्हता. ते बघून लय बरं वाटलं. तसाच मंग खालच्या अंगाला वळून मजुरांच्या राहुट्यांकं पाह्यलं. तिथं येवढे मजूर दिसत नव्हते. चार-दोन बाया सयपाकात गुंतलेल्या व्हत्या. त्यांची नागडी-उघडी पोरं तिथंच मोकळ्या रानात इटीदांडू खेळत व्हती. पन त्यांचाबी लय गलका नव्हता. चुलीचा धूर राहुट्याव दिसला नसता, तर हितं मजूर हायेत हेबी कुनाला कळालं नसतं. मनात म्हनलं सत्याग्रहानी केवढी करामत केली ही! पाऊल ठेवून देत नव्हते आमाला हितं. पन आज ते तमाखलेच गेले निघून. ज्योतिरूपेश्वराचीच कृपा म्हनायची ही. आमी त्याच्या शपथेला जागलो आन् तो आमच्या संकाटात धावून आला.

मनाला असं समाधान वाटल्याव फिरलो माघारी. आलो परत पाट्यांबशी तर हिच्याशी ताम्हिनीच्या बाजच्या दोन बाया बोलत बसलेल्या. म्हनलं,

''कोनत्या गावच्या?''

तर म्हनाल्या,

''वडगावच्या.''

तव्हा त्यांच्या मोकळ्या पाट्यांकं माझं ध्यानं गेलं. म्हनलं,

''लय लवकर जाऊन आला पौडाला?''

दोघींनी येकमेकींकं बघितलं. चांगल्याच चाचरल्या. पन येक धिटाईनी म्हनाली,

"पौडाला नाय, हितंच राहुट्यांमधी इकल्या दोन दोन पैशाला."

"धरनावल्या मजुरांना?"

"व्हय."

"आपल्या मुळाव उठलेत ते. सत्याग्रह करून आमी नाय तो जुलूम सहन करतोय. आन् तुमी त्यांना आपला रानमेवा देऊन त्यांचं हात आजून बळकट करताय, आमच्याव जूलूम करायला?"

"तसं नाय, पन तेवढंच येक दोन पैसं मिळतीन म्हनून..."

"येक दोन पैशाकरता जनमाचा घास घालवायचा का? किती दिस पुरनार हायेत ते दोन पैसे? अशानी त्यांचं फावन आन् परत जोर येईन त्यांना धरान बांधायला."

तशा दोघीबी वरमल्या. त्वांडं पडली त्यांची.

"चुकले बाबा, उंद्यापून नाय यायचो."

असं म्हनून त्या चोरावानी निघून गेल्या.

मनातला राग त्या माऊलींवर काढला. पन मागून मलाच लय वंगाळ वाटायला लागलं. म्हनलं कव्हा नाय ते सराईत दोन-चार आने दिसत्यात. गरिबाला त्याचंच आप्रुप. म्होरलं संकाट त्यांना माहीत नसन असं आहे का? पन गरजवंताला अक्काल नसती तेच खरं,

डोक्याव पाट्या घिऊन परत पौडाच्या वाटंला लागलो. पन साऱ्या वाटंनी त्या माऊलींची पडल्याली त्वांडं काय डोळ्याम्होरून जाईना.

माल्यात येईपरेन येक शब्द बोललो नाय आमी. पायवाट सोडून सडकंला लागल्याव मानसंबी दिसायला लागली अधूनमधून. कुनी आमच्यावानीच जांभळं, करवांदं घिऊन पौडाला चाललं व्हतं तर कुनी वपून येत व्हतं. माल्याचा झिप्रा आंबा मागं टाकला आन् मागून शिरवलीच्या दगडू फाटकाची बैलगाडी आली. तशी आधी फाटकाची आन् माझी त्वांडवळख व्हतीच. पन सत्याग्रहात तो आमच्याच पुठ्ठ्यात व्हता. त्या पंधरा दिसात लय जवळीक झाली. वळख इसरला नाय गडी, आमाला बघून थांबवली गाडी. म्हनाला,

"बोडके पाव्हनं, पौडाला चालला का?"

मी डोक्यावली पाटी घिऊन तसाच उभा राह्यलो. म्हनालो,

"व्हय. करवांदं हायेत उली."

"मंग चला, टाका गाडीत पाट्या."

"तुमीबी पौडालाच निघालाय का?"

"हां. काढलंय जरा काम."

मंग टाकल्या पाट्या गाडीत. डोक्याची पार आग आग झाली व्हती. पाट्या उतरल्याव बरं वाटायला लागलं. चिंभळी ढुंगनाखाली घिऊन मंग बसलो गाडीत.

हा दगडू फाटक लय बोलका गडी. सारखं त्याचं त्वांड चालू. सत्याग्रहाच्या मांडवात मारत्याचं आन् त्याचं लय जमायचं. बघन तव्हा दोघं गळ्यात गळं घालून, कायबाय कायबाय बोलत बसायचे. त्यांच्या त्वांडाला त्या पंधरा दिस खंडमंडाळच नव्हतं. आता या मुरमाच्या सडकंहून खडबाड खडबाड करीत गाडी चाललीये. पन त्यातूनबी त्याचं त्वांड चालू. म्हनाला,

"काय कळलं का तुम्हाला बोडके पाव्हनं?"

"काय, आता सत्याग्रह करून थांबलंय समदं काम..."

नीट ऐकायला येईना म्हनून त्याच्या जवळ सरकत मी म्हनालो, तसा मागं वळून बघत म्हनाला,

"ते नव्हं. ते जगाला माहीत झालंय आता. आपल्या सत्याग्रहानी टाटाच्याबी पायाखालची जमीन सराकलीये आता."

"मंग?"

"मंग काय? केसरी पेपरात छापून आल्यालं?"

"नाय बुवा."

"साठे गुरुजी आले व्हते काल शिरवलीत. त्यांनी वाचून दावलं. समदं छापून आलंय पेपरात."

"काय?"

"सावकारांचा डाव. काही आपली मानसंबी हायेत त्यात. पैसं घ्यायला तयार झाल्यात. काहींनी तर घेतल्यातबी म्हनं,"

"पन धरनाचं काम तर बंद झालंय आता."

"बंद झालंय पन परत चालू व्हनार नाय कशावून, केसरी त म्हनतो, पैसा दिला की राजाची रानीबी मिळती. पैशानी मानसं इकात घेता येतात, मंग जमिनीचं काय घिऊन बसलात. आता आपल्या बाजूचीच मानसं अशी बोलायला लागल्याव टाटाचं फावनार नाय तर काय. येकदा त्यानी जमिनी इकात घेतल्या, की आपल्या उराव धरान झालंच म्हनून समजा."

"पन जमिनी इकात कसा घिईन तो. आपून तर शपथा घेतल्यात जमिनीचे पैसं घ्यायचं नाय म्हनून."

"बोडके पाव्हनं, शपथेचं भ्या आपल्या गरिबाला. त्या शपथंकरता आपून जीव देऊ. पन ह्या टाटासारख्या आन् सावकारासारख्यांना त्याचं काय नाय. त्यांचा देव म्हंजी पैसा. निम्म खोरं सावकाराच्या ताब्यात हाये. त्यानी पैसा घेतला

की आपल्या घानवट जमिनी गेल्या टाटाच्या घशात. आन् आपली गांजलेली लोकं तरी काय कमी हायेत का खोऱ्यात? गरिबी लय वंगाळ. मानसाला काय करायला लावीन ते सांगता येत नाय. आपल्या या पडक्या बाजूचा फायदा घेनार टाटा. दोन चार आने बळंबळं आपल्या माथी मारनार. आन् खोऱ्याबाहेर काढनार आपल्याला.''

''पन आपून तसं नाय करायचं.''

''निसत्या आपल्या करन्यानी आन् न करन्यानी काय व्हतंय पाव्हनं. आपली वावरं सावकाराकं घान पडल्यात. त्याचा त्यानी पैसा घेतला की झाला का समदा खेळखंडोबा. आपून सत्याग्रह करतोय आपल्या जमिनी वाचवन्याकरता. ज्योतिरूपेश्वराला माहीत हाये. आपल्या मनात कसली खोट नाय, की पैशाची कसली लालसा नाय. आपला जीव तुटतोय तो आपल्याला आईवानी असनाऱ्या जमिनीकरता. पन या सावकारांच्या मनात येगळंच हाये. आपून सत्याग्रह करतोय आन् सावकार टाटाला खिंडीत पकडायचा इचार करत्यात. त्याच्याकून बक्कळ पैसा वसूल करायचा डाव हाये त्यांचा. आजूनबी लोकं कायबाय कायबाय सांगत्यात. आवळसचे केवलशेट तर कलेक्टर खोऱ्यात येऊन गेल्यापून सारखे पौडाला पळायला लागलेत.''

''पन ते सत्याग्रहाचा दिस ठरवायला पुन्यालाबी आले व्हते. आन् सत्याग्रहालाबी आले व्हते.''

''येतीन नायतर काय व्हईन. खायचे दात येक आन् दावायचे दात येक त्यांचे. आमचे शिरवलीचे इनामदारबी त्याच वळनाचे. सत्याग्रहाहून आल्यापून कुनाशी नीट बोलत नाय. आता सारखे लागलेत पौडाला पळायला. समदे आपली जात दावनार हितं. मधल्या मधी मरनार फक्त आपून.''

दगडू फाटक असा कायबाय सांगत व्हता. मानसांनी आपला इमान सोडला, शब्द पाळला नाय आन् शपथेला जागला नाय तर खोरंच काय पन जगालाबी बुडन्यावाचून कुनी वाचवायचं नाय. अशा येळी जग चिंतित नाय ते मन चिंतित बसतं. मनात नाय ते वंगाळ वंगाळ इचार यायला लागले. ही आपली पाट्या धरून बसली व्हती. म्हनलं बरंय. धरान व्हत नाय तवर तरी सुखी राहीन. आमी आपलं मरायचो झुरून झुरूनच. असं मन नाही ते वैरीत व्हतं. तेच बैलं अमुक-धपक्या थांबली. म्होरं बघितलं तर समदी सडाक बंद. धरनावल्या मानसांनी सडाक आडवलेली. मोठमोठे लोखंडी खांब ते सडकव टाकत व्हते. आमी खाली उतरून मागंपरेन जाऊन पाह्यलं तर पार पौडापून खांब टाकत आले व्हते. भराभरा काम चाललं व्हतं. त्यातल्याच येका मजुराला इचारलं, म्हनलो,

“कशाला अडवलीये सडाक? आन् हे लोखांड कशाला हातारताय?”
तर म्हनाला,
“रेल्वे गाडीची सडाक हाये ही.”
“पन ती आमच्या सडकवून कशाला करताय, आमच्या गाड्या कुनीकून जानार मंग?”
“ते टाटा कंपनीला जाऊन सांगा.”
“म्हंजी?”
“म्हंजी ही टाटा कंपनीची रेल्वे हाये, धरनावलं सामान आनन्याकरता.”
येकदम डोक्यात उजेड पडला. दगडू फाटक बोलत व्हता ते काय खॉटं नव्हतं. म्हंजी धरनाचं काम परत सुरू करायचाच हा डाव दिसत व्हता. डोकं येकदम गरम झालं. राह्यलो रुळाव उभा. म्हनलं,
“बंद करा हे काम.”
दगडू फाटकबी आला माझ्या मागं. म्हनाला,
“सत्याग्रह करून आमी धरनाचं कामं बंद पाडलंय. हेबी धरनाचं काम हाये. तेबी बंद झालं पायजे.” तसं आमाला दिलं ढकलून. म्हनाले,
“कामं लवकर उरकायची ताकीत हाये आमाला. उगीच मधी अडथळा आनू नका.”
पन आमी कसलं ऐकतोय. गेलो परत मधी. झाली झटापट. येकाला येका दनक्यात केला आडवा सडकवं. ते बघून चार पाच जन आले आमच्या अंगाव. हातपाय धरल्याव मंग काय चालतंय. हालताच येईना आमाला. तरी हिसके देत व्हतो. येकानी गळा आवळून बखाळीत दोन चार गदुरे घातले. लय जीव कळवळला. पन मधून बाजूला झालो नाय. आता आमी काय त्यांच्या तावडीतून सुटायचं लक्षान दिसाना. तशी ही लागली मोठमोठ्यानी वरडायला. तसे शेरेकर आले धावून. मंग लढाईच जुपली आमची तिथं. गावाम्होरं त्यांचं काय चालतंय मंग. चांगलं फोदारलं येकयेकाला. रस्त्याव हातारलेले खांबबी उकरून दिले बाजूला टाकून.
तेवढ्यात मुकदम आला. आल्याआल्याच मजुरांव खेकसला. म्हनाला,
“काय चाललंय? काम का थांबवलंय?”
मजुरांनी आमच्याकं पाह्यलं. तसा तोबी जरा नरमला. तरी त्यातूनबी मजुरांना म्हनाला,
“कायबी करा, पन उंद्यापरेन हे समदे खांब हातरून झाले पायजेत.”
मजूर आपले निसतेच ऐकत उभे राह्यले व्हते. मंग आमी शेऱ्याच्या लोकांना इचारलं. म्हनलो,

"कव्हापून काम सुरू झालंय हे?"

तर म्हनाले,

"तुमच्या सत्याग्रहानी तिकडं पायाचं काम थांबलं आन् हिकडं रेल्वे गाडीच्या सडकचं काम चालू झालं."

"मंग तुमी इरोध नाय केला का?"

"समदं झालं. रोज असे हातघाईव येत्यात. त्यानी काय उपेग व्हत नाय. आज खांब काढले की उंद्या परत बसवत्यात ते. कामधंदा सोडून रातुंद्या राखन करत बसतोय हितं. आमाला न इचारता आमच्या सडकव खांब हातारत्यात. मंग आमी कुठून न्हेयाच्या आमच्या गाड्या."

"मंग आता काय करायचं?"

"तुमी केलं तेच. सत्याग्रह. त्याबिगार काय व्हयाचं नाय. शेरं, मालं, जामगाव अशी आसपासची समदी गावं मिळून तुमच्यावानीच सत्याग्रह करतोय पंधरा दिसापून. बापट आन् भुस्कुटेबाबाबी येत्यात रोज. पन असं घोंगडं भिजत ठेवन्यापरास परवा पौडाच्या बाजूचे खांब काढायचं ठरलंय. तुमी जावा म्हनावं म्होरं टाकत, आमी येतो मागून उकरत. तव्हाच बंद पडलं तर पडन कायमचं."

"पडन पडन. तोच चांगला उतारा हाये याच्याव. आमाला चांगला गुन दिलाय त्यानी."

असं म्हनून मीबी त्यांना धीर दिला. आन् खरंच व्हतं ते. टाटा कंपनीच्या दादागिरीला सत्याग्रह हेच उत्तार व्हतं. आमी तो करून जिकलो व्हतो. आता या गावांच्या नशिबी काय लिव्हलंय कुन्हाला ठाऊक. पन तीबी जिकली तरच आमच्याबी जिकन्याला अर्थ. नायतर रेल्वे गाडी सुरू झाली की धरनाचं सामान भराभर येऊन पडन. आन् धरनाचं काम परत सुरू व्हईन. म्हंजी मागचे दिस परत म्होरं.

असा समदा इचार करून पौडाला जायचं मनच व्हईना. पन दगडू फाटकानी उकारलेल्या सडकवून गाडी कशी तरी म्होरं काढली. तशी ही जाऊन बसली गाडीत. मंग मीबी बसलो दगड व्हऊन तसाच गाडीत.

धरनाचं काम बंद पडल्यापून जरा बरं वाटत व्हतं. त्यामुळं कामालाबी जोर आला व्हता. त्या जोरातच वढनी उराकली व्हती.

आता रेल्वे गाडीनी परत झोप उडावली. ते कळल्यापून मनच लागाना कशात. आढं शाकारून घ्यायला ही मागं लागली व्हती. सारखी म्हनत व्हती,

"आढं शाकारून घ्या. वळवानी दनका दिला तर समद्या घराचा चिखल व्हईन."

दोन चार दिस केलं न ऐकल्यावानी. पन येक दिस आभाळ आलं भरून. कोळशावानी काळ झालं. वारंबी सुटलं व्हतं चांगलं. समदा पालापाचोळा वढून घ्यायला लागलं. आढ्यावलं पेंढंबी लागलं उडायला. म्हनलं असंच राह्यलं तर समदं आढं उघडं पडायचं. म्हनून मंग चढलो तसल्याच वावटळीत आढ्याव. बाबानी आन् हिनीबी तवर माळ्यावले धाईस पेंढं अंगनात आनून ठेवलं. पह्यल्यांदा लाकडं आन् दगडी बाजूला करून त्याच्या खालचं कुजलेलं पेंढं दिलं खाली टाकून. त्यातले काही त वाऱ्यावच गेलं उडून. मंग बाबानी अंगनात आनून ठेवलेला येकयेक पेंढा वर टाकला. चांगला उतार करून तो पेंढा आढ्याव लावला. कुठं बीळ राह्यलं नाय ना ते नीट पाह्यलं आन् ठेवली परत त्याच्याव लाकडं आन् दगडी. मागून वारं लय वाढायला लागलं. म्हनून मंग आळ्यानी लाकडं टाकली बांधून. उगीच पेंढ्यात वारा घुसून समदंच उडायला नको. नायतर व्हयाचा खेळखंडोबा.

समदं चाचपून चुचपून बसवल्यावच खाली उतारलो. म्हनलं आता फाटू दे काय फाटायचं तेवढं आभाळ. पन मागून समदं निवाळलं. वाऱ्यानी आभाळ फाकलं. उगीच भ्या दावल्यावानी केलं त्यानी. पन त्यामुळं घर तरी शाकारून झालं. भ्या दावल्याबिगार मानूस हात पाय हालवत नाय तेच खरं.

त्या दिसाला घर शाकारायचं चांगलं काम झालं. पन रातीला अंगनात शंकऱ्यानी येक वंगाळ गोष्ट सांगितली. पडल्यालं त्वांड घिऊनच आला व्हता अंगनात. आल्या आल्याच म्हनाला,

"म्हादू, आज महालकऱ्यानी पांडुरंग बापट आन् शेऱ्याच्या काही गड्यांची नावं लिहून न्हेली. म्हनाला समद्यांना तुरुंगात टाकनार."

"का?"

"सत्याग्रह केला म्हनून. आपल्या लोकांना मारहानबी झाली लय. बापटांनाबी मारलं. बापट तर चिंचवडहून येनाऱ्या रेल्वेखाली आडवे पडले. म्हनले घाला माझ्या अंगाव रेल्वे. ते बघून शेऱ्याचे काही गडीबी झाले रेल्वेच्या खांबाव आडवे. पन रेल्वेतल्या हमालांनी उचलून दिलं समद्यांना फेकून. काहींना लय लागलं. कुनी इंग्रज सायेब व्हता. त्याची लय इनवनी केली बापटांनी. पन त्यांचं नाय ऐकलं त्यानी. पौडातली समदी लोकं आल्याव उलीच गार पडला. तवर महालकऱ्यानी नावं लिहून घेतली. समद्यांना तुरुंगात टाकतो म्हनाला, करा कसा सत्याग्रह करताय ते."

सरकारला हाताशी धरून टाटा ही दादागिरी करनार ही पाल त्या दिशीच माझ्या मनात चुकचुकली व्हती. आमच्या सडकंचा त्यानी कसला इचार केला

नव्हता. तिच्यावच रेल्वेचा खांब हातरायचा, मंग आमी कोन्या वाटंनी जायचं? आमाला काय दगड धोंडा समजतो की काय हा टाटा. उचलून कुठंबी टाकतोय.

अशी दादागिरी करून आमचा सत्याग्रह त्यानी दाबून टाकला तर कोनत्या मार्गानी जायचं आन् काय करायचं आमी?

शंकऱ्याच्या मनातबी तेच आलं व्हतं. म्हनाला,

"म्हादू, पुन्याच्या मानसांचं ऐकून ह्या सत्याग्रहाच्या नया मार्गानी आपून चाललोय. पन सरकारनी टाटाला पाठीशी घातला तर सत्याग्रहाचा काय उपेग व्हनार नाय."

"असं नाय व्हयाचं. ज्योतिरूपेश्वर आपल्या मागं हाये. जवर आपून आपल्या जमिनीचं पैसं घेत नाय तवर टाटा धरान बांधत नाय. नाय तर त्यानी तव्हाच धरनाचं काम बंद केलं नसतं. काळजी हाये ती फक्त सावकारांची. त्यांनी शपथा मोडायचं पाप केलं, की त्यांच्या पापात आपूनबी जळून जानार. आता ज्योतिरूपेश्वर त्यांना कसली बुद्ध्या देतोय ते त्यालाच माहीत."

"तेबी सुरू केलंय. आपल्या मानसांची डोकी नासवायचं कामबी सुरू केलंय टाटानी आता. आपून आपला गनिमी कावा सोडून देऊन नया सत्याग्रहाच्या मार्गानी चाललोय. पन हा टाटा आपल्या गनिमी काव्यानी आपल्यालाच आपल्या रानातून हाकलून द्यायला लागलाय. म्हादू, गावागावांतून मानसं पाठवल्यात त्यानी. शिकल्याली मानसं ती. कावेबाज. पैशाकरता येखाद्याला औषाध म्हनून ईखबी पाजतीन. आपून ही असली अडानी. रानाशी बोलनारी येडी. ह्या रानाबिगार काय माहीत हाये आपल्याला? कायबाय सांगनार आन् आपल्या लोकांना बिथरवनार. आपल्या गरिबीचा फायदा घेनार. सावकार तर आधीच फुटायला लागलेत. ते आपला इमान ठेवायला लागलेत खुटीला टांगून. आता आपली किती मानसं टाटाच्या ह्या काव्याला बळी पडत्यात, नायतर आपल्या सत्याग्रहाचं हसू झाल्याबिगार ऱ्हानार नाय बघ."

"या धरनानी आयुष्याचंच हसू केलंय आपल्या. पन ह्या टाटाच्या मानसांचा काय तरी बंदुबस्त केला पायजे. नायतर समद्या खोऱ्याला बिथरवतीन ती."

"माझंबी मन तेच सांगतंय. टकुऱ्याव दोन-तीन काठ्या पडल्या की जातीन बरूर गाव सोडून."

"नाय, तसं करून नाय भागायचं. हातात काठी घिऊन सत्याग्रहाचा नेम तोडून कसं चालन."

"मंग नीट सांगून ऐकनारी लोकं हायेत का ती?"

"ऐकतीन. आपल्या बायकापोरांची आन घालू त्यांना. त्यांनाबी असतीनच की बायकापोरं. असन मानसातला तर जाईन गाव सोडून."

"ही मानसं कसली? मानसाच्या आवतारातली राक्षसं हायेत."

शंकऱ्याचा जीव लईच तळमळत व्हता. काय करनार. अंगात रग हाये पन ती सत्याग्रहाच्या शपथेनी दाबून टाकलीये. मंग असाच निसता दातव्हठ काढीत असतो. कुनिकली क्वान लोकं आपल्या गावात येत्यात आन् आपल्यालाच शानपना शिकवत्यात. काय तर म्हनं पैसा घ्या आन् जमीन वपा. पन आमी जमीन वपून जायचं कुठं? पोराबाळांना घिऊन कुठं भरायची पोटं? मनाची निसती कालवाकालव. तेवढ्यात खालच्या आळीकून कुनीतरी हिलाळ घिऊन येताना दिसलं. क्वान असन म्हनून आमी तिकडं बघायला लागलो. जवळ आल्याव बघतोय तर मारत्या चारपाच गड्यांना घिऊन कुठंतरी निघाला व्हता. उभ्याउभ्याच म्हनाला,

"म्हादू, तमाशा आलाय शिरवलीला. बघतो किती कवनं म्हनत्यात ते. नायतर ऐकवतो माझीच कवनं त्यांना."

"आता कसला तमाशा?"

"हा टाटाचा तमाशा!"

"टाटाचा तमाशा? तो आता आजून कसला तमाशा करतोय? आता किती दिसापून समद्या खोऱ्यात आमाला नाचवून, आमच्याच आयुष्याचा तमाशा मांडलाय त्यानी."

"हा येगळा हाये. बघ म्हंजी कळन."

हिलाळ घिऊन मारत्या म्होरं गेला. मागूमाग गडीबी गेले. शंकऱ्या माझ्याकं बघायला लागला. म्हनाला,

"टाटानी पैसं देऊन कसलं तमाशा मंडळ सोडलंय खोऱ्यात. ते कवनातून जमिनीचं पैसं घेनं किती चांगलं ते सांगतंय आपल्याला. सत्याग्रहानी टाटाच्या बंदुका काय कामाच्या राह्यल्या नाय. म्हनून त्याला असल्या चोरवाटा दिसायला लागल्यात आता."

"आपून तेवढे तरी उपकार मानले पायजेत सत्याग्रहाचे. आधी तर आपल्याला कुत्र्यावानीच समजत व्हता. इचारतबी नव्हता. पन आता पैसं घे म्हनून मागं लागायला लागलाय."

"समद्या मराठी मुलखात बोंब झाली. मंग निघाला आता आपली अब्रू वाचवायला. पन आपून त्याचा हा कट शिजून नाय दिला पायजे. त्याचा कावा त्याच्यावच उलटवला पायजे."

"आपला कवनंवाला मारत्या गेलाय त्याच्याकं. तो काय निसतं ऐकून घिईन काय? चांगली हजेरी घिऊन येतोय की नाय बघ त्यांची!"

टाटा कंपनीचा जमिनी बळकावन्याचा हा कावा लय दिस लपून नाय राह्यला. खोऱ्यात त्याचीच चर्चा चालू व्हती. क्वान काय म्हनत व्हतं तर क्वान काय म्हनत व्हतं. कुनाचा कुनाला मेळ नव्हता. टाटा जमिनी बळकावतोय येवढं मात्र खरं व्हतं. येका बाजूला धरनाचं काम बंद ठेवत व्हता आन् दुसऱ्या बाजूला असल्या खुरापती करत व्हता. त्याच्या मनात काही काळंबेरं असल्याबिगार नव्हतं व्हत हे. त्यानी धरान बांधायचा नाद सोडलेला असता तर तो असा पैसं वाटत बसला नसता. पैसं वाटायचीबी काय इगत लढवली बघा त्यानी. कीर्तानाचं गाव आमचं, जिथं टाळ-पखवाजानी ज्ञानोबाचा आन् तुकोबाचा गजर व्हतो तिथं टाटानी तमाशा आनला. आन् ढोलकीच्या तालाव घुंगरंवाल्या बाया नाचायला लागल्या. आमच्या हातातला टाळ घिऊन तुनतुनं द्यायचा इचार त्याचा. देहासंगं आमचा आत्माबी बुडवायला निघालाय आता टाटा. आमाला आमच्या शपथा मोडायला लावायची ही नयी इगत. त्या मोडून आमी आमचा इमान सोडला तर काय राह्यलं आमच्या देहात? निसता हाडामासाचा गोळा. गिधाडाचीच भरती व्हनार मंग त्याची. धरान झालं तर तेच व्हयाचं.

आमच्या सुखानी नांदनाऱ्या गावात टाटानी ईख कालवलं. सत्याग्रहानी आमची येकी दिसली म्हनून आता कावा करून मानसं बिथरवायला लागलाय. रानाव जगनारी मानसं आमी. पैशाचं काय कळनार आमाला. दोन-चार आने हाताव टेकवून फसवायचंच काम करनार तो.

मात्र येक दिशी टाटाचा हा कावा समद्या खोऱ्याम्होरं उघडा झाला.

भाजनी उरकत आली व्हती. रानातला धूर आता अस्ती अस्ती कमी व्हत चालला व्हता. काहींनी पेरन्याबी सुरू केल्या व्हत्या. मिरीग दोन दिसावं आला व्हता. रोज अंधारून यायचं आन् वाऱ्यानी पळायचं. तशातच येक दिस ज्योतिरूपेश्वराम्होरल्या माळावं सभा झाली. समदं खोरं लोटलं व्हतं तिथं. देवळाम्होरं माचाच्या येका बाजूला गांधीबाबाची तसबीर लावली व्हती, तिला फुलांची माळ घातली व्हती. आमाला त्याचं लय आप्रुप. आमचं समदं ध्यान त्या तसबिरीकं. तेवढ्यात भुस्कुटेबाबा माचाव उभं राह्यले. मंग समद्यांच्या नजरा तिकडं वळाल्या. कुजबूज सुरू झाली. लोकं कायबाय कायबाय बोलत व्हती. पन भुस्कुटेबाबांनी भाषनात समदं उघड केलं. म्हनाले,

"आपल्या येकीमुळं आपून जिकलो. सत्याग्रहानी धरनाचं काम बंद पाडलं. येकीची ताकत तुमाला माहीतच हाये. दरसाली पावसाळ्यात औंजंला तुमी पडकील करता. तो येक मयना तुमी समदे येक व्हता. येकमेकांच्या वावरात जाऊन भातलावनी करता. असं येकीनी काम केल्यामुळंच पावसाळ्याच्या येक मयन्यात

तुमची लावनी उराकती. कुनाचं काम तुमी पडून देत नाय. म्हनूनच तुमची शेती सोन्यावानी पिकती. तुमाला सालभर पुरन येवढा तांदूळ व्हतो. नाचनी व्हती. आज तुमच्या हजारो पिढ्या हितं जगल्या त्या तुमच्या येकीवच. तुमाला येकी दावायला शिकवायला लागत नाय. शेतात पडकील करून येकी दावता आन् आपली शेती पिकवता, तशीच येकी सत्याग्रहात दावून आपली शेती वाचवा. टाटाच्याबी ध्यानात आलंय आता, तुमची येकी फोडल्याबिगार धरान व्हनार नाय. म्हनून तर त्यानी काम बंद असतानाबी सरकारशी करार केला. आतापरेन आपल्या जमिनी वळवनवाल्यांगत फुकटच गिळायचा त्याचा इचार व्हता. पन आपून सत्याग्रह केल्यानी त्याला ते साधता येईना. म्हनून कराराचा धाक दावून आपल्या जमिनीची किंमत कवडीमोल केली. आता चार-दोन आने आपल्या हाताव टेकवून आपल्याला देशोधडीलाच लावायचा त्याचा इचार हाये. त्याकरता तर खोऱ्यात टाटा कंपनीची लोकं आल्यात. काहीतरी थापा मारून आपल्या भोळ्याभाबड्या लोकांना पैसं घ्यायला भाग पाडत्यात. पन त्यांच्या थापांना आपून बळी पडायचं नाय. तुमी जितके जन पैसं घ्याल तितकं टाटाचं धरान बांधायला फावनार. तुमी पैसं घेनं म्हंजी धरान बांधायला परवानगी दिल्यावानीच हाये. पैसं घेन्यानी आपल्या सत्याग्रहाची ताकतबी कमी व्हईन. आपन स्वत: सालभर राबतो तव्हाच आपली वावरं पिकत्यात आन् आपल्या पोटाला अन्न मिळतं. तसाच सत्याग्रहबी आपला आपल्यालाच करायचा हाये. बाहेरून आपल्याला कितीबी मदत मिळाली तरी आपली येकी महत्त्वाची आहे. ती तुटून देऊ नका. कंपनीची लोकं पैसा घ्या म्हनून सांगायला गावात आली, तर त्यांना पानीबी देऊ नका. त्यांना गावात थारा दिला तर ती लोकं आपलं गाव नासवल्याबिगार ऱ्हानार नाहीत. त्यांना आपली येकी दावून गावाबाहेर काढलं पायजे.''

म्हंजी लोकं चर्चा करत व्हती ते खरंच व्हतं. टाटाची मानसं गावागावांतून बांडगुळावानी दिसायला लागल्यात. त्यांना लय माजून नाय दिलं पायजे. नायतर गावाला खाल्ल्याबिगार नाय ऱ्हायची ती. माझ्या मनात असा इचार आला आन् म्होरं जाऊन शंकऱ्या तेच बोलायला लागला. मनात म्हनलं, मागल्या साली त्याला सभा म्हंजी काय माहीत नव्हतं. आन् या साली सभंत बोलायची हिम्मत करतोय गडी. येळच मानसांना समदं शिकवती. बोलतबी व्हता चांगला ताठ उभा राहून. कीर्तनाला उभा राह्यल्यावानी,

''गावात टाटाची मानसं आल्यात. कायबाय सांगून आमची माथी भडकवत्यात. म्हनत्यात पैसं घ्या. त्यातच तुमचं भलं हाये. नायतर पैसंबी नाय मिळायचे आन् जमीनबी नाय मिळायची. ही मानसं कुठली क्वान उपरी. आमच्या गावात येऊन

आमच्यावच दादागिरी करत्यात. पैसं नाय घ्यायचं म्हनल्याव म्हनत्यात तुमी येडेहात. ते शेतकरी असते तर असं बोलले नसते. आमच्या आईवानी असनारी जमीन वाचवन्याकरता आमी हा येडेपना करतोय. आमाला पैशाचं लालूच दावा नायतर सोन्याचं. आमच्या सोन्यासारख्या जमिनीम्होरं आमाला ते समदं मातीवानीच हाये. सत्याग्रहाच्या शपथेनी आमचे हाथ बांधलेत नायतर त्यांना गावात आल्याआल्याच हितलं पानी दावलं असतं. त्यांनी कितीबी थापा मारू द्या, पन आमी आमच्या जमिनीचं पैसं कव्हा घेनार नाय. आन् कुनाला घिऊनबी देनार नाय.''

भुस्कुटेबाबांवानीच शंकऱ्याचं बोलनंबी पटन्यावानीच व्हतं. लोकांच्या टाळ्या सांगत व्हत्या. समद्यांना पटतच व्हतं ते.

रोज अंधारून येनारं आभाळ नेमकं त्याचयेळी गळायला लागलं. म्हनलं पाऊसबी आला सभंला. मंग मातीचा खरपूस वास घेतच मानसं आपापल्या गावांच्या वाटंला लागली.

सभा व्हत्यात. सत्याग्रहबी झाला. पह्यल्यांदा वाटलं आता नाय व्हत धरान. पन आता टाटाचा कावा ध्यानात आल्याव परत धाकधुकी वाढली. शेताचं काम करावं, का ही काळजी करत बसावं. त्या काळजीतच पेरनी उरकून घेतली. पन दर सालावानी ह्या साली पेरनीत मन लागत नव्हतं, येका दान्याचे हजार दाने देनाऱ्या त्या भाताचं बी मी किती आवडीनी फोकायचो दाढीव. येक दाना जरी बाहेर पडला तरी ध्यानात ऱ्हायचा. धा-बारा दिसानी मातीतून वर आला, की मीबी दाढीतलाच हाये म्हनून सांगायचा. मंग दाढ खनताना तेवढी काडी मी आवडीनी मोठ्या मुठात बांधायचो. आता मात्र आज पेरलेलं उंद्या खनायला ऱ्हातंय का पान्यात बुडतंय याचीच काळजी लागल्याली. दाना बाहेर उडतोय का आत पडतोय याचं भान कुनाला.

मिरीग निघाल्याव पयल्या दोन दिस लय लावून धरलं त्यानी. मुसळावानी धार लागल्याली. थांबता थांबत नव्हती.

लाल व्हऊन डोंगरच्या व्हळा आन् वढं खाली येऊन मुळेला मिळालं. मुळा अगदी लालबुंद. चांगली फुगून वाह्याला लागली. तिचं ते आक्राळ इक्राळ रूप बघून मनात धडकीच भरली. म्हनलं आता या बयाचा राग कव्हा शांत व्हयाचा कुनाला माहीत. दर सालीच तिला असा आहूर येतो. पन या सालीच ती मला अशी रागावलेली का वाटली कुनाला माहीत. तिच्या या रागाचा तडाखा कुनाला बसू नये म्हंजी झालं. आजूनपरेन तिनी कुनाला दगा फटका केलेला नाय, पन आता पापं वाढायला लागल्यात. मानूस मानुसकी इसरायला लागलाय, आपला

इमान सोडायला लागलाय, मंग असं कायतरी व्हनारच.

पन दोन दिसानी पावसाची धार थांबली, तशा डोंगराच्या व्हळा आन् वढे निवाळले. छातीत धडकी भरवनारा, रानभर घुमनारा पान्याचा आवाज कमी झाला, काही व्हळा तर ज्योतिरूपेश्वराव धार धरल्यावानीच दिसायला लागल्या तव्हा कुठं मुळा शांत झाली. मंग मीबी ज्योतिरूपेश्वराला हात जोडले, म्हनलो,

"देवा ज्योतिरूपेश्वरा, चुकलं माकलं पोटात घे आन् ह्या पाऊसकाळात आमच्या मागं सावलीवानी उभा राहा."

ज्योतिरूपेश्वरानीबी ते ऐकलं. धुळवाफ मिळालेल्या दाढी-रोपांना आता उघडीप पायजे व्हती. पाऊस थांबल्यानी ती आता मिळायला लागली. म्हनलं चला, या सालाला पाऊस तरी हाये आपल्या बरुबरीनी.

वला चाराबी फुटायला लागला व्हता आता चांगला. म्हनून जनवारं घेऊन रानातच घुटमळत व्हतो मी. रान आता आपलं रूप बदलनार व्हतं. म्हनलं बघावं तरी कसं रंगांनी सजतंय ते. पावसाची धार काय पडती आन् रानाचा रंग काय बदलतो. समदी देवाची करनी!

येक दिस असाच देवाच्या बांधनीत जांभळीखाली बसलो व्हतो. वरून नुकतीच फुटायला लागलेली रानातली दाढी-रोपं दिसत व्हती. म्हनलं बघावं कशी कशी वाढ व्हतीये त्यांची. तंद्री लावूनच बसलो व्हतो तिथं. दुपारचीच येळ व्हती. ऊनबी व्हतं उली. आभाळ फाकलं की अधून मधून पडायचं. त्या उन्हाव पिवळी पिवळी दाढी-रोपं बघायला लय बरं वाटायचं. त्या पिवळ्या रंगाकंच बघत व्हतो. तेच शंकऱ्या आला. तिथंच जांभळीखाली बसला माझ्या शेजारी. म्हनाला,

"काय बघतोस येवढा टक लावून?"

तव्हा मी खालच्या दाढी-रोपांकं बघतच त्याला म्हनालो,

"शंकऱ्या, किती देखनं हाये आपलं रान! येवढं देखनं असूनबी त्याला नटायची आन् मुरडायची किती हौस हाये बघ! पाऊस आल्याबरूर लागलं नटायला. पन त्याला माहीत नसन का रे, की आपल्याला कुनी आता बुडवायला निघालंय म्हनून. शंकऱ्या, तसं झालं तर आपल्या या देखन्या रानाला कव्हा नटताही यायचं नाय आन् मुरडताबी यायचं नाय. पान्याखाली जीव गुदमरून जाईन त्याचा. त्याचा गेलेला जीवबी दिसायचा नाय आपल्याला. मंग त्याचं हे देखनं रूप कसं दिसायचं? म्हनून आताच बघून घेतोय. परत कव्हा ही दाढी-रोपं अशी उगवल्याली दिसतात की नाय कुनाला माहीत. आताच ठेवतो त्यांना मनात रुजवून."

"देखनं हाये म्हनूनच नजार लागली त्याला, येवढं भात पिकवनारं हे रान पान्याखाली निसतं गाडून ऱ्हानार, याचं मनाला लय दुख व्हतंय. आपून हे रान

बुडू नये म्हनून धडपडतोय आन् तिकडं टाटाची मानसं थापा मारीत गावभर लोकांना बिथरवीत हिंडत्यात. आज तर आपल्या गावात येनार हाये म्हनं रातीला. दिसभर मानसं शेताव असतात म्हनून रात करून येनार हायेत.''

येकदम तंद्री तुटली. म्हनालो,

'' मंग आजच दावू त्यांना आपला इंगा. गोडीनी ऐकली तर बरं नाय तर...''

''नाय तर काय?''

''नाय तर... सत्याग्रहाच्या शपथेला जागायचंय. नायतर ज्या पायानी ते गावात आले ते पाय परत जायला जाग्याव राह्यले नसते त्यांचे.''

''शपथ मोडायची नाय, पन त्यांची कानउघाडनी केली पायजे ना चांगली. आज पह्यल्यांदा गावात येत्यात आपल्या. येळीच दम देऊन सांगू म्हंजी परत गावात पाऊल ठेवायची नाय...''

''खरंय. येऊ दे रातीला त्यांना. बघू काय थापा मारत्यात ते.''

मंग लय येळ त्याइखीच बोलत व्हतो आमी.

त्यांना आमच्या मरनाची घाई झाल्याली. त्यांनी रात व्हऊ दिलीच नाय. कोंबड्या निघायच्या येळंलाच आले गावात. दोघंजन व्हते. आपल्यातलेच. पन अंगाव जरा चांगलं कापाड चढलं की रुबाब वाढला गोऱ्या सायबावानी. ऐटीतच आले. म्हनलं बघा ही तऱ्हा. पैशाकरता आपली मानसं आपल्याच मानसांना फास घ्यायला सांगत्यात. पैसा देऊन टाटानी इमानच इकत घेतलाय मानसांचा.

पन आमी तयारीतच व्हतो. आल्याले कळलं तसं रघुदाच्या अंगनात गोळा झालो. रघुदानीबी अंगनात हिलाळ लावला. त्या हिलाळात त्यांची पांढरी कापडं चांगली चमकत व्हती. त्यातला येक लय गोडबोल्या. पोटात शिरूनच लागला बोलायला, म्हनाला,

''आमाला तुमची काळजी म्हनून रातुंद्या फिरतोय तुमच्या गावांतून. टाटा कंपनीनी आता सरकारशी करार केलाय. म्हंजी धरान व्हनार. पन धरान झालं तरी टाटा कंपनी तुमचं नुकसान व्हऊ देनार नाय. तुमच्या जमिनीचा पैसा तुमाला दिल्यावच धरनाचं काम परत सुरू व्हनार हाये.''

''पन आमाला पैसं नकोत आन् धरानबी नको. आमी आमच्या जमिनी सोडनार नाय.''

किस्नानी त्यांना लगीच सांगून टाकलं. तसा किस्नाकं बघत बोलायला लागला.

''असा येडेपना करू नका. आमी तुमच्या हिताचंच सांगतोय. टाटा पैशावाला, त्याच्यामागं सरकार हाये. त्याच्याम्होरं आपला निभाव नाय लागायचा. धरान तर

व्हनारच, मंग उंद्या पैसंबी नाय मिळायचं आन् जमीनबी जायची. आत्ताच चार आने मिळत्यात ते पदरात पाडून घ्या.''

तसा शंकऱ्या बसल्याला उठला. लाल व्हऊनच लागला बोलायला. म्हनाला,

''कसं व्हतंय धरान ते बघतो आमी. पैशाचं लालूच त्या उपऱ्या सावकारांना दावा. ते भुताळलेले हायेत पैशाकरता. आमी आमच्या जमिनीचा येक पैसाबी घेनार नाय.''

''तुमी दोन-चार लोकांनी नाय घेतलं म्हनून काय झालं, बाकीची लोकं त् घेत्यात.''

''क्वान घेतंय? समद्या थापा तुमच्या. शिरवलीवाल्यांना सांगता शेडानीवाल्यांनी पैसं घेतलं आन् शेडानीवाल्यांना सांगता आकसईवाल्यांनी घेतलं. पन तुमी कितीबी थापा मारून आमच्या लोकांना बिथरवलं तरी आमी पैसा घेनार नाय. आज आमच्या गावात पह्यल्यांदा आलाय म्हनून नीट सोडतो तुमाला, पन परत कव्हा पैसे घ्या म्हनून सांगायला आमच्या गावात पाऊल ठेवलं तर ते जाग्याव ऱ्हानार नाय.''

शंकऱ्याच्या अशा तापटपनानी दोघंबी नरम पडले. म्हनाले,

''पन आमी तुमच्या हिताचंच...''

''आमचं हित आमाला कळतं. चार आन्याकरता तुमी तुमच्या घराची राखरांगोळी करान काय? धरान व्हन्यात, आमी पैसे घेन्यात हित आमचं नाय तुमचंच हाये. तुमाला बक्कळ पैसा मिळन, पन आमी देशोधडीला लागू. आमचा येवढाच कळवळा असन तर टाटाला म्हनाव धरनाचा इचार सोड आन् आमच्या रानातून निघून जा. तसं त्यानी केलं तर आमच्या गरिबाचा दुवा मिळन त्याला.''

शंकऱ्या त्यांना बोलूनच देईना. त्याचा आवाज वाढायला लागला तसा किस्ना, लह्या, अंक्या असे आमी गडीबी उभे राह्यलो. तशी मंग त्वांडंच पडली त्यांची.

''तुमच्या मनाला वाटन तसं वागा. पन टाटा कंपनीनी राहुट्यांमधी कचेरी उघडलीये. कुनाला वाटलं तर तिथं या आन् आपल्या जमिनीचं पैसं घेऊन जा.''

असं घाबऱ्या घाबऱ्या बोलतच त्यांनी रघुदाच्या अंगनातून पाय काढला, आन् आंबवन्याच्या बाजूला अंधारात गडप झाले.

ते गेले आन् मारत्याला त्वांड फुटलं. कवनच म्हनायला लागला,

ह्या मातीची कीर्ती ऐका
मंग कितीबी फुका पैका

तुमी कितीबी चालवा हेका
हे मुळेचं रान हाय बरं का

ते ऐकून शंकऱ्या म्हनाला,

"मारत्या, हे कवान त्या तमाशावाल्यांना ऐकव. म्हनावं,

भले तरी देऊ गांडीची लंगोटी। नाठाळाच्या माथी हानू काठी।

"ऐकव काय. ऐकवूनच आलोय परवा शिरवलीत जाऊन.

त्यांचीच ढोलकी बडवली आमी. गार पडले समदे. त्यांना वाटलं, आमाला निसते टाळच कुटता येत्यात. पन म्हनलं येळ पडली तर तुतारीबी वाजवतो आमी. आवाजबी असा लागला व्हता माझा, की बघतच राह्यले निसते."

असं म्हनून मारत्यानी परत केलं सुरू,

तुमी कितीबी पेरा ईख
नाय पिकनार टाटाचं पीक...

गावातली अशी येकी पाह्यली की बरं वाटायचं. पन परत कव्हा काय येगळं कानाव आलं की जीव घाबऱ्या व्हयाचा. या सालाची लावनी अशी घाबरतच गेली.

पावसानी या साली चांगलाच जोर धरला व्हता. दोन दोन दिस वढ्यांना उतार मिळत नव्हता. वढ्यात दोरखांड टाकून रानात जावं लागत व्हतं. पावसाची धार अशी की तिला खंडमंडाळ नाय. दिसभर डोक्याला टापशी बांधून राह्याला लागायचं नाय तर अंगाव इरलं घिऊनच काम करायला लागायचं. पन कितीबी अंग झाकायचं म्हनलं तरी वाऱ्यानी पाऊस अंगात घुसतोच. मंग दिसभर वल्या अंगानीच वावरात चिखल तुडवायला लागतो. पानी मुरतं आमच्या अंगात पन जीव धरत्यात भाताचे मुठ. भात जीव धरून वाऱ्याव डुलायला लागलं की कष्टाचं कायबी वाटत नाय. मंग निष्काळजी व्हयाचं आन् पंढरीच्या वारीला जायचं. मागल्या कितीक पिढ्यांचा हा रिवाज. एखाद्याची लावनी मागं राह्यली तर आषाढीच्या आत समदं गाव त्याच्या शेतात लोटतं आन् त्याची लावनी करून देतं. हातारकीचं ते काम गोळ्यामेळ्यानी करताना केवढं सुख मिळायचं! मंग तो शेत्याबी वारीला जायला मोकळा व्हतो. जशी आमची शेती म्हंजी आमचं जीवन तसंच ही वारीबी. शेतानी पोट भरतं तर वारीनी मन. वारीचा तो मयना म्होरं सालभर सुखासमाधानानी जगायचं बळ देतो. म्हनून तर दर साली आमी वारीची वाट बघत बसतो.

या साली टाटानी आमच्या मागं नको ते काम लावलं. म्हनलं या साली चुकती की काय वारी. पन नाय चुकली. सत्याग्रह करायला निसता दनकट देह

काय कामाचा. त्याला मनाचं बळबी पाह्यजेच की. आन् वारीबिगार ते दुसरं कुनीकं मिळायचं! मंग काय गेलो वारीला. धरनाची गोष्ट कळल्यापून जिवात जीव नव्हता. पन वारीच्या त्या येका मयन्यात जिवाला लय बरं वाटलं. पांडुरंगाचं नाव आन् ज्ञानोबा तुकोबांचा गजर, त्याबिगार साऱ्या पंढरीच्या वाटवं दुसरं कायबी नाय. म्हनलं या संतांनी आमा गरिबांच्या सुखाकरता ही पंढरीची वाट बनवलीये. केवढी चिंता आमची त्यांना!

वारीहून आलो आन् पंधरादी तीन वारांनी गौराय आल्या. गौराया बसवायची हिला लय हौस. हिच्याबरं शाली आन् मालीबी नादवायच्या. समद्या भिती सारवून घिऊ लागायच्या. ह्या साली मधला कुड उकालला व्हता. कारव्या उघड्या पडल्या व्हत्या. तो शेनानी लिपून घिऊन सारवायला लय तरास पडला तिला. पन गौराया बसायच्या म्हनून समदं हौसंनी केलं तिनी. सारवान झाल्याव मंग ही ल्ह्यानं काढायला लागली. गौरायच्या येळंला गावातल्या समद्या घरांतून असं ल्ह्यानं दिसतं. घरातल्या भितीव चित्तारं काढल्याली दिसत्यात. मंग ती उन्हाळ्याला सारवान व्हईपरेन तशीच ऱ्हात्यात. लय करून गौराय बसायच्या भितीलाच चित्तारं काढायची रीत. तांदळाचं पीठ पान्यात कालवायचं आन् काडीनी भितीव मोर, ससा, कोंबडा, बैल, गाय, वावरातली भात लावनीची पात नायतर औत हाकनारा औत्या. अशी कायबाय चित्तारं काढून समदी भित पांढरी व्हती. पन शाली-मालीवानी पोरी घरातल्या बाकीच्या भितीबी पांढऱ्या करून टाकत्यात.

हिला अशी चित्तारं काढायची लय हौस. त्याकरता भिती घोटून घोटून सारवायची. मंग गौराया बसायच्या आधी दोन तीन दिस तिचं ल्ह्यानं काढनं चालायचं. आता तर मालीलाबी तोच नाद लागलाय. मागल्या सालापून तीबी लागली भिती पांढऱ्या करायला.

या साली तर दारावल्या भितीव तिनी यागळंच चित्तार काढलं व्हतं. कसलं इद्रुप दिसत व्हतं ते. त्याच्याम्होरं येक बारकं झाड. त्या झाडाभवती दगडी लावून कुडान केल्यालं. मला तर काहीच कळाना. म्हनून तिलाच इचारलं,

"माले, हे कसलं ल्ह्यानं काढलईस तू. गाय नाय, बैल नाय, मोर नाय की भात लावनी नाय. कुनीकून शिकून आलीस असलं ल्ह्यानं काढायला?"

तव्हा ती त्या चित्ताराव ब्वाट ठेवून सांगायला लागली. म्हनाली,

"बाबा, हे चित्तार नाय. हा राक्षस हाये, आपल्याला पान्यात बुडवायला आलाय. आन् हे माझं झाड. पन ते नाय पान्यात बुडायचं. त्याच्याभवती मी दगडी लावून बांध घातलाय. मंग त्यात पानी कसं जाईन तव्हा."

मी तिच्याकं नवलाईनी बघत राह्यलो. म्हनलं या धरनानी बारक्या पोरांच्याबी जिवाला घोर लावून ठेवलाय. खेळायचे आन् उनाडायचे दिस त्यांचे. पन या दिसात जिवावानी जपलेल्या झाडाला बांध घालन्यात आन् त्याला जपन्यातच येळ जातोय त्यांचा. या धरनानी आमच्या पोरांचं ल्हानपनबी घेतलं म्हनायचं हिसकावून. पिठाची वाटी हातात घिऊन त्यात काडी बुडवत ती त्या इद्रुप चित्ताराला आजून कायबाय काढून मोठं करायला लागली. तव्हा मी तिला म्हनालो,

"हा तुझा राक्षस माजल्यावानी निसताच मोठामोठा व्हत चाललाय. नाव तरी काय त्याचं?"

तव्हा ती त्याच्याकं बघत म्हनाली,

"हा आपल्याला पान्यात बुडवायला आल्याला राक्षस हाये. टाटा!"

ते ऐकून मी त्या इद्रुप चित्ताराकं दगड व्हऊन बघतच राह्यलो. आन् ती त्याला हातातल्या काडीनी आजूनच मोठा करत राह्यली.

गौराय गेल्या आन् घटामधी परत कायबाय कायबाय कानाव यायला लागलं. साठे गुरुजी येक दिस गावात आले. म्हनाले,

"मंडळी, आपून सत्याग्रह करून धरनाचं काम बंद पाडलं. पन कावेबाज टाटा कंपनीनी आता सरकारला हाताशी धरलंय. दादागिरी करून धरनाचं काम परत सुरू करन्याचा इचार हाये. म्हनून आपल्या पुढाऱ्यांना तुरुंगात टाकायला लागलाय तो. पांडुरंग बापट आन् आनखी धा-बारा जनांना रेल्वे गाडीच्या कामात अडथळा आनला म्हनून दंड केलाय. पन हा दंड टाटा कंपनीच्या तिजोरीत पडनार म्हनून बापटांसंगं समद्या पुढाऱ्यांनी दंड भरन्यापरास तुरुंगवास पत्करलाय. असा तुरुंगाचा धाक दावून धरनाचं काम परत सुरू व्हनार हाये. पन मागल्या सालागत आता कंपनीला मजूर मिळानात. ज्योतिरूपेश्वराच्या कृपेनी या सालाला नगरच्या बाजूला चांगला पाऊस पडला. आता त्यांची शेतं पिकल्याव ते कशाला येतीन हिकडं. आन् आपली कनव असनारे आपले शेतकरी बांधवबी धरनाच्या कामाव येईनात. मजूर नाय मिळाल्याव धरनाचं काम सुरू व्हनार नाय. पन म्हनून आपून गप बसायचं नाय. टाटा पैशावाला मानूस. पैशाच्या जोराव तो वाट्टेल तिथून मजूर आनीन. आपून त्या मजुरांनाबी मागल्यावानीच आपल्या सत्याग्रहानी उत्तार द्यायचं. दिवाळी झाल्याव जर कंपनीनी परत काम सुरू केलं तर आपूनबी परत सत्याग्रह करायचा. काही पुन्याची मानसंबी आल्यात परत. सत्याग्रहाच्या मांडवाचं काम सुरू झालंय. ज्योतिरूपेश्वराच्या कृपेनी मागल्या येळंस आपून जिकलो. तसाच या खेपंलाबी ज्योतिरूपेश्वर आपल्या मागं उभा राहीन. त्याची

सेवा आपल्या हातून घडाव म्हनून आपून ज्योतिरूपेश्वराम्होरं शिवलीलाआमरुताचं पारायन करायचंय. आपल्या या वारकऱ्यांच्या भूमीत पारायनाला बसायला बाहेरूनबी लोकं येनार हायेत. या पारायनानी ज्योतिरूपेश्वर आपल्याला सत्याग्रह करायला तर बळ देईनच, पन आपल्या जिवाव उठलेल्या टाटा कंपनीलाबी चांगली बुद्ध्या देईन. आन् धरनाचं काम थांबन.''

साठे गुरुजी कव्हा हातातल्या केसरी पेपराकं तर कव्हा आमच्याकं बघत घाईघाईतच बोलत व्हते. लय येळ थांबलेच नाय ते. उभ्या उभ्याच निरोप दिल्यावानी केलं त्यांनी. आन् पेपर थैलीत टाकून निघालेबी लगीच. पन मला नाय ऱ्हावालं. म्हनलं, पांडुरंग बापट तमाखली चांगली नोकरी सोडून, घरदार सोडून आमच्याकरता या रानात येऊन राह्यले. आमच्याकरता नाय तो जुलूम सहन केला आन् आज तुरुंगातबी गेले. लय वंगाळ वाटलं. परत कव्हा सुटत्यात आन् कव्हा नाय. म्हनून जायला निघालेल्या साठे गुरुजींना इचारलं. म्हनालो,

''बापट तुरुंगातून परत कव्हा सुटनार?''

''सा मयन्यांनी. देव मानूस भेटलाय तो आपल्याला. समदं सुख सोडून आपल्याकरता दुख भोगतोय.''

''पन तुरुंगापरीस दंड का नाय भरला त्यांनी?''

''कारन त्यांना धरनाचं काम कायमचं बंद पाडायचंय. त्याकरता तर आपून सत्याग्रह करतोय. आपले पुढारी ते. आपल्या सत्याग्रह करनाऱ्या सैन्याचे सेनापतीच म्हना ना. दंड भरला असता तर तो टाटा कंपनीच्या तिजोरीत गेला असता. आन् मंग तो धरनाच्याच कामाला लागला असता. ते त्यांना पटनारं नव्हतं. म्हनून तर त्यांनी दंड भरन्यापरास तुरुंग पत्करला.''

ते ऐकून मला काय बोलावं ते सुचाना. गपच बसलो. मनात म्हनलं आपल्याकरता ही मानसं तुरुंगात जात्यात. काय काय सहन करायला लागनार त्यांना तिथं. आमच्या जिवाकरता त्यांच्या देहाला किती ह्या यातना. साठे गुरुजींचंबी बघा. पावसानी गाडीवाटा बुजल्या म्हनून आज पायपायच आले व्हते. घाईघाईनी निरोप सांगून गेले लगीच म्होरल्या गावाला. किती रान तुडवनार आजून हा मानूस! त्याच्या त्या पाठमोऱ्या देहाकं बघून लय वंगाळ वाटत व्हतं. येवढं करूनबी धरान झालं तर त्यांनी आमच्याकरता आटवलेल्या रक्ताचंबी पानीच व्हनार!

बापटांना तुरुंगात टाकलं ही गोष्ट मनाला लय टोचत व्हती. ते समद्या गावाच्याच मनाला लागलं व्हतं. सांजच्याला देवळाम्होरं रघुदाबी बोलून गेला. म्हनाला,

''साठे गुरुजी म्हनाले ते खॉटं नाय. सत्याग्रह करनारे सैनिकच आपून. आपले पुढारीच आपले सेनापती. टाटानी आज त्यांनाच तुरुंगात टाकलं. पन

आपला सेनापती तुरुंगात गेला म्हनून आपून मैदान सोडून पळायचं नाय. तो तुरुंगातून परत येईपरेन सत्याग्रह करायचा. लढायचं.''

त्या रातीला मनात लय कायबाय इचार आले. म्हनलं ह्या सालाला नगरच्या बाजूला पाऊस पडून त्यांची शातं पिकाव म्हनून ज्योतिरूपेश्वराला हात जोडले व्हते. धरनाच्या पायाहून जोडलेले हातबी पोचले त्याला. तिकडं पाऊस पाडून पावलाबी लगीच. नायतर पाऊस पडला नसता तर पोटाकरता तिकडच्या मजुरांचे पाय हिकडं वळायला कितीसा येळ लागला असता.

राती अंगनात बसल्याव शंकऱ्याबी तेच बोलत व्हता. तव्हा ही आन् आयबी तिथंच आमचं बोलनं ऐकत बसली व्हती. शंकऱ्या म्हनत व्हता,

''म्हादू, ज्योतिरूपेश्वर आपल्याच संगं हाये. टाटाला मजूर मिळू नये म्हनूनच त्यानी समदीकं पाऊस पाडला या सालाला.''

''आरे स्वयंभू जागृत देव तो. आपून पुन्यवंत म्हनून त्याच्या पायाशी जागा मिळाली आपल्याला.''

''चमत्कार दावला बाबा या सालाला त्यानी.''

''त्याच्या चमत्काराव तर चाललंय समदं. त्यानी मनात आनलं तर धरानच काय पन धरनाचा पायाबी नाय थरायचा जाग्याव. या साली पाह्यलंस ना, नदीनी काय चमत्कार दावला ते. इतकी वर्षं आपून हितं ऱ्हातो. दर सालीच नदीला आहूर येतो, तिनी कव्हा कुनाला दगा फटका केला नाय. पन या साली टाटाला चमत्कार दावलाच तिनी. त्यानी बांधलेला पूल वाहून गेला, खडकाव उली पाया भरला व्हता तो वाहून गेला आन् त्याचं सामानबी वाहून गेलं. मुळेच्या रूपात येऊन ज्योतिरूपेश्वरानीच टाटाच्या दांडगाईला उत्तार दिलंय. आन् मुळाबी कशी गप बसन. इतक्या सालाची तिची वहिवाट. तिची वाट आडवनाऱ्याला ती कशी सोडन मंग.''

''खरंच म्हादू, देव आपल्या मागं हाये. आता आपूनच चिकाटी नाय सोडली पायजे.''

ही आन् आय लय येळ आमचं बोलनं निसतंच ऐकत बसल्याल्या. आपल्याच तंद्रीत व्हत्या. येक नाय की दोन नाय. पन शंकऱ्या गेला आन् आईचं त्वांड उचकाटलं. माझ्या जवळ सरकत म्हनाली,

''म्हादू, ज्योतिरूपेश्वर आपल्या येवढ्या जवळ. समद्या जगाचा इचार करतोय तो. कायबाय चमत्कार दावतो. आपल्यालाबी पावल्याबिगार नाय ऱ्हायचा.''

''आई, येकदा पावला ना तो तुला!''

''पावला ना, नाय कसं म्हनंन मी. तू झाला म्हंजी पावलाच की तो. नावबी ठेवलं की तुझं. महादेव! पन माझ्या जित्याजी आजून येकदा पाऊ दे रे बाबा.''

“आता काय पायजे?”

“नातू. वंशाचा दिवा आला की डोळं मिटायला मोकळी व्हईन बघ मी.”

“तुझं समाधान कव्हा व्हयाचं नाय. नातू झाला की म्हनशील आजून येकदा पाऊ दे. पनतू व्हऊ दे. असन त्याच्या मनात तव्हा व्हईन.”

“म्हातारा झाल्याव प्वारं व्हयाची हायेत का. देवाचं काय तरी चुकलं असन म्हनूनच पाळना लांबलाय घरातला.”

“मंग त्याला काय करायचं?”

“नवस!”

“नवस!”

मी तिच्याकं नवलाईनी बघत म्हनालो. तशी आजून जवळ सरकत म्हनाली,

“व्हय नवस! जोडीनी जाऊन ज्योतिरूपेश्वराला नवस करा. म्हनाव ज्योतिरूपेश्वरा, आमच्या घरात वंशाचा दिवा येऊ दे. मुलगा व्हऊ दे. जोडीने येऊन तुला दह्या-दुधानी आंघुळ घालीन म्हनाव.”

“आई, नवस करनं सोपं. पन तो फेडनं लय अवघाड. उठसुठ नवस करून देवाचा खेळ नको मांडायला. उगीच त्याचा कोप नको आपल्याव.”

“कोपायला आपून काय पाप करतोय का? पावला की जोडीनी जाऊन दह्या-दुधाची आंघुळ तर घालायची. त्यात काय अवघाड. घरचं दूध. त्याचंच दही. फक्त त्याच्या पायापरेन जान्याचंच कष्ट. वंशाच्या दिव्याकरता तेवढंबी नको का करायला आपून.”

“पन आई...”

“आता काय बोलू नको, उंद्याच जावा जोडीनी. आन् तूबी गं.”

मंग हिच्याकं सरकत बोलायला लागली,

“तूबी चांगला पदर पसर त्याच्याम्होरं. म्हनावं म्होरल्या सालापरेन पदरात पोरगा टाक माझ्या. तुझं समदं जिथल्या तिथं करीन.”

हीबी आईच्याच वळनाची. लगीच मान हालवून मोकळीबी झाली.

माझ्या मागं हे येगळंच लढमं सुरू झालं.

“बघू उंद्या.”

असं म्हनून मी घरात जाऊन हातरुनाव पडलो. त्या मात्र मधरातीपरेन अंगनातच बसल्या व्हत्या कायबाय बोलत.

दुसऱ्या दिशी कोंबडा आरला आन् उठल्या दोघीबी.

ही म्हनाली,

“जायचं ना?”

मी डोळं चोळतच म्हनालो,

“कुठं?”

“देवळात. नवस करायला.”

“बघू दोन दिसानी.”

असं म्हनून मी कूस बदालली. पन त्यांच्या डोक्यातलं खुळ काय जाईना. त्यांना वरडून सांगाव म्हनलं तर देवाचं काम! काय वंगाळ करायला सांगत नव्हत्या. देवालाच भजायला सांगत व्हत्या. आन् ज्योतिरूपेश्वराला भजायला क्वान नाय म्हननार. मंग वरडून तरी गप कसं करायचं त्यांना! मंग बसलो गप. म्हनालो,

“दोन दिसानी देवळात पारायन हाये. लांबून लांबून लोकं येनार हायेत. तव्हाच करू नवस.”

मंग तव्हा कुठं थोड्या गप बसल्या. पन तवर दोघींचंबी चित्त काय थाऱ्याव नव्हतं.

दोन दिसानी गावात लोकं आली आन् पारायनबी सुरू झालं. देवळात पारायन सुरू झालं आन् हिकडं माझ्या मागं नवसाची भुनभुन सुरू झाली. मंग म्हनलं,

“चल. करू तुमच्या मनाजोगं. पन नवसाला जागलं पायजे. उगीच देवाचा कोप नको. नायतर आपून चुकायचो आन् येनाऱ्या पोराला ते फेडायला लागायचं.”

“ती काळजी तुमी करू नका. नवसाचं समदं कळतं आमाला. आपूनच काय जगायेगळा नवस नाय करीत. समदे करत्यात तसाच आपूनबी करतोय. आन् फेडता येनार नाय, असा नवसच नाय करायचा आपून. आपली औपत बघूनच बोलायचं. आपल्या गरिबाच्या घरातून काय मिळनार हाये त्याला. जे आपल्या रानात पिकतंय तेच ना. सोन्याचा हार आन् चांदीचा मुखवटा देन्याची ऐपत नाय आपली. पन दह्या-दुधाची आंघुळ तर घालू ना. मंग तेवढंच बोलायचं आन् पदर पसरून डोकं टेकायचं.”

“बरं बरं, लय कीर्तान सांगितल्यावानी नको बोलू. चल, आटप लवकर.”

तशी मंग लगबगीनी गेली घरात.

पेटी उघडल्याचा आवाज आला. म्हनलं आता पेटीतली कापडं घालायला लावती की काय! आन् झालंबी तसंच. माली आली वटीव कापडं घिऊन, तसा हिनी आतून आवाज दिला. म्हनाली,

“देवाच्या दारात जोडीनी जायचंय, चांगली कापडं असू द्या अंगाव.”

गपगुमान ती लग्नातली कापडं अंगाव चढवली. आन् परत नवरदेव बनून अंगनात जाऊन उभा राह्यलो.

थोड्या येळानी हीबी आली अंगनात. लग्नातलंच काठापदराचं लुगडं व्हतं अंगाव. नाकात नथ, हातात गोट आन् पायात जोडवी. तीबी चांगली नवरीच झाली व्हती परत.

जोडीनीच गेलो मंग देवळाकं. मागं मागं माली आन् शालीबी आल्या. लग्नातलं यागळंच व्हतं. पन आता अशी नयी कापडं घालून जोडीनी चालनं लय अवघाड वाटत व्हतं. समदा गाव वळुवळून बघत व्हता. मंग समद्यांक कानाडोळा करतच आलो देवळात.

तिथंबी आज पूर मानसांचाच. खोऱ्यातले समदे तर व्हतेच, पन पुन्याहून काही मानसं आल्याली. पारायनाला बसल्याली. समद्यांचा आवाज देवळात घुमत व्हता. ऐकायला लय चांगलं वाटत व्हतं. आत गाभाऱ्यात अभिषिक चालला व्हता. ज्योतिरूपेश्वर फुलांनी झाकून गेला व्हता. त्याचा मुखवटा तेवढा दिसत व्हता. वरच्या गडव्याची धार फुलाव पडत व्हती. एरवी कव्हा आलं तर त्या धारेचा आवाजबी गाभाऱ्यात घुमायचा. पन आज पारायनाचा आवाज येवढा व्हता, की दुसरा कशाचाच आवाज कानाव येत नव्हता.

त्या आवाजातच आमी जोडीनी ज्योतिरूपेश्वराम्होरं डोकं टेकलं. म्हनालो,

"देवा ज्योतिरूपेश्वरा, जगाचं कल्यान करनारा तू. सत्याग्रहात चमत्कार दावलास. आमाला पावलास. आमीबी तुझ्या शपथेला जागलो. आजूनबी शेवटपरेन जागू. तुझी शपथ कव्हा इसरनार नाय. तसाच तुला केलेला नवसबी कव्हा इसरनार नाय. पोरग्यासाठी हा तुझा भक्त आज तुला साकडं घालतोय. घरातला लांबलेला पाळना परत हालू दे. आन् म्होरल्या सालापरेन माझा वंश वाढू दे. पोरगा व्हऊ दे. आज जसा जोडीनी आलो तसाच पोरगा झाल्याव जोडीनी येऊन तुला दह्या-दुधाची आंघुळ घालीन. जोडीनी येऊन तुझा नवस फेडीन."

मान वर केली तर ही पदर पसरून बसल्याली. तोंडानी कायबाय कायबाय बोलत व्हती. पन पारायनाच्या आवाजानी काहीच ऐकायला येत नव्हतं. मंग गुरवानीच तिच्या पदरात येक फूल टाकलं. तव्हा मंग उठली. पदरातलं फूल कपाळाला लावलं आन् परत पदरात ठेवलं. मंग जोडीनीच गाभाऱ्यातून बाहेर आलो. बाहेर पारायनाचा आवाज तसाच व्हता. तो ऐकतच डोक्याव नवसाचं वझं घिऊन देवळाच्या बाहेर पडलो.

सताठ दिस देवळात पारायन चाललं व्हतं. देवाला लय आळवून झालं. आता आपूनबी सत्याग्रहाच्या मांडवाकं गेलं पायजे. म्हनून लानी झाल्याझाल्याच आमी मांडवाकं गेलो.

पुन्याच्या लोकांनी मागल्यावानीच परत मांडव घातला व्हता. नदीच्या पल्याडल्या, माळावल्या त्या मांडवाव लांबूनच भगवा झेंडा फडकताना दिसत व्हता. पायाव काही मजूरबी दिसत व्हते. पन ते मागल्या येळचे नव्हते. येगळेच दिसत व्हते. समदे कोंगाडी. हातात काय फावडी-कुदळ नव्हती. पन पाईप घिऊनच सारखे चरात उतरत व्हते. आन् वर येत व्हते. म्हनलं जाऊ दे, काम नाय ना करत, म्हनून आमी गेलो तसंच म्होरं. मांडवात येऊन बसलो तर तिथं त्या पायाचीच बात चालू व्हती. भुस्कुटेबाबा म्हनत व्हते.

“चरात साठलेलं पावसाचं पानी काढनं म्हंजी धरनाचं काम परत सुरू करन्यावानीच हाये. अशानी अस्ती अस्ती पायाचं समदं काम परत सुरू व्हईन.”

“पन आपून दोन येळा पाईप आन् पंप दोन्ही काढून टाकलाय. तरी मजूर परत पंप लावून पानी उपसत्यात. सत्याग्रह केल्याबिगार तो पंप कायमचा बंद नाय व्हयाचा.”

पुन्याचाच येक गडी भुस्कुटेबाबांना असं बोलल्याव ते म्हनाले,

“आता परत पंप लावून पानी उपसायला लागले तर आपून सत्याग्रह करूनच तो काढून टाकू.”

तसा मी उठलो. म्हनालो,

“चरातलं पानी उपसायला लागलेत तिकडं. आमी आताच आमच्या डोळ्यांनी बघून आलोय.”

तसे भुस्कुटेबाबा जाग्यावले उठले. म्हनाले,

“चला, सत्याग्रह केल्याबिगार तो पंप जाग्यावला हालायचा नाय.”

आमी पन्नासेक गडी व्हतो तव्हा मांडवात. समदेच उठले. म्हनाले,

“चला चला. त्यांनी लय हातपाय पसरायच्या आतच काढून टाकला पायजे तो पंप.”

तव्हा भुस्कुटेबाबा म्होरं आन् आमी मागं.

आलो पायाबशी तर तिथं खरंच मजूर नळ्या लावून चरातून पानी उपसत व्हते. ते बघून भुस्कुटेबाबा घाईघाईनी म्होरं जायला लागले. पन मागून त्यांच्या मनात काय आलं कुनाला माहीत. थांबले आन् आमच्याकं बघत म्हनाले,

“आपून त्यांना पंप काढायला सांगू. त्यांनी नाय ऐकलं, दांडगाई केली तरी सहन करायचं. त्यांच्याव उलटा हात उचलायचा नाय. नायतर ते समदं सत्याग्रहाच्या इरोधात व्हईन. हितं आपून आपली सत्याग्रहाची शपथ इसरायची नाय.”

आमी माना हालवल्या. तसे ते परत म्होरं चालायला लागले.

पंपाच्या जाग्याव आलो. चरात खाली वाकून बघतोय तर समदा चर पान्यानी

भरलेला. धा-बारा नळ्या पान्यात सोडलेल्या. दुसऱ्या बाजूनी नळीतून पानी उसळ्या घेत वर येत व्हतं. आमी जाताना येवढे मजूर नव्हते. पन आता पन्नासेक मजूर पानी उपसन्याच्या कामाव घसरले व्हते. आमी काय मागं म्होरं पाह्यलं नाय. जाऊन बसलो त्या नळ्याव. नळ्याच निघाल्या त्या. पानी वर यायचं बंद झालं. तसा मुकदम आला वरडत. मजुरांव खेकसायला लागला. म्हनाला,

"नळ्या जोडा परत. आजच्या आज समदं पानी उपासलं पायजे. पाया भरायला सुरुवात करायची हाये."

तसे मजूर आले नळ्या जोडायला. पन आमी काय जागचे हाललो नाय. तेवढ्यात गोरा सायेब आला तावातावानी. त्याच्याबरुबर त्याचं कुत्रंबी व्हतं. तेबी त्याच्यावानीच भुकत व्हतं. आल्याआल्याच हो ! हो ! करत मेंढरं हाकलल्यागत आमाला हाकलायला लागला.

त्याचं कुत्रंबी आलं भुकत आमच्या अंगाव धावून. भुस्कुटेबाबांच्या पेंडरीचाच त्यानी लचका तोडला. त्यांचा पाय रक्तानी भरला. काही गडी त्यांच्याकं धावले. पन बाकीचे काही गडी जाग्यावले उठाना. आन् कुत्र्यालाबी हाकलाना. ते बघून मजुरांचंबी लय फावलं. तेबी लागले आमच्याव कुदळ आन् फावडं उचलायला. तरने पाहिनात की म्हातारे पाहिनात. समद्यांनाच लागले धक्काबुक्की करायला. म्हाताऱ्या कोताऱ्यांना असं मजुरांच्या पायाखाली जाताना बघून हाताच्या मुठी वळत व्हत्या. पन सत्याग्रहानी आमचं हात असून नसल्यावानी व्हतं. मंग बसलो तसंच लाथाबुक्क्या खात. भुस्कुटेबाबा तर लय तळमळत व्हते. त्यांच्याकं बघून कुत्राबी सारखा भुकत व्हता.

मागून त्या गोऱ्याला काय वाटलं कुनाला माहीत. गेला समद्या मजुरांना घिऊन परत. मजूर गेल्याले बघून मंग आमी जागा सोडल्या आन् भुस्कुटेबाबांबशी आलो. चांगले चार दात घुसले व्हते पेंडरीत. आजून रगात जात व्हतं. तसंच त्यांना घेऊन मांडवात आलो. शेडानीच्या येका गड्यानी पटक्याची किनार फाडून पायाला बांधली. रगात थांबलं पन मनाला लागलेली आग काय थांबाना.

भुस्कुटेबाबांना गोऱ्या सायेबाचं कुत्रं चावल्याची आन् आमाला मारहान झाल्याची गोष्ट खोऱ्यात वाऱ्यागत पोचली. दुसऱ्या दिशी खोऱ्यातले आनखी गडी मांडवात हजर. मंग त्यातले काही गडी आन् भुस्कुटेबाबा असे धाईस तीस गडी परत पंपाबशी आलो. पंप जाग्यावच व्हता. नळ्याबी व्हत्या तशाच. पन आता तिथं गोरा सायेब नव्हता, आन् मजूरबी नव्हते. मंग भुस्कुटेबाबांनी पंपच काढायला सांगितला. मंग आमी तरी कशाला मागं-म्होरं बघतोय. नळ्या काढल्या आन् ठेवला पंप बाजूला न्हेऊन. म्हनलं उपसा आता कसं पानी उपासताय ते.

मंग आम्ही रोजच मांडवात यायला लागलो. सकाळी उठलं की धारा काढायच्या,

भाकर खायची आन् मांडवात येऊन बसायचं. पायावलं काम बंद व्हतं. पन कव्हा सुरू व्हईन ते सांगता येत नव्हतं. सारखं ध्यान ठेवायला लागत व्हतं. पंपावानी डोकं वर केलं की परत सत्याग्रह करायचा. आन् काम बंद पाडायचं. असाच इचार केला व्हता समद्यांनी.

भुस्कुटेबाबांना कुत्रं चावल्याचं लय लागलं आमाला. कुत्रं चावल्यालं लय वंगाळ. म्होरं काय व्हईन आन् काय नाय. पाऊकाळ तर अशा मानसांना लय वंगाळ. पानी दिसलं की येडीपिसी व्हत्यात म्हनं अशी मानसं. त्यात ते कुत्रं गोऱ्याचं. मनात म्हनलं ज्योतिरूपेश्वरा तूच वाचव रे बाबा आता त्यांना.

मयन्याभरात कुत्र्यानी केलेली जखम झाली बरी. पन टाटा कंपनीनी पुलीस मागं लावून आनखी यागळाच घोर लावून ठेवला.

त्या दिशी आमी मांडवातच बसल्यालो व्हतो. कायबाय बाता चालल्या व्हत्या आमच्या. तेवढ्यात मुळशीतला येक गडी आला धावत. म्हनाला,

"गावात पुलीस आलेत पुन्याहून, भुस्कुटेबाबांना पकडायला."

आमी पळतच गेलो मुळशीत.

बघतो तर गावात महादेवाच्या देवळाम्होरं भुस्कुटेबाबांना आन् आनखी धाईस गड्यांना वळीनी बसवलं व्हतं. त्यांच्याम्होरं पुलीस आन् धरनावल्या पायावले मजूर उभे व्हते. पुलीस मजुरांना इचारत व्हता,

"हां. आता वळखा. चरावला पंप तोडनारे ह्यांच्यातले कुनी व्हते का?"

तसा येकयेक मजूर म्होरं व्हऊन समद्यांना हात लावून माघारी यायला लागला. आमच्या छातीत धडधडत व्हतं. फौजदार काय करतोय आन् काय नाय. पन त्यांच्याम्होरं जायची आन् त्यांच्याशी बोलायची आमची टाप व्हईना. शेवटी नको तेच झालं. भुस्कुटेबाबांसकट त्या समद्या गड्यांना पुलिसांनी बेड्या घालून जनावरावानी वढतच न्हेलं. आमच्या डोळ्याम्होरंच झालं समदं. आमच्या वडीलधाऱ्या, म्हाताऱ्या कोताऱ्यांचाबी इचार केला नाय त्या पुलिसांनी. उभ्या आयुष्यात कव्हा पुलिसांचं त्वांडबी न बघनाऱ्या आमच्या या म्हाताऱ्यांना आता या वयात टाटानी हे काय भोगायला लावलं!

चांगली रग आमच्या अंगात, पन निसते बघत राह्यलो. ही सत्याग्रहाची शपथ आजून कायकाय बघायला लावनार हाये कुनाला माहीत.

पुलीस भुस्कुटेबाबांना असं आमच्या डोळ्याम्होरून घिऊन गेले. आन् टाटा कंपनीचे सायेब आमच्याव भुकायला मोकळे झाले. तिथल्या तिथंच लगीच म्हनायला लागले,

"जो कुनी जमिनीचं पैसं घेनार नाय त्याला असं बेड्या घालून न्हेनार आता पुलीस. आता तर तुमचे पुढारी गेले तुरुंगात. सावकारबी पैसं घ्यायला लागलेत. आता धरान झाल्याबिगार ऱ्हानार नाय. तव्हा येळीच पैसा घ्या. नायतर मागून पैसा मिळायचा नाय आन् जमीनबी मिळायची नाय."

आमी त्यांच्याकं निसतंच येड्यावानी बघत राह्यलो. त्यांचं बोलनं समदंच खॉटं नव्हतं. टाटानी आमच्याव कुत्रं सोडून, आमाला मारहान करून उलट आमच्या इरोधातच फिर्याद दिली पुलिसात. सरकारबी कसं चोर सोडून सावाला पकडतंय. टाटाची ही दांडगाई म्हनायची नायतर काय. पुढाऱ्यांना तुरुंगात टाकून आमची येकी फोडायची आन् आमाला फसवून आमच्या जमिनी गिळायच्या. सावकारांच्या त्वांडाला तर आता पानी सुटलंय. आता आमचीच चिकाटी किती दिस टिकतीय देव जाने. पन पुलिसांच्या थाऱ्यालाबी न थांबनाऱ्या आमच्यासारख्या गरिबांना पुलिसांचाच धाक दावल्याव, ती चिकाटी तरी किती दिस टिकनार!

❖

६

आमाला किड्यामुंग्यावानी धरनाऱ्या टाटाला आता रान मोकळं झालं व्हतं. आमचा जीव जाननाऱ्या आन् धीर देनाऱ्या लोकांवच घाव घातला त्यानी. सैन्याला सेनापती नसन तर सैरभरच व्हनार ना ते. कुनाचं ऐकायचं आन् कुनाचं नाय. निसतं अंधारात वार करून काय उपेगाचं नाय. काम बंद ठेवून कारस्थान करतोय टाटा. कावाच हा त्याचा. आमाला वाटलं सत्याग्रह केला. आता टाटाचा काटा निघाला. पन कसलं काय. ह्या टाटाच्या काट्याचा चांगला नायटाच व्हयाला लागलाय आता. तो आमचा जीव घेतल्याबिगार नाय राह्याचा. पैक्याला पैका जोडायचा मानसाला किती हावडा. म्हनं ममयच्या लोकांना सुख मिळायला पायजे. त्यांचं घर लायटीनी उजाळलं पायजे. उजळू द्या की. पन त्याकरता आमच्या घरात कशाला अंधार करता? म्हंजी येकाला जगवन्याकरता दुसऱ्याचा गळा कापायचा. हा टाटा तेबी करीन. श्रीमंताचे चोचले श्रीमंतालाच कळायचे. आमच्या रानात येऊन आमच्याच उराव धरान बांधतोय. बरं बांधतोय त् बांधतोय पन आमच्या जिवाचा काय इचार करायचा का नाय, की बाबा पिढ्यान् पिढ्या ह्या जमिनीव जगनारी ही मानसं. त्यांची जमीन पान्यात बुडाल्याव कुठं जानार. कुठं ऱ्हानार. काय खानार. जरा आपुलकीनी इचारलं असतं तर आमच्या जिवालाबी बरं वाटलं असतं. पन त्याला आमी दिसलोच नाय. त्याला दिसलं ते फक्त आमचं रान. आन् ममयची पैशावाली लोकं. असं आमाला कुत्र्यावानी धरल्याव आमी कसं वागायचं? येवढा जुलूम सहन करूनबी त्याला आमची कीव येत नाय म्हनल्याव त्याला आमी मानूस तरी कसं म्हनायचं?

त्याच्यावानीच हितले सावकार. सारक्याला बारके. ज्याला रातुंद्या पैका दिसतो त्याला मानुसकी कशी दिसन? पिढ्यान् पिढ्या आमचं रगात पिनारे सावकार. पन

तेबी झाले फितूर. पैका मिळनार म्हनल्याव टाकली नांगी आन् लागले लाळ घोटायला. टाटानी डावच खेळला तसा. त्याचा हा डाव आता चांगला शिजतबी आलाय. त्याला कढ आनायचं काम टाटाचे हे तमाशावाले रातुंद्या करताहेत. मारत्यानी शिरवलीला जाऊन त्यांची चांगली जिरावली. तव्हा वाटलं आमच्या गावात नाय यायचे. पन त्यांना लाज हाये का. आलेच की येक दिस.

त्या दिशी साठे गुरुजी गावात आले व्हते. निरोपच घेऊन आले व्हते ते. मी देवाच्या वावरात औत धरलं व्हतं. म्हनलं ह्या साली पोट उली वर करावं. म्हंजी म्होरल्या साली रानच्या पान्याला पाट काढला की दोन-तीन सालात वावार लावायला व्हईन. म्हनून अंग झटकून वावराच्याच मागं लागलो व्हतो. पन साठे गुरुजी गावात आल्यालं कळल्याबरुबर आलो धावत. देवळाम्होरं माझ्याआधीच समदे गडी जमल्याले. मधी बसून साठे गुरुजी सांगत व्हते,

"टाटा कंपनी चार दिसानी धरनाचं काम परत सुरू करनार हाये. तव्हा आपल्याला सत्याग्रहबी परत सुरू करायला लागनार हाये. क्वान क्वान येनार हाये ते आताच सांगून ठेवा, म्हंजी परत पुठ्ठे पाडायला बरं."

लगीच आमी गावातल्या झाडून समद्या गड्यांनी नावं दिली. म्हनालो,

"साठे गुरुजी, तुमी फक्त हुकूम द्या. रातुंद्या पडून ऱ्हातो धरनाच्या पायाव. बांधू दे टाटाला आमच्या अंगाव धरान. त्याला म्हनतो आमच्यासंगं आमच्या पोराबाळांनाबी गाड ह्या धरनाच्या पायात. म्हंजी तुझं पोट भरन."

साठे गुरुजींनी भराभरा आमची नावं लिव्हली. म्हनाले,

"ऐतवारीच या. दोन दिस आधी आलात म्हंजी पुन्याच्या लोकांशी वळखी व्हतीन. आता आपले सेनापती, म्हंजी सेनापती बापट आन् भुस्कुटेबाबा तुरुंगातून येईपरेन ते सांगतीन तसंच वागलं पायजे आपल्याला. आपून मागं राहून निसतं त्यांच्याच जिवाव राहून कसं चालन!"

असं म्हनून उठले ते जायला.

या मानसाच्या पायालाच भिंगरी. बघन तव्हा ह्या गावातून त्या गावाला निरोप पोचवत असतो हा मानूस. त्यांनी अशी पायाला भिंगरी लावली नसती तर खोरं असं गोळ्यामेळ्यानी येक व्हनं लय अवघाड व्हतं. किस्नानी दिल्याली बैलगाडी कव्हाबव्हा असती, नायतर हाये त्यांची दोन पायाचीच गाडी.

आज मात्र बैलगाडीतच आले व्हते. ते बैलगाडीत बसता बसताच मी त्यांना म्हनालो,

"साठे गुरुजी, आमच्या जमिनी वाचवन्याकरता आमाला तुमी जीव द्यायला सांगितला तरी आमी देऊ. पन आमच्या जमिनी वाचल्या पायजेत. आमचा जीव

जान्यानी जर आमच्या पोराबाळांच्या आयुष्याचा घास वाचनार असन तर आमी तोबी देऊ. पन ह्या सावकारांना आवरा. आपून सत्याग्रह करतोय आपल्या जमिनी वाचवन्याकरता, पन त्याचा फायदा सावकार घेत्यात, टाटाकून बक्कळ पैसा वसूल करून."

"आमी त्यांचीबी समजूत काढतोय."

"समजूत काढून काय उपेग नाय. त्यांच्या त्वांडाला पानी सुटलंय आता. जवर टाटा भरपाईचं काय बोलत नव्हता, तवर हे आपल्या संगं व्हते. तव्हा त्यांना सत्याग्रह पायजे व्हता तो टाटाला सत्याग्रहाचा धाक दावून पैसा वसूल करायला. आता आपल्या सत्याग्रहानी टाटा पैसा द्यायला लागल्याव त्यांना तो सत्याग्रह नकुसा झालाय. म्हनत्यात येवढ्या मोठ्या टाटाला वाकवायला निघालेत, उंद्या आपल्याम्होरंबी त्वांड वर करून बोलायला लागतीन. म्हनून आताच पैसा घिऊन मोकळं व्हयाच्या इचारात हायेत ते. केवलशेट तर रोज जाऊन पुडकं आनतोय. त्याला नाय आवरला तर तो येकला निम्मं रान फुकून टाकीन."

"तुमी ती काळजी करू नका. आमी समद्या सावकारांची बैठक घेनार हाये. त्यात काय तरी मार्ग निघन."

असं म्हनून साठे गुरुजी बैलगाडीत बसून आवळसच्या वाटंनी गेले. आमी नावं दिल्याले गडी तिथंच देवळाम्होरं बसलो. सत्याग्रहाचीच चर्चा. रघुदा म्हनत व्हता,

"आता परत दूध-तूप खाऊन अंग चांगलं निबार करा. टाटाला आपल्याव जुलूम करायला लय बरं वाटतंय. पन आपूनबी त्याला दावू, तू जुलूम करून थकशीन पन आमी मागं हटनार नाय. आता तू मारून थकतोय का आमी मार खाऊन तेच बघू म्हनाव."

तव्हा मी म्हनालो,

"त्याला आपल्या मावळ्यांची कीर्ती माहीत नाय वाटतं आजून. आमी आमचा मुलूख वाचवन्याकरता जीव देऊ, पन त्याच्याव कुनाला पाऊल ठेवून देनार नाय. जव्हा मराठी मुलखाव घाला आला तव्हा त्याला आमच्या वाडवडलांनीच वाचवलाय. येवढा मोठा मराठी मुलूख संभाळनारे आमी, आता आमचं रान संभाळनार नाय का? तव्हा हातात तलवार घिऊन लढलो, पन आता हातात काय नसतानाबी जिकतोयच की आमी."

"आन् म्होरंबी जिकू. फक्त या सावकारांना आवर घातला पायजे. मंग एकदा का टाटाचा काटा काढला, की या सावकारांचाबी काटा उपटून काढू."

शंकऱ्या असा रागारागानीच बोलायला लागला. आमी त्याच्या लाल झालेल्या त्वांडाकं बघायला लागलो तेच मारत्या आला कवान म्हनत,

तुमी कितीबी पेरा ईख
नाय पिकनार टाटाचं पीक...
थांबता थांबाना. म्हनून मधीच मी म्हनालो,

"आजून टाटाचा तमाशा इसरला नाय वाटतं?"

तव्हा थांबला. म्हनाला,

"इसरन कसा. रोज येका गावाला रंगतिये तमाशाची बारी."

"म्हंजी?"

"म्हंजी आज आपल्या गावात टाटाचा तमाशा हाये."

"आपल्या गावात?"

"व्हय व्हय. आपल्या गावात. आज आपल्या गावाला तमासगीर शानपन शिकवनार. म्हननार,

तुमी करू नका येडेपनाऽऽ
पैसा घ्या आन् जमीन सोडा.
टाटा हाये तालेवार. पैसा घेऊन सोडा भार...

त्याचं कवान काय थांबाना. तव्हा त्वांडंच धरलं त्याचं. म्हनालो,

"कुनी सांगितलं?"

"तमासगिरांनीच. सोंगाड्या चांगला वळखीचा झालाय माझ्या. त्यानीच सांगितलं समदं. टाटाच्या मानसांनी किती पैसं दिलं आन् काय करायला सांगितलं ते. पन मी त्यांना म्हनालो. तुमी कायबी करा. कितीबी ढोलकी बडवा, बाईला नाचवा, नाय तर टाटाचं कवतुक करत इवळत बसा. पन आमचा इचार बदलनार नाय. टाटाला देवाचं काय सोईरसुतक नसन, पन आमा गरिबांना आमचा देव म्हंजी समदं. आन् त्याच देवाची शपथ घेतलीये आमी. आमी शेतकरी जीव देऊ, पन शपथ कव्हा मोडनार नाय."

"मंग काय म्हनाला?"

"काय म्हननार हाये. सरळ बोललो तर बोलती बंद झाली. आज रातीला तर आपला समदा इरादा सांगतो त्यांना कवनातून. बाईनी नाचायचं सोडलं पायजे आन् सोंगाड्या तमाशा इसारला पायजे. बघत ऱ्हावा फक्त राती तुमी ते आल्याव."

पह्यल्यांदा मारत्याच्या बोलन्याव इश्वास बसाना. वाटलं आमच्या गावात यायचं धारिष्ट्य नाय करायचे. पन सांजच्याला कोंबड्या कोटाऱ्याबशी घुटमळायच्या येळंलाच त्यांच्या बैलगाड्या देवळाम्होरं येऊन सुटल्या. टाटाचा पाठुंबा त्यांना, मंग जोर येनारच की.

आले आन् भराभरा देवळाम्होरंच माचान केलं. ते बघायलाच समदा गाव लोटला. मंग हिलाळ लावून ढोलकीव थाप पडली आन् सुरू झाला टाटाचा तमाशा. मारत्या माचाबशीच जाऊन बसला व्हता. किस्ना, शंकऱ्या, लह्या, अंक्या असे आमी समदे गडी मागं उभं व्हतो. म्हनलं ह्यांनी तमाशावानी तमाशा केला तर नीट ऐकायचा. पन त्यांनी टाटाचं कवतुक करून आमचा तमाशा मांडला, की मंग मात्र ह्यांच्या पाठानी मव करायच्या आन् गावाबाहेर काढायचं.

झालं तसंच. जरा येळ सोंगाड्यानी सोंगं आनली आन् मंग सुरू झालं टाटाचं भूषान.

गावाचं भाग्य उजाळलं
पैक्याचं पीक इथं फुटलं
कुबेरानी धन उधाळलं
गरिबाचं घर उजाळलं
चला चला हो आया बायांनो
चला चला हो दादा मामांनो
टाटा नावाची कीर्ती ही थोर
त्याचं करूया आपून गुनगान

असं कानाव पडायला लागलं आन् डोकी फिरली आमची. आमच्या जिवाव उठलेला टाटा कितीबी मोठा असन, आमाला काय त्याचं. आमच्या त्वांडचा घास हिरावून घेनाऱ्याला आमी कसं चांगलं म्हनायचं, आन् कसं त्याचं कवतुक ऐकत बसायचं? आन् हे तमासगीर, पैका फेकला की नाचनारे. धंदाच त्यांचा तो. शंकऱ्या तर शी हासडूनच जायला लागला त्यांच्या अंगाव. पन तवर मारत्या गेला माचाव. म्हनाला,

"टाटानी पैका दिला म्हनून आमाला ईख खायला सांगता. जातीचे कलावंत असता, तर असं पैक्यावाल्याच्या तालाव नाचला नसता. आमच्या रानाव दरोडा घालनाऱ्या टाटाचं भूषान आमच्याच गावात येऊन आमाला सांगता. तुमाला त्यानी पैका दिला म्हनून तुमाला त्याचं कवतुक वाटत असन. पन आमच्या रानाव दरोडा घालून तो आमचा घात करायला निघालाय. त्याचं दुसरं त्वांड कसं हाये ते ऐकायचंय का तुमाला? तर ऐका मंग." असं म्हनून ढोलकीच्या ठेक्याव मारत्याचं कवान सुरू झालं,

सोम्याकरता गोम्या नागवतोय
लायटीकरता चिमनी इझवतोय

ज्याचं जळतंय त्यालाच कळतंय
ह्या टाटाचं नाव लय गाजतंय

मारत्यानी टाटाचं ते इद्रुप रूपच उभं केलं समद्यांच्या म्होरं. त्याचं ते कवान ऐकून तमासगीरबी झाले मुके.

खरंच व्हतं ते. आमा गुन्यागोविंदानी नांदनाऱ्या गरिबाव जुलूम करून त्यांना देशोधडीला लावनाऱ्याला आमी दुसरं काय म्हननार. मंग मात्र तमासगिरांची मनंबी पाघाळली. समदं गुंडाळून टाकलं त्यांनी बैलगाडीत. हिलाळ घिऊन चार-पाच बैलगाड्या तसल्या रातीच्याच निघायला लागल्या गावाबाहेर. जाता जाता सोंगाड्या म्हनाला,

"बाबांनो, टाटा तुमाला तुमच्या वाडवडलांच्या जमिनीहून बळजबरीनी उठवतोय हे आमाला आधी माहीत असतं तर आमी त्याच्या पैशाला भुललोच नसतो. पन आमाला त्यानी सांगितलं, की हितली लोकं आडानी हायेत. त्यांना त्यांचं हित कळत नाय. जमिनीचा पैका घिऊन ममईत चाकरी करायचं सोडून जमिनीलाच कवटाळून बसल्यात. त्यांना त्यांचं हित सांगा. म्हनून आलो आमी तुमच्या गावात. पन हितं समदं उलटंच दिसतंय."

"हे त काय नाय बाबा. चार दिसानी धरनाच्या पायाव या म्हंजी तुमाला कळन टाटा आमच्याव किती जुलूम करतोय ते. आमी आमच्या जमिनीच्या जिवाव जगतोय ते त्याला बघवत नाय. सरकारला हाताशी धरलं आन् आला आमच्या रानात. इंग्रज सरकार ते. दगडाचं काळीज त्याचं. जुलूम करूनच देश गिळला आपला त्यांनी. त्यांचा जुलूम थोडा व्हता, तर आता आपलेच पैकेवाले त्यांच्या पावलाव पाऊल ठेवायला लागले. त्या इंग्रज सरकारपरीस आपले हे पैक्यावालेच लय बांडगूळ. त्यांचं काय, ते ना आपल्या गावाचे ना शिवंचे. उपरेच ते. साता समुद्रापल्याडून जुलूम करायला आल्याले लुटारूच ते. पन टाटा तर आपल्याच मातीतला ना. पन तोबी जाऊन बसला त्यांच्याच पंगतीत."

असं मीबी घेतलं बोलून.

"ही पैक्याची भूक लय बेकार. ती भूक येकदा लागली की, मानूस आपल्या मानसांना खायलाबी मागं-म्होरं बघत नाय."

असं म्हनत तो गाडीत बसला आन् समद्या गाड्या गावाबाहेर गेल्या.

साठे गुरुजींनी सत्याग्रहाच्या मांडवात आमाला ऐतवारी बोलावलं व्हतं. पन आमी सताठ गडी येक दिस आधीच गेलो. म्हनलं पुन्याची आनखी कुनी मानसं आली असतीन तर त्यांच्याशी वळखपाळख तरी व्हईन. आन् झालंबी व्हतं

तसंच. नयानी बरीच मानसं आली व्हती. त्यांची नावं कुनाच्या बापाला माहीत? पन त्वांडं चांगली ध्यानात राह्यली. नायतरी नावाबशी काय ठेवलंय? समदी देवावानीच आल्याली आमच्या मदतीला.

त्या दिशी पायाबशी येक फेरी मारून आलो. चुना, सिमीट असा बराच माल येऊन पडला व्हता. राहुट्यांमधी मजुरांचीबी चांगलीच वरदळ व्हती. टाटानी काम सुरू करायची चांगलीच तयारी केली व्हती.

मंग मांडवात येऊन बसलो. तिथं पुन्याची मानसं ती तमाखल्यातच कायबाय बोलत व्हती. कव्हाबव्हा आमालाबी सत्याग्रह कसा करायचा ते कायबाय सांगत व्हती. त्यातच समदा दिस गेला. सत्याग्रह करायला आजून येक दिस बाकी व्हता. म्हनून म्हनलं निसतंच मांडवात बसायचं, तर घरीच जावावं. म्हनून आमी गावातले समदे गडी गडाद पडायच्या येळंला आलो परत घरी.

आल्या आल्याच हिचं आपलं सुरू झालं. म्हनाली,

"ह्या खेपंला टाटा पह्यल्याच दिशी घाबरला वाटतं?"

म्हनालो,

"कशाहून?"

"नाय, मागल्या खेपंला पंधरा दिस लागले काम बंद व्हयाला. आज पह्यल्याच दिशी आला परत म्हनून म्हनले."

"तो येवढ्या लवकर आऱ्हाटनार हाये का आपल्याला? तसं झालं असतं तर ज्योतिरूपेश्वरच पावला म्हनायचं."

"म्हंजी?"

"म्हंजी आज सत्याग्रहच नाय झाला."

"का?"

"धरनाचं काम सुरू झाल्याव सत्याग्रह करायचा म्हनत्यात."

"आरे देवा, असं कवर चालायचं. कामधंदा सोडून तिथं जाऊन बसायचं. येकदाच येक घाव दोन तुकडे करून टाका म्हनावं."

"हां. आपल्या घरचाच कायदा हाये ना तो, येका दिसात समदं मनाजोगतं व्हयाला."

आमचं असं बोलनं चाललं व्हतं तेच अंगनात बसल्याली आय वटीव आली. म्हनाली,

"कशाला इनाकारन तंटताय, आज नाय झालं मनाजोगं तर उंद्या व्हईन. टाटा काय धरान बांधत नाय. अरे बाबांनो गाव म्हनन तसंच व्हनार समदं. जनाची नाय, पन मनाची लाज असती मानसाला. आजपरेन कव्हा क्वान गावाच्या म्होरं

गेलंय का? त्यानी कितीबी ढुंगान आफाटलं तरी गाव करीन ते राव करनार हाये का, आन् ज्योतिरूपेश्वर हायेच की आपल्या मागं. तो घिईन समदं बघून.''

मनात म्हनलं, आईनी आजून गावाची शिव वलांडली नाय, म्हनून अशी बोलती. जगात आपल्या गावावानीच समदी मानसं असती तर आपल्याला हे दिस बघायलाच लागले नसते. पन ते आईला कुनी सांगाव? आन् ही म्हंजी सारकीला बारकी. म्हनाली,

''मंग आता काम कव्हा सुरू व्हनार?''

''म्हनत्यात परवा.''

''म्हंजी?''

''म्हंजी नक्की नाय. पन तशी बोलवा हाये. काम सुरू झालं की लगीच सत्याग्रह करायचा.''

''म्हंजी परत जायचं?''

''हां. ऐतवारी.''

''म्हंजी उंद्याच.''

''हां. उंद्या रातच्यालाच जानार हाये आमी. मंग मात्र मागच्यावानी वाट नका बघू. आता परत काम सुरू करनार म्हंजी समदा जोर लावनार टाटा. किती दिस लागतीन ते कुनी सांगाव.''

''येवढ्या मानसांम्होरं कसला टिकतोय तो. मागच्यावानी करीन लगीच बंद.''

''काय सांगाव त्याच्या मनातलं? पैशावाला मानूस तो. सरकारला हाताशी धरलंय त्यानी. सेनापतींना आन् भुस्कुटेबाबांना तुरुंगात टाकलं म्हंजी कायतरी डावच असनार त्याच्या मनात.''

तुरुंगाचं नाव काढल्याव हिचं त्वांड पडलं. म्हनाली,

''टाटा आपल्या लोकांना नाय ना टाकायचा तुरुंगात?''

''त्याचा डुख पुन्याच्याच मानसांव हाये, पन तरी काय सांगावं.''

तशी जवळ आली. म्हनाली,

''मी येऊ का?''

''कुठं?''

''सत्याग्रह करायला.''

मी हिच्याकं बघून आईकं बघितलं. आयबी हिच्याकं नवलाईनी बघत व्हती. म्हनालो,

''रखमे, तिथं टाटाची मानसं समदी उलट्या काळजाची. काय करतीन त्याचा नेम नाय. तुला न्हेऊन आनखीन कशाला जिवाला घोर लावून घेऊ.''

"त्यात कसला घोर?"

आता कसला घोर? तो आता हिला कसा सांगायचा. तिथं मी माझा जीव देईन, पन हिच्यावला जुलूम कसा बघवनार मला. कुनी हिच्याव दांडगाई केली तर मला बघवनार नाय. जायचा तोल माझा. मंग कसा व्हयाचा सत्याग्रह! तव्हा म्हनालो,

"रखमे, तो घोर तुला सांगून नाय उपेगाचा. उगीच काय घोटाळा व्हऊन सत्याग्रहाला बट्टा नको."

"आता मी येन्यानी काय बट्टा लागनार हाये?"

ही लागली तंडायला. तशी येवढ्या येळ गप बसल्याली आय मधीच म्हनाली,

"रखमे, येडी का खुळी तू. त्याला येक लागलंय त्या सत्याग्रहाचं याड. त्याच्याम्होरं त्याला दुसरं काय दिसाना आता. बघन तव्हा तो सत्याग्रहच त्याच्या डोक्यात. आता तूबी त्याच्या पावलाव पाऊल ठेव आन् संसाराची कर होळी."

तशी मंग बसली गप. म्हनलं बरं झालं. माझ्या मागलं लढमं गेलं.

दुसऱ्या दिशी ऐतवार व्हता. दुपार व्हऊन दिली. वतवाडं लांबायला लागली आन् निघालो आमी गावातले गडी मांडवाकं. दिस मावळायच्या येळंला पोचलो मांडवाबशी. पानगळीनी समदी झाडं झडल्याली. समदं रान बोडकं बोडकं दिसत व्हतं. वाऱ्यानी समदा पाचुळा उडत व्हता. त्या वाऱ्यानी मांडवावला भगवा झेंडाबी चांगला फडकत व्हता. त्या झेंड्याकं बघतच आमी मांडवात आलो. समदा मांडव गड्यांनी भरल्याला. आजूनबी गडी गोळ्यामेळ्यानी येत व्हते. गडाद पडायच्या येळंला तर मांडवात बसायला जागा नव्हती. मधरातीपरेन कुनी काय करायचं, कुनी काय करायचं असं कायबाय सांगत व्हते. आमीबी मागल्या सालावानीच समदं ध्यान देऊन ऐकत व्हतो.

त्या रातीला डोळा म्हनून लागला नाय. समद्यांच्या त्वांडात उंद्याचा सत्याग्रहच व्हता. काय व्हतंय आन् काय नाय. पुलिसांची भीतीबी व्हती मनात. भुस्कुटेबाबांना बेड्या घालून न्हेलं. मंग आमची काय तऱ्हा व्हनार? मागच्या येळंला थांबलं लवकर काम, पन आता किती दिस लागत्यात आन् किती दिस नाय. ह्याच इचारात समदी रात गेली.

सकाळी दिस उगवायच्या आत समदे गडी आंघुळ्या उरकून मांडवाम्होरं रांगंत उभं राह्यलं. आमीबी मुळे-निळेच्या संगमाव डुबकी मारून आलो. पुन्याची मानसं पयल्यापासून जे सांगत आली आन् राती सांगितलं तेच आताबी सांगायला लागली. सत्याग्रह असा करायचा. आन् सत्याग्रह तसा करायचा. सत्याग्रहात हे

चालत नाय आन् सत्याग्रहात ते चालत नाय. हात उचलायचा नाय की शी द्यायची नाय. जुलूम सहन करायचा आन् धरनाच्या पायाव आडवं पडायचं. मनात म्हनलं, परत परत तेच तेच कशाला उगळत बसता. तुमी सांगन तसंच तर वागत आलोय आमी. पन त्यांचं लय येळ तेच चालल़ं व्हतं.

पार दिस उगवल्या म्हनले,

"आता चला, पन ध्यानात ठेवा. मजुरांनी धरनाचं काम सुरू केलं तरच आपून सत्याग्रह करायचा. नाय तर परत यायचं."

मंग येका गड्यानी झेंडा हातात घेतला आन् लागला धरनाच्या पायाकं चालायला. त्याच्यामागं आमी, कवळं ऊन अंगाव घेत पंढरीच्या वारीला चालल्यावानी. मनात म्हनलं टाटाला चांगली बुद्ध्या आली आन् काम नाय चालू केलं तर मिळवलंच आपून. पन कसलं, आमी तिथं पोचायच्या आधीच मजुरांनी पायाचं काम चालू केलं व्हतं. वळन्याच्या बाजूला खडक लागला व्हता. तिथं चुन्याचं काम चालू व्हतं. हिकडं उगवतीच्या बाजूलाबी काही मजूर चरात उतरले व्हते. मागल्यावानीच या खेपंलाबी आमी मागं-म्होरं पाह्यलं नाय. म्होर जाऊन पायाव आडवं पडायचा इचार केला आन् गेलो म्होरं. पन या खेपंला मजुरांना चांगलं सांगून शिकवून पाठवल्यालं दिसत व्हतं. त्यांनी बोलबोल म्हनता साखळीच केली पायाभवती. समदे आडदांड कोंगाडी मजूर. केवढी रग त्यांच्या अंगात! जाम सुठाना त्यांच्या हाताच्या मुठी. आमाला काय रगीलपना करता येत नव्हता. सरळ मार्गानीच आमी त्या मजुरांची साखळी तोडून आत घुसायला बघत व्हतो. कारन हे मजूर आमाला बाहेर आडवून आत पायाव दुसरे मजूर काम करत व्हते. कायबी करून आतल्या मजुरांना रोखायला पायजे व्हतं. त्याकरता ह्या मजुरांची साखळी तोडायला पायजे व्हती. म्हनून आमी 'छत्रपती शिवाजीमहाराज की जय' असं ओरडत जोर लावला आन् त्या मजुरांची साखळी घिऊन खाली पडलो. मजूर खाली पडले तसे त्यांचे हात सुटले आन् साखळीबी सुटली. मंग आमी चित्यागत पळत जाऊन पायाव आडवं पडलो. म्हनालो,

"या दगड-चुन्यासंगं आमालाबी गाडा पायात. आमच्या जित्याजी आमी हे धरान व्हऊन देनार नाय."

तसे पह्यल्यांदा थांबले जाग्यावच टोपल्या घिऊन. पन मागून मुकदम गुराख्यावानीच त्यांच्या मागं उभा राह्यला. म्हनाला,

"निसतं उभं राहू नका. त्यांना पडू द्या तिथं. पड्यालल्या मोकळ्या जाग्याव दगडी टाका."

मजूर पड्यालल्या मोकळ्या जागेकं जायला लागले. तसे आमच्यातले काही

गडी उठले. मजूर पोचायच्या आधीच त्या मोकळ्या जागांवर जाऊन आडवे पडले. मजुरांना काय करावं तेच कळाना. राह्यले उभे तसेच. ते बघून मुकदम दातव्हठ खाऊन वराडला,

"उचलून टाका बाजूला त्यांना. काम बंद नाय राह्यलं पायजे."

आता मुकदमाचाच हुकूम मिळाल्याव मजुरांचं चांगलंच फावलं. फावडी, कुदळी आन् पहारी घिऊनच आले अंगाव धावून. चार चार मजुरांनी आमाला येकायेकाला धरलं आन् दिलं बाजूला टाकून. पन आमी कसलं ऐकतोय? परत जाऊन पडलो पायाव. असं लय येळ चाललं व्हतं. ऊनबी चांगलं तापायला लागलं व्हतं आता. मंग त्यांच्या मनात काय आलं कुनाला माहीत. लागले हानामारी करायला. पाठीत, पोटात बुक्क्या मारायला लागले. नालाच्या व्हाना त्यांच्या पायात. त्यानीच लागले आमाला तुडवायला. जीव लय तळमळायला लागला आमचा. पठानी मजूर तर म्हातारे-कोतारेबी बघत नव्हते. त्यांनाबी लाथा मारीत व्हते. त्या म्हाताऱ्यांचं इव्हळनं ऐकून हाताच्या मुठी वळत व्हत्या. पन सत्याग्रहाच्या शपथेनी आमाला पांगळं केलं व्हतं. मंग बसलो तसंच मार खात, उन्हातान्हात तळमळत. म्हनलं बघाव आता त्यांचं हात कव्हा दुखत्यात आन् त्यांना कव्हा आमची दया येती ते. पन त्या दिशी त्यांनी कामाचा समदा जोर आमच्यावच काढला. ते मजूर मानूस नव्हतेच त्या दिशी. जनवारंच झाली व्हती. म्हनून तर लहान थोर बघत नव्हते. आन् दयाबी येत नव्हती आमची त्यांना.

दिस माथ्याव आल्याव तर उन्हानी आजूनच कासाईस केलं. खाली जमीन तापल्याली, वर उन्हाचा तडाखा आन् त्यात मजुरांच्या लाथाबुक्क्या, आमी तरने. समदं सोसत व्हतो. पन त्या वयात आता म्हातारे किती सोसनार लाथाबुक्क्या? वडुस्त्याचा येक म्हातारा तर झाला तिथंच आडवा. पठानाची लाथच बसली त्याच्या बखाळीत, आईऽऽ करत खाली पडला आन् दातखिळीच बसली त्याची. येक नाय की दोन नाय. म्हनलं मेलाबिला की काय म्हातारा, म्हनून छातीला कान लावला तर आजून धाकधुकी व्हती. डोक्याचं पागुटं बाजूला पडलं व्हतं. डोक्याला ऊन लागू नये म्हनून मी परत ते त्याच्या डोक्याला गुंडाळलं आन् त्याला दगडातून बाजूला घ्यायला लागलो. तवर शंकऱ्या, किस्ना आन् वडुस्त्याचे दोन गडीबी आले धरू लागायला. मुकदम मारक्या बैलावानी आमच्याकं बघत व्हता. म्हनलं आता तरी त्याचा जीव लाजन. पन तेवढी मानुसकी त्याच्यात नव्हती. तेवढ्यातूनबी तो उभ्या राह्यलेल्या मजुरांव वरडला. म्हनाला,

"त्यांना मरू द्या. त्या पल्याडल्या मानसांकं बघा. त्यांना उठवा तिथून."

तसे मजूर गेले पल्याडल्या अंगाला. मागून पुन्याची दोन-चार मानसं आली

आमच्याबशी. वडुस्त्याच्या म्हाताऱ्याची अवस्था बघितली. आन् त्याला घिऊन आमाला मांडवात जायला सांगितलं. आमी त्या म्हाताऱ्याला घिऊन जायला लागलो, तेच येक इंग्रज सायेब तिथं आला आन् पुन्याच्या लोकांची नावं लिहून घ्यायला लागला. धा-बारा लोकांची नावं लिहून घितली आन् गेला. मन परत भीतीनी भरलं. म्हनलं पान्याचा पंप काढला तव्हाबी अशीच नावं लिहून घितली व्हती. भुस्कुटेबाबांसकट ती समदी मानसं गेली तुरुंगात. आता ही आनखी नावं लिहून घ्यायला लागल्यात. म्हंजी येकयेक करून आमाला समद्यांना तुरुंगात टाकायचा इचार हाये की काय टाटाचा!

त्या वडुस्त्याच्या म्हाताऱ्याला घिऊन आमी मांडवात आलो. त्वांडाव पानी मारलं. तवर वडुस्त्याच्या येका गड्यानी कसला पाला तोडून आनला आन् त्याचा रस पिळला त्याच्या नाकात.

तव्हा कुठं दातखिळी उचकाटली त्याची. मंग सुधीव येऊन बोलायला लागला म्हातारा.

आता म्हनलं परत जावाव पायाव, पन तवर समदेच गडी आले परत. मारत्या म्होरं येऊन म्हनाला,

"आजच्या पुरतं काम थांबलंय. उंद्या काम सुरू झालं तर परत उंद्याबी सत्याग्रह करायचा."

मागल्या सालाच्या सत्याग्रहावानी या सालीबी झालं सुरू. तव्हा पंधरा दिस लागले. आता किती दिस लागत्यात ते ज्योतिरूपेश्वरालाच माहीत.

राती वडुस्त्यावाले बायका-पोरांनीशी आले माळाव. म्हाताऱ्याला बेशुध पडंपरेन मारला म्हनून टाटाला लागले शा द्यायला.

"हा टाटा आमच्या रानात येऊन आमच्याव जुलूम करतो, आमच्या वडीलधाऱ्यांना मारतो आन् आमचीच जमीन बळकावतो. आमी निसतं बघत राह्यचं का? असला कसला तुमचा सत्याग्रह, निसताच मार खायचा."

तव्हा पुन्याच्या मानसांनी त्यांची समजूत काढली. म्हनाले,

"त्याबिगार आपल्याम्होरं दुसरा मार्ग नाय. टाटाच्या मागं सरकार हाये. भाड्याची मानसं हायेत आन् त्यांच्या हातात बंदुकाबी हायेत. तो पैशाच्या जोराव कायबी करनारा मानूस. आपून त्याच्याम्होरं किती टिकनार?"

"का नाय टिकनार? येवढ्या लढाया झाल्या, तोफगोळे पडले तव्हा काय व्हतं आमच्या हातात? पन राखलाच ना आमी आमचा मुलूख. तसा आताबी राखू. असू दे टाटाची कितीबी भाड्याची मानसं, असू द्या त्यांच्या हातात बंदुका. पन रातुंद्या तर ते काय राखान करत बसनार नाय ना. मंग बघतो आमी त्यांना

आमच्या मार्गानी. बघू आमच्या रानात कसे न्हात्यात ते.''

येक गडी लय तावातावानी बोलत व्हता. तव्हा साठे गुरुजींनीच त्याला आंजारून गोंजारून घेतला बाजूला. कायबाय सांगून त्याची समजूत काढली. तो जरा थंड पडल्याव मंग बाकीचेबी बसले गप. म्हातारी मात्र म्हाताऱ्याला घिऊन जायला लागली. म्हनाली,

''आता चला, बास झाला तुमचा सत्याग्रह. उंद्या आजून उन्हातान्हाचा फटका बसला तर जाल जिवानिशी.''

पन म्हातारा लय चिकाट. जागचा हालाना. म्हनाला,

''हितं संगमाव टाटा माझं सरान बांधतोय. जित्यापनीच मला जाळतोय. घरी येऊन काय करू? आता टाटा माझा जीव तरी घिईन नायतर जमीन तरी सोडीन. मारू दे किती मारायचं ते. काय राह्यलंय या देहात आता, हाडंच तर हायेत निसती. ज्या जमिनीनी जनमभर पोटाला पोटभर दिलं, तिला वाचवन्याकरता तेवढी जरी उपेगाला आली तरी तिच्या रिनातून फिटल्यावानी वाटन मला. आता मरता मरता तेवढं तरी सुख मिळू दे मला!''

असं म्हनून म्हातारा घरी गेला नाय. म्हातारी किराखली किराखली आन् गडाद पडायच्या येळला कटाळून गेली. त्या रातीला वडुस्त्यावानीच वळनं, भोरकस, वडगाव, ताम्हिनी अशा गावांतून काही बायकाबी आल्या सत्याग्रहाला, म्हनाल्या,

''आमचे वाघावानी गडी. कुनी बांधाव पाऊल ठेवलं की कुऱ्हाडी काढनारे. येकमेकांची डोकी फोडनारे, हितं येऊन निसताच मार खात्यात. कशाकरता? आमचा जनमाचा घास जाऊ नये म्हनूनच. मंग तो घास वाचवन्याकरता आमीबी नको का म्होरं यायला. आमी का म्हनून मागं राह्यचं?''

त्या बायांचं बोलनं ऐकून बरं वाटलं. मला रखमीची आठवान झाली. म्हनलं आता मजुरांची दांडगाई बायकांम्होरं नाय चालायची. त्यांना हात लावायची आन् उचलून टाकायची हिम्मत नाय व्हयाची कुनाची. मंग करा म्हनाव कसं काम करताय ते.

पहाटं पहाटं माळाव भोरकसमधी आरल्याला कोंबडा चांगला ऐकायला यायचा. दुसऱ्या दिशी पहिल्या कोंबड्यालाच उठलो आमी. आजून चांगलं फटफटलं नव्हतं. पन तरी आता वाट वळखीची झाली व्हती. म्हनून अंधाऱ्या वाटंनीच शंकऱ्या आन् मी गेलो नदीव. म्हनलं आंघुळ घ्यावाव उरकून. पन पानी येकदम गारगार. हातबी घालूशी वाटाना त्यात. पान्यात सूर मारायची हिम्मतच व्हईना.

म्हनून मंग त्वांडाव पानी मारलं आन् हातपाय वंबाळले. येळ व्हता म्हनून मंग तसंच नदीच्या कडंनी संगमाबशी आलो. तवर पांढरं पडायला लागलं व्हतं, संगमाबसल्या मजुरांच्या राहुट्यांव धूर दिसायला लागला, म्हनून आमी त्या अंगाला वळलो. राहुट्यांबशी आलो. समद्या राहुट्या जागल्या व्हत्या. चुली पेटल्या व्हत्या. काही मजूर हातात राखुंडी घिऊन दात घासीत व्हते. तर काही राहुट्यांम्होरंच दगडाव आंघुळ्या करीत व्हते. खालच्या अंगाला काही मजूर आन् त्यांच्या बायका कायतरी बोलत व्हते. म्हनून आमी उली जवळ जाऊन पाह्यलं. तर तिथं ते फाट्याचे भारे इकत घेत व्हते. भोरकसचे दोन गडी तिथं फाट्याचे भारे घिऊन आले व्हते इकायला, मजुरांशी येका आन्याहून हुज्जत घालीत बसले व्हते. आमाला पाह्यलं तसे वरामले. आन् येका आन्यातच भारे देऊन लागले चोरावानी जायला. आमाला नाय ऱ्हावालं. गेलो त्यांच्या मागं. म्हनालो,

"पाव्हनं!"

तसं न ऐकल्यावानी केलं आन् लागले भराभरा पाय उचलायला. म्हनून मंग पळतच गेलो आन् त्यांच्या म्होरं उभं राह्यलो. म्हनालो,

"आमी या मजुरांचा हितं बेसुध पडंपरेन मार खातोय. आन् तुमी त्यांच्या चुली पेटवताय. आमी आपलं रान वाचवन्याकरता आमच्या जिवाचं रान करतोय आन् तुम्ही गपचीप असला कारभार करता."

येक नाय की दोन नाय. निसते घुम्यावानी खाली मान घालून उभं राह्यले. शंकऱ्यानी धरलं येकाचं गचुंड. म्हनाला,

"येका आन्याकरता मिंधे व्हता! तेबी कुनाम्होरं? आपला जीव घ्यायला निघाल्यात, त्यांच्याम्होरं!"

तसं दोघंबी लागले रडायला. म्हनायला लागले,

"घरात दाना नाय खायला. तेवढेच येक दोन आने मिळतीन म्हनून आलो व्हतो."

"आरे पन कुनाला? दुश्मनाला? त्यापरीस उपाशी मरा की."

"आमी मरू. पन पोरांना मरताना कसं बघू. चार-पाच खंडी भात पिकवनारी वावरं आमची, पन या साली येक दाना झाला नाय."

"का? खंडीनी भात पिकवनारं खोरं. तुमच्याच शेताला काय झालं?"

"धरनाचं समदं सामान आमच्याच वावरांतून पडलंय. काढा म्हनलं तर त्यांचीच दांडगाई. मारायलाबी मांग-म्होरं बघत न्हाईत. कव्हा कव्हा तर बंदूकबी लावत्यात डोक्याला. मंग त्यांच्या नादी लागून पोराबाळांना उघडं पाडायचं का?"

"म्हनून त्यांनाच फाटी इकता?"

“दोन्हीकं मरान मरतोय आमी. तिकडं भुकंनी तळमळनाऱ्या पोरांना बघून आन् हिकडं दुश्मनांना फाटी इकून. मढं व्हऊनच येतो हितं भारा घिऊन. तेवढेच येकदोन आने मिळत्यात. पोरांच्या त्वांडात दोन घास जात्यात.”

ते एकून आमी दोघंबी गप बसलो.

“पन तुमी म्हनत असान तर उंद्यापून आमी बायकापोरांसकट उपाशी मरू, पन पुन्यांदा हिकडं फाटी घेऊन नाय येनार.”

असं म्हनून ते दोन्ही गडी खाली मान घालून चोरावानी निघून गेले. माझ्या मनात येकदम कालवाकालव सुरू झाली. वाटलं उंद्या आपली जमीन बुडाल्याव आपलीबी हीच तऱ्हा व्हनार. आपूनबी असंच, लाचार व्हऊन जगनार.

त्या इचारात मांडवाबशी परत कव्हा आलो ते कळलंच नाय. तिथं येऊन बघतो तर समदे रांगंत उभं राह्यल्याले. धा-बारा बायकांचीबी एक रांग लागल्याली. त्यातल्याच येका रांगंत जाऊन आमी उभं राह्यलो. आन् दिस उगवल्या उगवल्या झेंडा घिऊन निघालेल्या गड्याच्या मागं ‘छत्रपती शिवाजीमहाराज की जय’ असा गजर करत सत्याग्रह करायला पायाव आलो.

त्या दिशी टाटा कंपनीनी मानुसकी सोडून दिली. मजूर, मुकदम तर आमच्याव अत्याचार करत व्हतेच, पन त्या दिशी टाटानी मारेकरीबी आनून ठेवले. हातात काठ्या घिऊन पायाभवती उभे व्हते ते. त्यांना बघून आज काय तरी इपरीत घडनार असं वाटलं. आन् घडलं तसंच. पायावच जाऊन देईना आमाला. हातात काठी घिऊन साखळी करून उभं राह्यल्याले. पन आमीबी जिवाव उदार झाल्यालो, लागलो साखळी तोडून आत जायला. तशी मंग झाली झटापट सुरू. आमचे काही गडी पाया पडायला लागले त्यांच्या. पन त्यांना काय घाम फुटाना. मागून मागून तर काठ्याच घालायला लागले आमच्याव. बाई मानूस बघाना का म्हतारं-कोतारं बघाना. जवळ येईन त्याला काठीनी लागले बडवायला. त्यातूनबी आमी काही तरने गडी काठ्या खात घुसलो आत. मंग आमाला बाहेर काढायच्या नादात त्यांची साखळी सुटली. आन् समदा गोंधळ उडाला. लाथा-बुक्क्या खात, काठ्या खात आमी धरनाच्या पायाव आडवं पडलो. मुकदम लागला मारेकऱ्यांना वरडायला. म्हनाला,

“पैसा देऊन तुमाला काय निसतं हात बांधून उभं राह्यला आनलंय का? कायबी करा, हाना, मारा आन् उचलून टाका ह्यांना बाहेर. धरनाचं काम चालूच राह्यलं पायजे.”

तसा मंग त्यांना आला चेव. जनावरांना धोपाटल्यागतच धोपटायला लागले आमाला. मार खात आमी तसंच जागेव पडून ऱ्हात व्हतो. म्हनून मंग उचलून

टाकायला लागले बाजूला. पन आमी परत येऊन पायाव आडवे पडत व्हतो. त्यांना येवढा जोर आला व्हता, की ते बायकांच्या अंगाला हात लावायलाबी मागं-म्होरं बघत नव्हते. आमचे हात सत्याग्रहाच्या शपथींनी बांधल्याले, त्याचा त्यांनी लयीच फायदा घेतला. आमी काय करत नाय, हात उचलत नाय की, शा देत नाय. निसतेच मार खातो. मंग लुथ भरल्यालं कुत्र तरी घाबरायचं का आमाला? मनाला येईन तसं नाचनं काय, वरडनं काय, मारनं काय, सुरूच व्हतं त्यांचं. गरीब गाय मिळाली त्यांना, रानच मोकळं झालं मनाला येईन तसं वागायला.

काही पठानांनी तर लाजच सोडली. अंगावली समदी कापडं काढून नागवे व्हऊनच आले नाचत नाचत. आमच्या म्होरं तर त्यांनी नागवा नाच केलाच, पन बायकांम्होरंबी जाऊन नागव्यानी नाचायला लागले. समद्या बायांनी डोळं मिटून माना खाली घातल्या, त्वांडं फिरवली, पन आपली जागा सोडली नाय. आमीबी नामर्दावानी निसतंच बघत राह्यलो. म्हनलं टाटाला जाऊ दे किती खालच्या थराला जायचंय ते, पन आपून आपली शपथ तोडायची नाय. त्याचा त्यांनी आनखीनच फायदा घेतला आन् एका पठानानी नागव्यानीच नाचत नाचत जाऊन वडुस्त्याच्या येका बाईचा हात धरला. तिनी त्याचा हात झटकला आन् मागं सरली. पन लाज सोडल्याला तो पठान तिच्या अंगाशी आजूनच लागला झटायला. मंग मात्र आमाला नाय बघावलं. म्हनलं आया-बहिनींची अशी इज्जत जाताना बघन्यापरास मार खाऊन मेल्यालं बरं. म्हनून शंकऱ्या, मी आन् सांगवीचे दोन-चार गडी, असे आमी म्होरं झालो. आन् त्या माऊलीला त्याच्या इळख्यातून सोडवली. घाबरलेली ती माऊली रडतरडतच त्वांडाला पदर लावून चरात उतरून लपून बसली. मंग दोन चार बाया तिच्याभवती जमल्या आन् कायबाय सांगून तिची समजूत काढायला लागल्या. सांगवीच्या येका गड्यानी तर त्या पठानाचे पाय धरले. म्हनाला,

"आमाला हाना, मारा, जीव घ्या आमचा. पन शपथींनी आमचे हात कापलेले असताना आमच्या म्होरं आमच्या आया-बहिनींची अशी अब्रू नका घिऊ."

पन टाटाच्या पैशाव मस्तावलेल्या त्या पठानाला कीव आली नाय. वडुस्त्याच्या त्या गड्याला त्यानी लाथंनी उडवला आन् लागला परत इचित्र्यावानी नाचायला. बायकांना तर मान वर करायची सोय नव्हती. आमच्या अंगातलं रगात गरम झाल्यालं, पन शपथ मोडून चालनार नव्हतं. मंग बसलो आमीबी तसाच त्यांचा नागवा नाच बघत.

त्यांचा तो किळसवाना नाच लय येळ चालला व्हता. त्यांना वाटलं अशानी तरी बाया मानसं निघून जातीन. पन त्यांच्या मनावानी नाय झालं. लाज सोडल्याली

त्यांनी. पन नाचून नाचून कटाळले आन् मंग गेले निघून.

त्या दिशी दिस मावळंपरेन धरनाच्या पायावच पडून राह्यलो आमी. अधून मधून काही गडी जाऊन भाकरी खाऊन येत व्हते. पन आमी जागा सोडली नाय. म्हनलं त्यांना जराबी फट मिळून द्यायची नाय. नायतर घुसायचे ते, आन् परत व्हयाची झटापट.

मागल्या साली दुसऱ्या दिशीच केसरीचे तात्यासायेब आले व्हते. केवढा आधार वाटला व्हता आमाला! टाटानी कामबी लगीच थांबवलं व्हतं. तव्हा अशी अब्रूबी घेतली नव्हती आमची. पन आता टाटानी तुरुंगाचं भ्या दावलं आन् तात्यासायेबांसारखी मानसंबी पाठ फिरवायला लागली. असा आमच्या मागचा आधार नाहीसा झाला तर टाटाला आजूनच जोर येनार.

मनात असं कायबाय यायला लागलं. पुढ्यात समदं दिसतच व्हतं तसं. मागल्या सालावानी ह्या साली काय नाय. आता टाटानी कायबी झालं तरी धरान बांधायचंच ठरवल्यालं दिसतंय, त्याकरता मानुसकी सोडून दिली आज. मारेकरी आनून आमचे खून पाडायचाच इचार दिसतोय त्याचा. त्याबिगार असा वागला नसता तो.

पन आता काय करनार? सत्याग्रहाच्या मार्गानी जायची शपथ घेतलीये. पैशाच्या जोराव सरकारला दावनीला बांधून आन् मारेकऱ्यांच्या हातात बंदुका देऊन टाटानी धरान बांधलं तर आमचं समदंच त्यात बुडनार हाये. उरनार हाये ती फक्त आमी घेतलेली ज्योतिरूपेश्वराची शपथ. जिवात जीव असंपरेन ती पाळायची. समदं बुडाल्याव मनाचं तेवढं खरंपन तर जवळ राहीन. हितं टाटानी कुत्र्यावानी हाकलून दिलं तरी शपथंला जागल्यानी देवाच्या दरबारात तरी ताठ मानंनी उभं ऱ्हाता येईन. म्हनून म्हनलं, कुनी येऊ नायतर जाऊ. आपून धरल्याली सत्याग्रहाची वाट कव्हा सोडायची नाय. आन् शपथंला कव्हा इसरायचं नाय.

पठानांच्या त्या नंग्या नाचानी आमाला समद्यांनाच त्या दिशी मुकं करून टाकलं. कुनी कुनाशी येक नाय की दोन नाय. बाया मानसांच्या तर मानाच वर व्हईनात. मांडवात आलो तरी त्वांडाला पदर लावून त्यांच्या माना खालीच. मनात म्हनलं, शिवाजीच्या मावळ्यांचे वंशज आमी. पन त्यांच्या कीर्तीला आज आमी जागलो नाय. बायकांच्या बरं आमी आमची अब्रूबी घालवली. आज आमी आमच्या आयाबहिनींच्या चोळीला हात घालनाऱ्यांचे हात तोडले नाय. नामर्दावानी निसते बघत राह्यलो. वर गेल्याव याचा जाब आमाला आमचे पूर्वज इचारतीन. म्हनतीन,

"तुमी शिवाजीराजाच्या मावळ्यांच्या कीर्तीला बट्टा लावला. आमी सारा मराठी मुलूख संभाळला आन् तुमाला तुमच्या आया-बहिनींना संभाळता येत नाय. थूः तुमच्या जिनगानीव."

मंग आमी काय उत्तार देनार? हितंबी मरान आन् तिथंबी मरान. कोन्या जनमाचं पाप म्हनायचं हे, जे ह्या जनमी फेडायला लागतंय.

रातीबी कुनी कुनाशी बोलत नव्हतं. समदा मांडवच मुका झाला व्हता. येवढा गमती करनारा मारत्या, पन तोबी गुडघ्यात मान घालून बसला व्हता. शंकऱ्याचं तर मला भ्याच वाटायला लागलं. म्हनलं, हा गडी डोक्यानी गरम, काय कमी ज्यास झालं तर समद्या करन्यावर पानी पडायचं. त्या इचारानी रातभर झोप नव्हती मला.

सकाळी उठल्याव परत गेलो समदे पायाव. काम काय बंद नव्हतं. म्हनून मंग झाला परत सत्याग्रह सुरू. पडलो आडवं धरनाच्या पायाव. तशी मंग झाली परत त्यांची कालवानीच मारहान सुरू. हातातलं फावडं म्हनू नका, की पहार म्हनून नका, हाताला घवन त्यानी बडवायला सुरुवात केली त्यांनी आमाला. काल पठानांनी नंगा नाच केला, म्हनून काय आज बाया मानसं यायची राह्यली नव्हती. आजबी आल्याच व्हत्या त्या. कोंगाडी मजूर आन् मारेकरी त्यांना लागले मारायला. पन त्याबी धीराच्या. मार खाल्ला पन जागच्या काय हालल्या नाय.

पंधरादी तीन वार असंच चाललं व्हतं. रोज उठायचं, पायाव यायचं, सत्याग्रह करायचा आन् मार खायचा. तेवढ्यापुरतं काम बंद पडायचं आन् परत सुरू व्हयाचं. बघता बघता चरबी चांगला भरत आला व्हता. त्याच्याकं बघून आमी आजूनच खचत चाललो व्हतो. गुराढोरावानी मार खाऊन काय उपेग व्हत नव्हता. मधी येकदोनदा तर नावं लिहून घेतलेल्या मानसांना तुरुंगातबी टाकलं टाटानी. त्यात पुन्याच्या मानसांबरं आमचे शिरवलीचे, नानिवलीचे आन् वळन्याचेबी सताठ गडी व्हते. आमाला तर वाटलं आता टाटा काय आपल्याला आऱ्हाटत नाय. येवढा सत्याग्रह करून, मार खाऊन त्याला आमची कीव येईना, म्हंजी त्याच्यात मानुसकीच उरली नाय म्हनायचं. ती त्याच्यात असती तर मजुरांच्या हातून मार देऊन परत मारेकरी आनलं नसतं.

ते समदं बघून आन् इचार करून धीर सुटतच चालला व्हता. भरीला भर म्हंजी टाटाचा तमाशा गावागावात हिंडून लोकांना बिथरवीत व्हता. टाटाची मानसंबी लय लबाड. काय काय खॉटं नाटं सांगून लोकांना पैसं घ्यायला लावत व्हती. राती मांडवात टेकलं की समदं कानाव यायचं. म्हनलं समद्यांनीच असा धीर सोडला तर टाटाला रानच मोकळं व्हयाचं.

वैशाख लागायच्या येळंलाच येक दिस सेनापती आले. आन् पुन्यांदा जोर आल्यागत वाटायला लागलं. मनात म्हनलं, जीव गेल्यागत झालता सत्याग्रहाचा.

पन बापट आले आन् परत त्याच्यात जीव आला. येवढ्या मानसांना वळनं आन् धीर देनं कुनाचंबी काम नाय. बापटांवानीच धीराचा मानूस लागतो त्याला. उगीच नाय मानसं त्यांना सेनापती म्हनायला लागली. त्या दिशी सेनापतींसंगं पुन्याची मोठी मानसंबी बरीच आली व्हती. तव्हा वाटलं आज अशी मोठी मानसं आमच्या संगं असल्याव मजूर आन् मारंकरी आमच्या अंगाव हात नाय टाकायचे. पन मन येक वैरीत व्हतं आन् घडत व्हतं भलतंच. त्या दिशी आमच्यात सेनापती असूनबी आमची डोकी फोडली. पार बेसुध पडंपरेन मारहान झाली. बेसुध पडलेल्या येकयेका गड्याला उचलून आनूनच आमी मांडवात ठेवत व्हतो. पुन्याच्या मानसांनाबी बराच मार बसला व्हता. पन ते आपली जागा सोडत नव्हते, की उलट हात उचलत नव्हते. समदा अत्याचार गपगुमान सहन करत व्हते. आन् आमाला तर मानूसच समजत नव्हते ते. जनावरावानीच धोपटत व्हते.

दुसऱ्या दिशी आजूनच कहर केला. आमी छत्रपती शिवाजीमहाराज की जय च्या गजरात पायाकं गेलो आन् सत्याग्रह सुरू केला. जिथं जागा दिसन तिथं पायाव आडवं पडलो. तशी केली त्यांनी मारायला सुरुवात. त्या दिशी बाया मानसांचा त्यांनी काय इचारच केला नाय. नानिवलीच्या येका माऊलीचा तर बुचुडा वढूनच मागं वढली. बुचुडा सुटला तशी केसं धरून फरपटतच न्हेली तिला पायाच्या बाहेर. पाठीव चोळीबी फाटली तिची. वडुस्त्याची दुसरी येक माऊली तिला सोडवायला गेली तर तिचाबी पदर वढला आन् तिच्या कंबरंत लाथ घातली. तळमळतच पडली ती खाली. पन तेवढ्यातूनबी उठून ती कामाला आडवी व्हत व्हती. पुन्याच्या काही मानसांना ते नाय बघावलं. म्हनले,

"बाया मानसांची अशी अब्रू निघत असन तर सत्याग्रह करूनबी उपेग नाय. सत्याग्रह मानसांना पाझर फोडीन. पन टाटानी आनलेले हे मारेकरी आन् मजूर मानसं नाय, जनावरं हायेत."

तव्हा सेनापतींनी त्यांची समजूत काढली. म्हनाले,

"येकदा आपून सत्याग्रहाचा मार्ग धरलाय ना. मंग त्या मार्गाव जी संकाटं येतीन ती समदी डोळं मिटून झेलायची. आपला सत्याचा मार्ग हाये. आपली चिकाटी आन् सहनशक्ती आपल्याला नक्कीच याश देईन."

सेनापतींचं हे बोल ऐकून वडुस्त्याची ती माऊली त्यांच्याम्होरं आली आन् म्हनाली,

"तुमी आमच्याकरता येवढ्या लांबून येऊन सत्याग्रह करताय. शिकल्यासवरल्याले असूनबी मार खाताय. मंग आमच्या जमिनी वाचवन्याकरता आमी मार खाल्ला म्हनून काय झालं. तुमी काय मनाला लावून घिऊ नका. आता मार खाऊन आमी थकतोय का मारून मारून ते थकत्यात, तेच बघतो आमी."

बाया मानसं येवढी धीराची. जिवावच उदार झालेल्या समद्या. मंग आमाला काय धाड भरली काय? जमिनीम्होरं जीव काय मोलाचा! मी तर मनानी ठरवलं. म्हनलं, मारा काय मारायचं ते. लय त लय काय व्हईन, जीवच जाईन ना, जाऊ दे. पन पिढ्यान् पिढ्यांचा घास तर वाचन.

म्हनून मंग सेनापती सांगतीन तसं वागत राह्यलो. कव्हा कुनाव हात उचालला नाय की कुनाकं रागानी पाह्यलं नाय. सत्याग्रहाच्या शपथंला कव्हा इसरलो नाय. पन मागून मागून रोज धा-बारा, धा-बारा जनांना पकडून तुरुंगात टाकायला लागले. जरा मनासारखं काय घडलं, की अंगात जोर यायचा. पन परत असं तुरुंगाचं भ्या दावलं की समदं अवसान गळायचं.

पावसाळा लागंपरेन तव्हा आमी सत्याग्रह केला. रोज उली उली गडी पकडले जायचे. वडुस्त्याची येक माऊलीबी व्हती त्यात. पुलीस त्यांना हातकड्या घालून मारतच न्हेयाचे. म्हनायचे,

"सत्याग्रह करता काय, परत याल हिकडं? मुळशी सत्याग्रह करत्यात. जावा आता, खावा तुरुंगाची हवा."

असे शंभर-दीडशे गडी गेले तुरुंगाची हवा खायला. कव्हा कुनाला पकडतीन त्याचा नेम नव्हता. आजून आमची पाळी आली नव्हती. पन खोऱ्यातल्या बऱ्याच गड्यांना पकडून न्हेलं व्हतं. आमच्या आकसईचा रघुदाच तेवढा व्हता त्यात. इंग्रज सरकारचा न्यायबी बघाना कसा. आमाला तुरुंगात डांबन्याकरता कोर्टच आनलं मजुरांच्या राहुट्यांमधी. तिथल्या तिथं लगीच न्यायनिवाडा. न्याय कसला, अन्यायच तो. आमच्या रानात येऊन आमच्याव अन्याय अत्याचार करनाऱ्या टाटाला तुरुंगात टाकायचं सोडून उलट आमालाच तुरुंगात डांबत व्हतं. हा कुठला न्याय म्हनायचा! असं लय दिस चाललं व्हतं. पार पावसाळा सुरू व्हईपरेन. पन मंग पावसाळा सुरू झाला आन् सत्याग्रह थांबला.

आमी गावात परत आलो.

भाजनी झाली व्हती. आमच्या सत्याग्रहामुळं आता बायका आन् म्हातारे कोतारेच शेताचा गाडा हाकलत व्हते. आमची तर समदी भाजनी बाबानी आन् हिनीच केली.

या साली समदा उन्हाळा सत्याग्रहात गेला, नायतर देवाच्या वावराचं समदं काम झालं असतं. म्होरल्या साली वावरात भात पिकलं असतं. पन वरचा पाट काढायचा राह्यला आन् रानच्या मातीनी समदी बांधन परत भरली. आता म्होरल्या साली चार पाच दिस परत पेटारी लावायला लागनार. येक करायला जावाव तर दुसरं वाढून बसतंय.

आता धूळवाफ मिळनंबी लय अवघाड व्हतं. वळवाच्या दोन पावसांनी समदं रान धुऊन काढलं व्हतं. वावरं तुंबवून समदा चिखल केला व्हता. मंग रोपट्यावलं पानी आटल्याव वल्यातच बी फोकलं आन् पेरनी उरकून घेतली. नाचनीच्या रोपावली राख तर समदी वाहूनच गेली व्हती. मंग तिथं निसत्या भाजलेल्या मातीवच टाकला नाचनीचा दाना.

पेरनी लवकर व्हती का नाय वाटलं व्हतं. घाईघाईनीच उराकली समदी. समदं जिथल्या तिथं झाल्याव मनावलं वझं कमी झालं. आता येकदा तेवढी औंज उरकून गेली की मंग परत कव्हा का बोलावनं येईना सत्याग्रहाचं. आमी तयारच व्हतो. शंकऱ्या तर रोज येऊन कायबाय सांगायचा. पुन्याच्या लोकांचा असा इचार हाये आन् पुन्याच्या लोकांचा तसा इचार हाये. पन मला आता तेच तेच ऐकून नकोसं झालं व्हतं. जिवाचा येवढा आटापिटा करूनबी धरनाचं काम चालू हाये ते हायेच. आपून झटायचं. सत्याग्रह करायचा. मार खायचा आन् हिकडं काही सुक्काळीचे टाटाच्या मानसांच्या गोड बोलन्याला भाळायला लागलेले. येवढा ईस खंडी भात पिकवनारा खालच्या आळीचा अंतू, पन त्यानीबी घेतले भुताळल्यागत पैसे. असा येकयेकाचा तोल जायला लागला तर समदेच जायचे खड्ड्यात.

येक दिस शंकऱ्यानी सांगितल्यालं तर ऐकून नवलच वाटलं.

म्हंजी पाऊस पडत व्हता म्हनून अंक्या आन् मी त्या दिशी देवळात बसलो व्हतो. गडाद पडायची येळ झाली व्हती, पाऊस काय देवळाबाहेर पडून देत नव्हता. म्हनलं आज रातीच्या पोटात काय व्हतंय आन् काय नाय. तेवढ्यात तसल्या पावसात शंकऱ्या आला अंगाव इरलं घिऊन. म्हनाला,

"शिरवलीच्या इनामदारानी थैली भरून पैसे आनले. आता शिरवलीत कमी आन् पुन्यातच लय असतो."

"पन तो तर उपरा. त्याला कुठं जमीन व्हती?"

मी शंकऱ्याला इचारलं. तव्हा अंगावलं इरलं वळचनीला ठेवत तो म्हनाला,

"त्याला नसन जमीन, पन शिरवलीवाल्यांच्या जमिनी तर त्याच्याकं घान पडल्यात ना, त्याच्यावच घेतला त्यानी पैसा."

"म्हंजी शिरवलीवाल्यांच्याच जमिनी त्यानी इकल्या?"

"हां. आता शिरवलीवाल्यांच्या निम्म्या जमिनी गेल्या टाटाच्या घशात. पैसा नाय आन् जमिनीबी नाय. आता ते दोन्हीकून उघडे. मधल्यामधी इनामदारानी तापल्या तव्याव पोळी भाजून घेतली आन् टाटाचंबी साधलं."

"असं समद्या गावात झालं तर मंग सत्याग्रह करून काय उपेग? टाटा सावकाराकून जमिनी घेनार असन तर आपून सत्याग्रह कशाकरता करायचा?"

"तेच म्हनतोय मी. सावकाराकं घान असल्या म्हनून काय झालं? त्या आमच्या जमिनी हायेत. आजूनबी आमी त्याच्याव पिकं घेतोय. म्होरं-मागं आमच्या आमी त्या सोडवूनबी घिऊ. पन सावकार असा इकतो कसा, आन् टाटा तरी घेतो कसा?"

"समदा त्या टाटाचाच खेळ. सरकारला हाताशी धरल्याव काय व्हनार नाय? ह्या हातावला थुका त्या हाताव उडवनार आन् हायेचं नाय करनार. सरळ मार्गी जमिनी मिळाना त्याला. आता असंच कपाट करून बळकावनार तो जमिनी. त्यामागं आवळसच्या केवलशेटनी शान खाल्लं. आज शिरवलीच्या इनामदारानी खाल्लं. उंद्या खोऱ्यातल्या समद्या गावातल्या जमिनी जायच्या अशाच."

मी असं बोलल्याव शंकऱ्या दातव्हठ खात म्हनाला,

"मला तर वाटतंय टाटाचा काटा काढायच्या आधी ह्या सावकारांचाच काटा काढायला पायजे. आपलंच रगात पिऊन माजलेत गांडमनीचे."

"त्यांना बोलून काय उपेग? आपून गाढव झालो आन् त्यांच्याकं जमिनी घान टाकल्या. आता त्याची फळं भोगायला लागनारच."

तव्हा मंग बसला गप. पन गप बसला असला तरी मनातला राग काय कमी झाला नव्हता. लाल झाल्याले डोळे मनातला राग सांगतच व्हते.

या सालीबी पाऊस चांगला पडला. चांगल्या दीड दोन इतानी दाढी वाढल्या आन् आमी लावन्या उरकून घेतल्या. मी तर येकादशीच्या आत मोकळाबी झालो औंजतून. सत्याग्रहाचा निरोप नव्हता आला आजून. मंग म्हनलं निसता आपलाच किती इचार करायचा, जरा पांडुरंगाला तरी भेटून यावावं. म्हनून मंग गेलो वारीला. त्या पंढरीच्या वाटंव पांडुरंगाचं नाव घेत येक मयना कसा गेला ते कळलंच नाय.

वारीहून आलो आन् दोन दिसानी रघुदा तुरुंगातून सुटून आला. तो येनार म्हनून आमी आधीच येशीव ढोल, ताशा आन् झांजा घिऊन उभं राह्यलो. म्हनलं गावाकरता तो तुरुंगात गेला. येक तरी गडी व्हता आमचा त्यात. गावाचं नाव राखलं. आता परत आलाय तर त्याला वाजतगाजतच गावात न्हेयाचा. शंकऱ्यानी तर बैलगाडीबी आनली सजवून. बैलांच्या अंगाव झुली, कपाळाला बाशिंगं, शिंगांना बेगडं, बैलगाडीला मानग्याच्या काठ्या लावून भवतीनी केळीची पानं आन् आंब्याचं टहाळं लावलं व्हतं. रानच्या रंगीबिरंगी फुलांच्या माळा समद्या गाडीला गुंडाळल्या व्हत्या. मंग पाच सवासनींनी ववाळल्याव रघुदाला त्या देखन्या गाडीत बसवला आन् ढोल-ताशाच्या तालाव आमी पाऊल काढत त्याला

ज्योतिरूपेश्वराच्या देवळाम्होरं आनला. त्या दिशी बायकापोरांनिशी समदा गाव देवळाम्होरं लोटला. गाडीतून उतरून रघुदा देवळात गेला आन् ज्योतिरूपेश्वराम्होरं डोकं टेकलं. तव्हा रघुदाला भेटायला आलेल्या शेडानीच्या बुवाच्या मनात काय आलं कुनाला माहीत! म्हनाला,

"गड्यांनो येवढी चांगली येळ ही, देवाचं नामस्मरन केल्याबिगार कशी घालवायची? ह्या वक्ताला आता घडीभर का व्हईना पन कीर्तान झालंच पायजे."

मंग काय, आमालाबी तेच पायजे व्हतं. कीर्तानाला आन् भजनाला तर आमी कव्हाबी तयार! येवढा चांगला मेवा आमी कसा सोडनार? झालं. काढलं आमी टाळ आन् खॉड. राह्यलं उभं कीर्तान. घडीभर म्हनता म्हनता दिस चांगला सालतरच्या डोंगराव टेकंपरेन रंगलं ते.

कीर्तान झाल्याव मंग जेवान. रघुदा आज तुरुंगातून येनार म्हनून मंग गावानी चुलतबंद जेवान ठेवलं व्हतं. आज देवळाम्होरंच समदा गाव जेवला. आन् रघुदाला डोळंभरून बघून घरी गेला.

त्या रातीला रघुदाच्या घरी आमी मधरातीपरेन बसलो व्हतो. मी, शंकऱ्या, किस्ना, लह्या, अंक्या, दत्तू न्हावी असे बरेच गडी व्हतो. म्हनलं रघुदाला इचाराव तुरुंगाची हवा कशी असती ते. रघुदाच्या वटीव चिमनीच्या उजेडात आमी समदे बसलो व्हतो. बाहेर पाऊस पडत व्हता. पडगीतली जनावरंबी रघुदाकं कवतुकानी बघत व्हती. चिमनीच्या उजेडात त्यांचं डोळं चांगलं चमकत व्हतं. रघुदाबी त्या जनवारांच्या डोळ्याकंच बघत व्हता. हिकडचं तिकडचं लय बोलनं झालं. मंग मी रघुदाला इचारलं. म्हनलो,

"रघुदा, तुरुंगात काय तरासाचं नव्हतं ना?"

तसा रघुदा सावरून बसत म्हनाला,

"तरास? रोज आय आठवत व्हती तिथं!"

"म्हंजी?"

"म्हंजी गड्या तो तुरुंग कसला आलाय? यमाचाच दरबार म्हनायचं त्याला. जिता आलोय तेच नशीब म्हनायचं."

"म्हंजी काय मारत्यात की काय?"

"तिथं रोज मरान हाये. रोज मारत्यात."

"तुलाबी मारला का?"

"लय. तिथं तरना आन् म्हातारा काय बघत नाय. आन् मुळशीचा कैदी म्हनलं की त्यांची माथी आजूनच भडकत्यात. मंग येक मन द्यायचं तर दोन मन बाजरी नायतर गहू द्यायचे. म्हनायचे बसा आता चक्कीव. समदं झाल्याबिगार

उठले तर फटके खाल. आन् खरंच द्यायचे फटके. यताच्या काठीनी पाठान चांगली सोलून काढायचे.''

''असं का? मुळशीकरांनी काय घोडं मारलंय त्यांचं?''

''टाटाला इरोध नाय का केला?''

''मंग टाटा हितं छळतोयच की आपल्याला.''

''तिथंबी त्याचीच सांगनी आन् करनी. पैशाचा जोर. गरिबांना क्वान वाली? कुनीबी यावं आन् त्यांना लाथंनी उडवावं. पयल्या दिसापूनच तिथं यातना भोगत व्हतो मी. जीव अगदी नकोसा झाला व्हता. म्हनलं अशी बेअब्रू करून घेन्यापरास जीव द्यावाव. पन मागून म्हनलं, सेनापती बापट आन् भुस्कुटेबाबांवानी मानसं आपल्याकरता येवढं सहन करत्यात, मंग आपून केलं म्हनून काय झालं? म्हनून मंग काढला कसा तरी येक मयना दगड व्हऊन. पयल्या दिशी तर माझ्या अंगावली धोतार, पटका, कोपरी अशी समदी कापडं काढून घेतली आन् गंजी कपडा घालायला दिला. मिशीवाला गोरा सायेब तर लयीच बांडगूळ व्हता. गंजी कपडा घातल्या घातल्याच बसवला मला चक्कीव, चांगलं दोन मन गहू व्हतं. ते बघून मी म्हनलो, मी नाय भरडनार ते. आजपरेन कव्हा भराडल्यालं नाय. तसं धरलं बव्हाट्याला आन् न्हेलं फरपटत. टाकलं अंधाऱ्या कोठडीत. आत समदा अंधार. आईचं दूधच आठवलं तव्हा. दोन दिस रात हाये का दिस कायबी कळत नव्हतं. मनात म्हनलं त्या अंधाऱ्या कोठडीपरास चक्की परवाडली. काम केल्यानी काय झीजत नाय मानूस. मंग बसलो चक्कीव. पन ते बांडगूळ मनात डुख धरूनच बसलं. दोन दिस गंजी रोटीच दिली मला खायला. कव्हा चक्कीव बसायला सांगायचा तर कव्हा गिरन फिरवायला सांगायचा. नाय ऐकलं तर सजा. मंग ही सजा कुनाला हातकडी घालून काढायला लागती, कुनाला खोडाबेडीत गजांच्या दरवाजात उभं राहून तर कुनाला अडाबेडीत रोज तिरपं खुरडत चालूनच संपवायला लागती. तिथं दयामाया नाय. मुळशीचा धडधाकट कैदी दिसला की त्याला लावलाच चक्कीच्या कामाला नायतर गिरनीच्या कामाला. वर नाय म्हनायची चोरी. नायतर सजा ठरल्याली येका चढ एक. ती गंजी रोटी तर त्वांडात धरवायची नाय. आन् यताच्या काठीचे फटके. ती पाह्यली तरी अंगाचं पानी व्हयाचं. पुन्याच्या पाचसा लोकांनी जेवनाव राग काढला. चार-पाच दिस जेवलेच नाय. म्हनून मंग त्यांना येका खोलीत न्हेऊन नागवे केले आन् ढुंगनाव यताच्या काठीचे फटके दिले. त्यांच्या किकाळन्याच्या आवाजानी आमीबी बाहेर तळमळायला लागलो. दाराकं डोळंच लावून बसलो व्हतो आमी. ते गडी बाहेर आले तव्हा चांगलेच रक्तबंबाळ झाले व्हते. येकाच्या मांडीचं मास खाली पडायला झालं

व्हतं. मी तर डोळंच मिटून घेतलं. त्या दिसापून पुढ्यात येईन ते गपगुमान करत राह्यलो. आन् डोळं झाकून ती गंजी रोटी घशात बळंच कोंबत राह्यलो. नायतर ती नाय खाल्ली म्हनून परत यताच्या काठीनी चांबडं लोळवायचे ते... मी येक मयना काढला. आपल्याच जमिनी वाचवन्याकरता मी हे समदं सहन केलं. पन ही पुन्याची मानसं काय घेनं देनं नसताना आपल्याकरता रोज त्या यमाच्या दरबारात मार खात्यात.''

बोलता बोलताच रघुदाचं डोळं येकदम भरून आलं. आमालाबी लय जड वाटलं. आता काय इचारायचं धारिष्ट्य व्हईना. चांगली मधरात व्हऊन गेली व्हती. पाऊसबी थांबला व्हता. पडगीतली जनवारं मात्र तशीच उभी व्हती. धन्याचं बोलनं ऐकत व्हती. चिमनीच्या उजेडात त्यांचं चमकनारं डोळं बघतच आमी उठलो. आन् मुक्यानीच बाहेर पडलो.

ऐतवाराच्या दिशी साठे गुरुजी आले गावात. आमची उशाच्या बांधाव बेननी चालू व्हती. समदं गावच बेननीच्या कामाला लागल्यालं. मंग साठे गुरुजी आल्याव गावात क्वान घावनार? त्या दिशी दत्तू न्हावीच व्हता तेवढा घरी. तोच आला मंग आमाला बोलवायला. वाकड्या सयरीच्या धशीव उभा राह्यला आन् –

''म्हादू, शंकऱ्या, किस्नाऽऽ साठे गुरुजी आलेत, लवकर देवळात या.'' अशी जोरानी हाळी दिली आन् आमी हातातली खुरपी बांधावच टाकून देवळात आलो. देवळात साठे गुरुजी भितीला टेकून उभंच व्हते. आमी देवळात गेल्यागेल्याच म्हनाले,

''सेनापतींचा निरोप सांगायला आलोय. म्होरल्या मयन्याच्या सुरुवातीलाच सत्याग्रहाला परत सुरुवात करायचीय. कुनाला यायचं असन त्यांनी आदल्या दिशीच मांडवात यायचं.''

''धरनाचं काम सुरू झालंय का परत?''

मी इचारलं.

''आता पाऊस पडतोय म्हनून बंद हाये. पन ते चालू व्हनार. या खेपंला आपल्या मागं समदा महाराष्ट्र उभा ऱ्हानार हाये. त्याकरता सेनापतींनी मुळशी मेळा काढलाय. हा मेळा समद्या महाराष्ट्रात फिरनार हाये. आपल्यावला अत्याचार समद्या महाराष्ट्राला कळन, या मेळ्यातबी कुनाला यायचं असन तर त्यानी आजच माझ्याकं नाव द्यायचंय.''

साठे गुरुजी असं म्हनल्याबरुबर मारत्या म्होरं झाला. म्हनाला,

''गुरुजी, मेळ्यात काय, करायचं काय?''

"गानी म्हनायची, भाषनं करायची. आन् त्यातून आपल्यावला अत्याचार समद्या महाराष्ट्राला सांगायचा. आपून सत्याग्रह का करतोय ते समद्यांना कळलं पायजे, म्हनून हा मुळशी मेळा काढलाय."

"भाषान नाय. पन गानी म्हनली तर चालतीन ना?"

"चालतीन की."

"मंग पह्यलं माझं नाव लिव्हा."

मारत्यानी लगीच नावबी लिहून दिलं. म्हनाला,

"आता कव्हा यायचं."

तव्हा साठे गुरुजी गमतीनी म्हनाले,

"आता लगीच!"

तसा गडी लगीच घराकं जायला निघाला. म्हनाला,

"मंग लगीच कापडं बदलून येतो."

मंग गुरुजींनी त्याच्या पाठीव हात ठेवला. म्हनाले,

"आज नाय. म्होरल्या ऐतवारी मेळा पुन्याला जानार आहे. समद्यांना पौडात जमायला सांगितलंय. तिथंच ये ऐतवारी."

आन् मंग आमच्याकं बघत म्हनाले,

"आन् तुमी. सत्याग्रहाला येनाऱ्या समद्या गड्यांनी म्होरल्या मयन्याच्या सुरुवातीलाच यायचं. ज्याला जमन त्यानी आदल्या दिशीच मांडवात यायचं. ज्याला जमनार नाय त्यानी सकाळी सकाळी दिस उगवायच्या आत आलं तरी चालन."

असं मागल्यावानीच सांगून साठे गुरुजी निघून गेले. आन् आमाला परत सत्याग्रहाचे येध लागले.

❖

७

सत्याग्रहाला जायचं म्हनून लानीची घाई झाली व्हती.

भात चांगलं निसावलं व्हतं. दाना भरला व्हता. हिरवी लोंबी कव्हा येकदा काढन्याजोगी व्हती असं झालं व्हतं. रोज रानात येऊन वावरातल्या भाताकं बघत बसत व्हतो. सत्याग्रहाला गेल्याव परत कव्हा येतो न् कव्हा नाय. त्यातूनबी टाटानी तुरुंगात टाकला तर समदाच खेळखंडोबा व्हयाचा. येकदा लानी उरकून गेलं म्हंजी जीव तरी टांगनीला नाय लागायचा. म्हनून भाताकंच डोळं लागलं व्हतं. हिरवा रंग अस्ती अस्ती पिवळा पडायला लागला तसा जिवात जीव यायला लागला. पन सत्याग्रहाचा दिस आला तरी भात काय काढनीजोगं झालं नाय. बांधावल्या नाचनीलाबी आजून आठ पंधरादी लागनार व्हते. सत्याग्रहाला तर जायला पायजे व्हतं. मनात म्हनलं समद्यांनी असं काढनीचं नडवं म्होरं केल्याव, आन् अंग काढून घेतल्याव सत्याग्रह कसा चालायचा?

पन या खेपंला येक दिस सांजच्याला रघुदानी गावात बैठकच घेतली. म्हनाला,

''आपली कामं जनमाचीच हायेत. या साली उलीस मागं राह्यली तरी चालतीन. पन सत्याग्रह टिकला पायजे. खोऱ्यानी आपल्या जमिनी वाचवन्याकरता गांधीबाबानी दावलेला सत्याग्रहाचा मार्ग धरलाय. म्हनून तर मोठमोठ्या मानसांचं पाय आपल्या रानाला लागलं. समद्या दुनियेत कवतुक व्हतंय आपलं. तव्हा आता आपून मागं सरून चालनार नाय. आदल्या दिशीच समद्यांनी मांडवात जायचं. आपल्याला बघून पुन्याच्या मानसांना आनखीनच धीर येतो. आपल्याकरता ते तिकडं यमाच्या दरबारात यातना भोगत्यात. मंग आपून मागं कसं राह्यचं.''

रघुदा असं कायबाय सांगत व्हता. पुन्याच्या मानसांसंगं तुरुंगात जाऊन आलेला आमच्या गावातला हा पह्यला गडी. आमच्या समद्या गावालाच त्याचं

लय आप्रुप. आता तर धरनाइखी जरा काय कुनकून लागली, की आमी लगीच त्याच्या कानाव घालत व्हतो. टाटाच्या हुजऱ्यांना आन् तमाशाला भुलनाऱ्यांची गोष्ट लय दिसापून माझ्या मनात खदखदत व्हती. म्हनलं रघुदाला ते समदं माहीत हाये का नाय. म्हनून मंग बैठकीतच सांगितलं मी त्याला. म्हनालो,

"सावकारांसंगं आपलीबी काही लोकं शपथा मोडायला लागलेत. टाटाची मानसं कायबी खॉटंनाटं सांगून त्यांना भुलवत्यात. असं येकयेक घर बळी पडायला लागल्याव कसं व्हयाचं ! पैका घेनाऱ्याच्या जमिनी बुडाल्याव त्यांच्या शेजारच्या आपल्या जमिनी कशा वाचनार?"

तव्हा रघुदा माझ्याकं बघत, दम खात बोलायला लागला. म्हनाला,

"तिकडं त्या यमाच्या दरबारातबी समद्यांच्या तोंडी हेच व्हतं. टाटा आता मानूस राह्यला नाय. पिसाळल्यावानीच करायला लागलाय. त्याला वाटलं व्हतं लोनावळ्याच्या बाजंची धरनं जशी फुकटात जमिनी मिळवून बांधली, तसंच हितंबी व्हईन. तिकडच्यावानी हितली लोकंबी जमिनी आन् घरंदारं बुडाल्याव जातीन गपगुमान निघून. आयतच मिळन आपल्याला समदं रान. पन आपून हितं त्याच्या मनावानी व्हऊ दिलं नाय. सत्याग्रह केला आन् टाटाचं खरं त्वांड दुनियाला दावलं. आता समदीकं त्याची छी थू व्हतीये. आपल्याव केलेले अत्याचार, आपल्या बायकांची केल्याली बेअब्रू आन् आपल्या मनाइरुद्ध आपल्या रानाव केलेल्या कब्जानी त्याला मान खाली घालायला लागली. आपल्याव व्हनारे समदे अत्याचार पेपरातून येत्यात. समदी दुनिया वाचती ते. म्हनून आता तो समदी सारवासारव करतोय. भल्याबुऱ्या मार्गानी, खॉटंनाटं सांगून, दादागिरी करून आन् सरकारला हाताशी धरून जमिनी बळकावतोय. जमिनी आपल्या पन त्या सावकाराच्याच दाखवून इकत घेतोय. त्याच्याकं जातोय त्याला पैसा देतोय आन् कागदाव अंगठे घेतोय. तो अशा मार्गानी जमिनी घेनार आन् उंद्या दुनियेला सांगनार की, बघा, ह्याच लोकांनी आपल्या मनानी जमिनी दिल्यात आमाला. तसं येकदा झालं की मंग धरान बांधायला रानच मोकळं झालं त्याला."

रघुदा सांगत व्हता ते खरंच असनार. तुरुंगात जाऊन चार लोकांत वावरून आलेला तो. अंगचं उगीच काय सांगनार नाय. आमालाबी गावात तेच दिसत व्हतं. मानसांच्या मनात भ्या बसल्याव दुसरं काय करनार मानूस? टाटा तालेवार. जमीन घेतल्याबिगार नाय राह्याचा. आता जमीन जानारच हाये तर मंग पैसा तरी कशाला सोडा, असा इचार करनारेबी हायेत. पन ते किती? बोटाव मोजन्याइतकेबी नाय. बाकी आमी तर समदे शपथंला जागनारे.

सिधू महाराचा जीव तर लय तुटत व्हता. त्यानीबी बैठकीत मन मोकळं केलं. म्हनाला,

"आमच्या वतनाच्या जमिनी. चांगला पिकवत व्हतो आन् खात व्हतो. आता त्या जमिनी गेल्याव परमुलखात आमाला क्वान इचारनार? टाटा धरान बांधतोय पन त्यानी आमच्या वतनाच्या जमिनीचा कसलाच इचार नाय केला. म्हंजी त्यानी आमाला कस्पाटावानीच धरलं. असला कसला हा पैशावाला? गरिबाच्या जिवाची जराबी कनव नाय त्याला. जमिनी बुडाल्याव कुनीकं जायचं आमी पोटं भरायला?"

सिधू महाराची तळमळ खरी व्हती. पन त्याला रघुदा तरी काय करनार व्हता. तोबी आमच्यावानीच गांजलेला. टाटाच्या ताकतीम्होरं आमच्या गरिबांचा किती निभाव लागनार. आता त्याच्या दादागिरीम्होरं आमचा सत्याग्रहाचा मार्ग काय करतोय तेच बघायचंय.

रघुदानी बैठकीत म्हनून तर चांगलं बजवून सांगितलं. म्हनाला,

"म्होरं काय का व्हईना, आपून धरल्याली वाट सोडायची नाय. आपून इतक्या दिस सत्याग्रह करतोय, पन धरनाचं काम काय कायमचं बंद पडलं नाय. अस्ती अस्ती ते चालूच हाये. आता तर पायाबी भरून झालाय. काय सांगावं, म्होरल्या एक-दोन सालात धरानबी व्हईन बांधून. पन म्हनून आपून खचून जायचं नाय. आपून आपल्या शपथंला जागायचं. मंग त्याकरता जीव गेला तरी त्याची पर्वा करायची नाय."

इथं जिवाचा इचार कुनाच्या मनात व्हता म्हना. रातुंद्या जमिनीचाच इचार करत व्हतो. कव्हा चुकून डोळा लागला तर स्वप्नातबी जमीन येत व्हती आन् मला वाचव, मला वाचव म्हनून तळमळत व्हती. आता तिची तळमळ बघवत नव्हती म्हनून तर जिवाव उदार झालो व्हतो. म्हनून मंग लानीची काळजी दिली सोडून. हिला म्हनालो,

"रखमे, या सालच्या लानीला मी नाय. वावरं वाचली तर म्होरं समदं आयुष्य पडलंय लानी करायला."

तव्हा ती म्हनाली,

"तुमी लानीची कसली काळजी करू नका. त्याला मी हाये भक्कम."

पन मला ते वंगाळ दिसत व्हतं. म्हनलं,

"तू समदं करशीन. बाईमानूस असूनबी गड्यावानी राबशीन. पन माझं असं सारखं सत्याग्रहाला जानं आन् निसतं तुमीच कष्ट करत ऱ्हानं..."

" आता तुमी सत्याग्रह करायला जाता म्हंजी मजा करायला जाता का? तिथं तुमी काय भोगता ते कळतं समदं आमाला. त्याच्याम्होरं आमचं राबनं कायबी नाय. आन् आपल्या रानात राबनं, राबनं कसलं सुखच की ते. आता ते सुख टाटानी छिनू नये म्हंजी झालं."

रखमी अशी मनकवडी व्हती म्हनून बरं, आन् त्यातबी रानाला जीव लावनारी. निरोप मिळाल्या मिळाल्या सत्याग्रहाला पळता येत व्हतं ते तिच्यामुळंच. म्हनलं,

"रखमे, रानात राबायचं सुख मिळतंय ना? त्या सुखाकरताच तर आमी आमच्या जिवाचं रान करतोय."

मंग आमी समदी लानी बायकांच्या गळ्यात टाकून सत्याग्रहाच्या आदल्या दिशीच गेलो मांडवात. त्या दिशी पावसाची भुरभुर व्हती. माळाव समदं रानगवात माजल्यालं. नदीलाबी नीट उतार मिळत नव्हता. पन गेलो कसा तरी मांडवात. मांडवात गेल्या गेल्याच सेनापती आल्याचं कळलं. लय बरं वाटलं. सेनापती संगं असले की सत्याग्रहाला आजूनच जोर यायचा. ते व्हते म्हनून खोऱ्यातलं गडी तर आलं व्हतंच, पन पुन्यातली लोकंबी दिसत व्हती बरीच. पह्यल्यांदा त्या समद्यांना बघून वाटलं, आता काय तरी व्हईन, येक घाव दोन तुकडं. पन मागून इचार केला, असं लय येळा झालंय. तात्यासायेबांवानी किती चांगली मानसं येऊन गेली. पन त्याचा काय उपेग झाला नाय. धरनाचं काम चालू हाये ते हायेच. असंच चालू राह्यलं तर येक दिस रघुदा म्हनतो तसंच व्हयाचं. आमचा सत्याग्रह चालू राह्याचा आन् तिकडं धरानबी बांधून व्हयाचं. आन् असंच लांबान लांबत राह्यलं तर पुन्याची लोकं तरी किती टिकनार त्याला! मंग असं त्यांनी अंग काढून घेतल्याव आमचे गडी तरी फिरकनार का हिकडं?

असं कायबाय मनात येत व्हतं. आता सेनापतींचाच काय तो आधार वाटत व्हता तेवढाच. नाय तर टाटानी आतापरेन दादागिरीनी समदं त्याच्या मनावानीच करत आनलं व्हतं. सेनापती आमच्यासंगं हायेत तवर काय झालं तर व्हईन, नायतर हायेच जीव द्यायची पाळी.

मांडवात येवढ्या मानसांमधी बसलो व्हतो, तरी मनातलं असलं वैरनं काय जात नव्हतं. जरा पडावं म्हनलं तर डोळाबी लागत नव्हता.

रात जागूनच काढली.

सकाळी पावसाची भुरभुर चालूच व्हती. समदं आभाळ काळं झाल्यालं. पाऊस लवकर उघडायचं काय चिन्ह दिसत नव्हतं. म्हनून मंग आमी तसल्या भुरभुरीत निघालो सत्याग्रह करायला. सेनापती समद्यांच्या म्होरं. तव्हा वारंबी सुटलं व्हतं. त्यावर भगवा झेंडा चांगला फडकत व्हता. त्याच्याकं बघतच आमी सेनापतींच्या मागं मागं चालत पायाव आलो.

तिथं येऊन बघतो तर समदं काम बंद. पन आदल्या दिशी झाल्यालं पायाचं ताजं काम दिसत व्हतं. म्हंजी आता पावसाची भुरभुर चालू व्हती म्हनूनच काम बंद व्हतं. ती येकदा थांबली की परत चालू व्हनार. म्हनून मंग आमीबी काय मागं

म्होरं पाह्यलं नाय. सेनापतींनी दगडी लोटायला सुरुवात केली. तशा आमीबी दगडी लोटल्या. पाया समदा भरून झाला व्हता. धरनाची भित चांगली वर आली व्हती. ती बघून टकुरंच फिरलं. मंग लोटता येतीन तेवढ्या भितीच्या दगडी पायाव लोटायला लागलो. तसा मुकदम धावतच आला. त्याच्या मागून येक गोरा सायेब आन् पुलीसबी आला हातात काठी घिऊन. आता काय व्हतंय आन् काय नाय. आमचं निम्म ध्यान तिकडं आन् निम्म ध्यान दगडी लोटन्याकं. आल्या आल्याच मुकदमानी आमाला हटकलं. म्हनाला,

"दगडं पायाव लोटू नका. नायतर तुरुंगात टाकीन."

"तुरुंगाचं भ्या नको दावू आमाला. तिथला पाहुनचार घिऊन आलोय आमी."

रघुदानी त्याला लगीच तिथल्या तिथं सुनावलं. तवर तो गोरा सायेब आन् पुलीसबी आला आमच्याबशी. पन आमी आमचं दगडी लोटनं चालूच ठेवलं. तसा गोरा लाल झाला. आन् पुलिसांच्या कानात काय तरी पुटपुटला. त्या पुलिसानी निसतं राहुट्यांकं पाह्यलं आन् हात केला, आमी तिकडं पाह्यलं तर वारुळातून मुंग्या बाहेर पडाव्यात तसा पुलिसांचा लोंढा आमच्या अंगाव यायला लागला. टाटाचा हा गनिमी कावा आमच्या ध्यानात लगीच आला. डोळ्याची पापनी लवती नाय तेच धरपकड सुरू झाली. सेनापती बापट आन् पुन्याच्या मानसांसंगं आमची मानसंबी पकडली बरीच. मी त्यांच्या अगदी म्होरं व्हतो, पन मला त्यांनी पकडला नाय. माझ्या डाव्या अंगच्या पुन्याच्या मानसाला मात्र पकडला लगीच.

"सत्याग्रह करताय, मरा आता अंधाऱ्या कोठडीत."

असं म्हनत धक्केबुक्के देतच न्हेलं त्यांना. आमी बाकीचे गडी निसतं बघत राह्यलो. इरोधबी करता नाय आला त्यांना. इरोध केला असता तर सत्याग्रहाला बट्टा लागला असता आन् ज्योतिरूपेश्वराची शपथ! ती कशी मोडायची? मंग थांबलो निसतंच बघत. बोलबोल म्हनता सेनापतींसकट समद्यांना न्हेलं त्यांनी पकडून. आता सेनापतीलाच बेड्या ठोकल्याव आमचं भेदरलेलं सैन्य कुनाच्या तोंडाकं बघनार? त्यात पावसाची भुरभुरबी चालू व्हती. अंगावली इरली आमी मांडवातच ठेवून आलो व्हतो. समदे भिजले व्हतो. मी डोक्याचा पटका दोन-चार येळा पिळून परत डोक्याला गुंडाळला व्हता. पन मागून त्या वल्या पटक्यानी डोकं जडजड वाटायला लागलं. म्हनून मंग तो कंबरंलाच गुंडाळून ठेवला. धोतराचा तर पार लोढना झाला व्हता. समदं पानी पायाहून खाली पाझरत व्हतं. पायाखाली पोटरीपरेन समदा चिखल. आमचं येक ठीक हाये. आमचं आयुष्यच या चिखलातलं. पन पुन्याची मानसं? ती कशी दम काढनार अशा चिखलात. मागून मागून काय

मनात आलं त्यांच्या कुनाला माहीत. निघाले मांडवाकं जायला. म्हनाले,

"धरनाचं काम बंद हाये. पाऊसबी पडतोय. आजच्या दिसापुरता हितंच थांबवू सत्याग्रह."

आमी धरनाव हितून तिथून नीट नजार टाकली. कुठंच काम चालू नव्हतं. मंग आमीबी लागलो त्यांच्या मागं चालायला. पुन्याची समदी मानसं गाऱ्हाटली व्हती. मांडवात आल्याआल्याच चुलानाम्होरं जाऊन बसली शेकत. काही गडी मागं थांबून तिथं आळान-भाकरी बनवत व्हते. आळनाचा वास समद्या मांडवात सुटला व्हता. तोंडाला पानी सुटलं. मंग समद्यांनी त्या चुलानाभवतीच पंगती ठोकल्या आन् भिजलेल्या अंगानीच आळान भाकरीव ताव मारला.

दुसऱ्या दिशी लय मानसं नव्हती. आमी पन्नासेक गडी व्हतो. मनात म्हनलं आज आमालाबी समद्यांना पकडलं की संपलाच म्हनायचा सत्याग्रह. पन त्या दिशी आमाला कुनालाच हात नाय लावला पुलिसांनी. पठान रागानी बघत व्हते. पन ते लांबूनच. आमी कालवानीच आजबी दगडी लोटल्या, न्हिरीच्या वख्तापरेन असाच काढला येळं तिथं. मंग आलो परत मांडवात.

मागून बऱ्याच दिस असंच चाललं व्हतं. आमी आपलं धरनाच्या पायाव जायचं. सत्याग्रह करायचा. दगडी लोटायच्या. बांधाव आडवं पडायचं आन् परत मांडवात येऊन बसायचं. कव्हा आमच्या म्होरंच काम चालायचं तर कव्हा आमच्या माघारी, येवढा सत्याग्रह करूनबी धरनाचं काम काय कायमचं बंद पडत नव्हतं. इनाकारन काही गडी तेवढे कव्हाबव्हा तुरुंगात जात व्हते. मागून मागून तर सत्याग्रह करनारे गडीबी रोडावले. म्हनून मंग पुन्याच्या मानसांनी मधी बऱ्याच दिस सत्याग्रहच बंद केला. आलो मंग परत आमी आमच्या गावात.

गावात आलो तर हितं यागळंच वाढून ठेवलं व्हतं. घरात पाऊल ठेवलं तर ही दळता दळता जात्यावली उठून म्हनाली,

"काय झालं? पडलं का काम बंद?"

माझं मन काय थाऱ्याव नव्हतं. तव्हा जरा तिसड्यापनानीच म्हनालो,

"जिता दिसतोय ना तुला म्होरं? मंग धरनाचं काम कसं थांबन? माझा जीव घेईन तव्हाच थांबन आता ते."

तव्हा तमाखल्या त्वांडाव हात ठेवत म्हनाली,

"अगं बाई! काय वंगाळ बोलता!"

"मंग काय करू? येवढा जिवाचा आटापिटा करतोय, मनाला मारतोय, जुलूम सहन करतोय तरी धरनाचं काम चालूच हाये. पह्यल्यांदा वाटत व्हतं ह्या

सत्याग्रहानी पडन समदं बंद. व्हईन समदं मनावानी. पन आता वाटतंय ह्या मार्गानी टाटा नाय आऱ्हाटायचा. चांगल्या चांगल्या मानसांना तुरुंगात टाकलंय त्यानी. समदं रान गिळल्याबिगार नाय राह्यचा तो आता.''

''तो तर रान गिळायलाच आलाय. पन आपली लोकं धडाची हायेत का? आपल्या हातानीच आपलं रान त्याच्या घशात कोंबायला लागलेत.''

''क्वान?''

''मधव्या घरानी पैसं घेतलं आज.''

''म्हंजी रामादानी?''

''हां. रामादानी. तुमी तिकडं सत्याग्रहाला गेला आन् हिकडं टाटाच्या मानसांनी खेपा घालनं सुरू केलं. रोज येऊन कायबाय सांगायचे. आपल्या घरीबी आले व्हते. पन मी उंबरा वलांडून नाय दिला त्यांना. मधवं घर मात्र भाळलं त्यांच्या ग्वाड बोलन्याला.''

ते समदं ऐकून घरात पाऊलच थराना.

म्हनून मंग सांजच्याला शंकऱ्याला घेतला आन् गेलो रामादाकं. अंगनात गेलो तर तो परड्यात चिऱ्हाट्याचे याल तोडत व्हता. आमाला बघून वरामला. हातातला इळा आडकीत आडकवला आन् आला अंगनात. आमच्या पुढ्यात येऊन निसताच थांबला. आमच्याकं बघायची काय हिम्मत व्हईना त्याची. मंग मीच इचारलं त्याला. म्हनालो,

''ऐकलंय ते खरंय का?''

त्याचं येक नाय की दोन नाय. म्हनून मंग जरा जोरातच इचारलं,

''रामादा, शपथ मोडली का तू?''

तव्हा खाली मान घालूनच म्हनाला,

''हां.''

''का? नरकात जायाची लय हौस हाये का तुला?''

''मंग काय करू? मी नसती वपली तर सावकार वपनारच व्हता समदी जमीन.''

''तुझी जमीन वपायला, ती काय त्याच्या बापाची पेंड हाये का?''

''तसंच म्हनायचं आता. आमची समदी जमीन घान पडलीये त्याच्याकं. त्यातली निम्म्याच्या वर जमीन आमाला न इचारताच वपली त्यानी टाटाला.''

''क्वान म्हनतं?''

''टाटाची मानसं सांगत व्हती समदं. म्हनत व्हती, राह्यलेल्या जमिनीचं तरी पैसं घे नाय तर तेबी घेईन सावकार. मंग जमीन नाय आन् पैसाबी नाय.''

"म्हंजी समदी जमीन गेली तुझी."

"मंग आता काय राह्यलं? ईस खंडी भात पिकवनारा शेत्या मी. पार भिकारी झालो. आन् त्याहून वंगाळ म्हंजी आईवानी असनाऱ्या जमिनीपासून तुटलो आन् पोरका झालो."

रामादा अंगनातच ढसाढसा रडायला लागला. समदी आळी गोळा झाली. येवढा मोठा धडधाकट गडी, पन ढसाढसा रडला. रडत रडतच उसासे खात म्हनाला,

"मी काय पैसा आनंदानी घेतला? दुख नाय झालं मला? माझा जनमाचा घास पाच-पन्नास रुपयांना इकत घेतला त्यानी."

"पाच-पन्नास रुपयांना?"

मी नवलाईनी इचारलं.

"हां. पाच-पन्नास रुपयांना, मंग तुमाला काय वाटलं, सावकारावानी टाटा आपल्यालाबी थैल्या भरून पैसं देतोय की काय?"

"म्हंजी येकराला किती पैसं देतोय टाटा?"

"पन्नास रुपये!"

"अवघं?"

"हां. त्यातूनबी सावकाराचं कर्ज कापून घेनार. म्हंजी आपल्या हातात काय पडनार ते तुमीच बघा."

"पन साठे गुरुजींनी मागं पेपरातलं वाचून दावलं व्हतं, तव्हा येकराला पाचशे रुपये आन् वर पन्नास रुपये देनार म्हनलं व्हतं."

तसा रामादा डोळं पुसत म्हनाला,

"देनार ना. पन ते आंबंमव्हराला. आंबंमव्हराला पाचशे आन् वर पन्नास. मंग साळीला तीनशे आन् गायरानाला पन्नास रुपये. असंच सांगत व्हती टाटाची मानसं."

"मंग तुझं तर समदं आंबंमव्हराचंच रान हाये की."

"हाये की. पन ते म्हनत्यात ते समदं वपलं सावकारानी. घान व्हतं त्याच्याकं. उरल्यात त्या फक्त नाचनीच्या बांधनी. त्यांनी त्या गायरानातच धरल्या. येक येकराचे पन्नास रुपये टेकवले हाताव. पन अंगठे मात्र घेतले धा-बारा."

"म्हंजी आता टाटा पन्नास रुपयात तुझ्या ईस खंडीच्या रानाचा मालक व्हनार."

"व्हनार कसला, झालाच आता. आता राह्यलं काय माझं या गावात. हे घर. त्याचाबी काय तरी कावा करीन आन् दोन-चार रुपये टेकवीन हाताव. मंग मला गावातून हाकलून द्यायला मोकळा झाला तो."

मोठ्या तावातावात आलो व्हतो रामादाला जाब इचारायला. पन आता आमचीच दातखिळी बसल्यावानी झालं. शंकऱ्या म्हनाला,

"चल. या आडान्याला बोलून काय उपेग नाय."

आमी रामादाच्या अंगनातून माघारी फिरलो, पन रामादाचं रडनं माझ्या डोळ्याम्होरून जाईना. म्हनलं केवढा मानानी जगनारा रामादा! मधव्या घरात किती इज्जत त्याला! मधव्या घराचं भांडान कव्हा गावबैठकीत येऊन दिलं नाय त्यानी. शब्दालाच मान तसा त्याच्या. त्याला आडानी कसं म्हनायचं? पन या टाटानी आता आमच्या चांगुलपनाचा फायदा घेतला, आन् आमाला आडानी बनवून टाकलं. कव्हा कव्हा वाटतं, शंकऱ्या म्हनत व्हता तेच करायला पायजे व्हतं. हातात कुऱ्हाड घितली असती तर तव्हाच येक घाव दोन तुकडे झाले असते. पन मागून वाटतं आपल्या रानात आसऱ्याला आलेल्याचा असा घात करू नये. त्याचं रगात पाजून या रानाला बाटवू नये. हे त्या ज्योतिरूपेश्वराच्याच मनात असन. तोबी आमच्यावानीच भोळा. दिली आमाला सत्याग्रहाची बुद्ध्या. करनारा तोच आन् मारनारा तोच. आमच्या पिढ्यान् पिढ्या गेल्यात त्याच्या आसऱ्याला. त्याचीच सेवा करीत आलोय आमी समदे. आजपरेन त्यानी कव्हा कुनाला उनं पडू दिलं नाय. दर सालाला पाऊस पडतोय. हिकडून मुळा व्हाती. तिकडून निळा व्हाती. रान पिकतंय आन् आमी जगतोय. आता हे आमचं सुख टाटाला नाय पाव्हालं. नजार लागली त्याची आमच्या सुखाला. आता म्होरल्या पिढ्या या रानातच जगनार, की देशोधडीला लागनार हे त्या ज्योतिरूपेश्वरालाच माहीत. पन टाटानी आमच्या रानात येऊन कितीबी उतमात केला तरी तो लय दिस नाय चालायचा. खॉटं लय दिस टिकत नाय आन् पाप लय दिस झाकत नाय. कव्हा ना कव्हा त्या पापाचा घडा भरल्याबिगार ऱ्हानार नाय. तो भस्मासुर नाय का, असाच उतमात करत व्हता, पन मागून झाली ना त्याचीबी राख.

घरी आलो पन मन थाऱ्याव नव्हतं. घरात पाऊल थराना. म्हनून अंगनात आलो. परड्याकं नजार गेली. तिथं शाली आन् माली काय तरी करत व्हत्या. बाजूच्या दगडाव दोन पाय ठेवून राजाबी तिथंच जीभ बाहेर काढून उभा व्हता. म्हनून मंग जवळ जाऊन पाह्यलं, तर त्या आंब्याच्या झाडाभवतीच्या निघालेल्या दगडी परत लावत व्हत्या. मला बघून माली म्हनाली,

"बाबा, बघा आमचं झाड केवढं मोठं झालंय! आजून दोन तीन वर्षांनी आंबंबी येतीन त्याला!"

मी त्या आंब्याच्या झाडाकं नीट पाह्यलं. खरंच चांगलं कंबरंच्या वरपरेन वाढलं व्हतं ते. ह्या पावसाळ्यात चांगला जोर धरला व्हता त्यानी. आन् ह्या

पोरीबी कायम त्याच्या बुंध्याला शेनखईतलं शान नायतर चुलीतली राख टाकत ऱ्हात्यात. उन्हाळ्यात तर तमाखली तान-भूक इसरत्यात पन त्याला रोज कळशीभर का व्हईना पन पानी देत्यात. माली म्हनाली,

"बाबा, हा आंबा खायला आपल्या शेप्यावानीच असन ना?"

"नाय. शेंदऱ्यावानी असन. त्याचा बाटा आपल्या शेंदऱ्या आंब्याच्या बाट्यावानीच व्हता."

शाली अशी म्हनाली आन् मंग झालं त्याच्याहूनच दोघींचं भांडान सुरू. मनात म्हनलं कसली आशा लावून बसल्यात ह्या पोरी. उंद्याचं कुनी काय सांगाव? त्याला आंबा येतोय की धरनात बुडून मरून जातंय ते. तव्हा ह्या पोरींची समजूत क्वान काढायचं? त्या इचारानी माझ्या मनात आताच धडकी भरायला लागली. मंग तिथं लय येळ घुटमाळलोच नाय. सरळ किस्नाच्या घरची वाट धरली. त्याच्या वटीव जाऊन बसलो. त्यालाबी नवल वाटलं. म्हनाला,

"काय रे, काय गडबड?"

"नाय."

"मंग?"

"मंग काय. मन लागाना कुठंच. म्हनून म्हनलं जाऊन बसाव तुझ्याकं."

तसा म्होरंच येऊन बसला माझ्या. म्हनाला,

"म्हादू, सत्याग्रह करून देह झिजवतोय आपून. त्यात आजून जिवालाबी तरास नको घिऊ करून. मला तर वाटतंय येवढ्या दोन वर्सांत धरान झाल्याबिगार नाय राह्यचं."

"कशाहून?"

"मंग काय राह्यलंय आता. निम्म्याच्या वर सावकार पैसं घिऊन मोकळे झालेत. सावकारांनी जमिनी वपल्या म्हंजी त्या आपूनच वपल्यावानी हायेत. आपल्या घानवट जमिनीच वपत्यात ते. ज्या जमिनीकरता आपून सत्याग्रह करतोय, त्या येंधळपरेन गेल्याबी असतीन टाटाच्या नावाव. आपल्या निम्म्या खोऱ्याचा मालकबी झालाय आता तो."

"पन आपल्याला इचारल्याबिगार आन् आपले अंगठे घेतल्याबिगार कशा घेईन तो आपल्या जमिनी?"

"समदं व्हतं. सरकारला हाताशी धरलं की समदं व्हतं. समदं आपल्याला इचारून करन्यायेवढं टाटाचं मन मोठं असतं तर आपल्या रानात पाऊल ठेवन्याआधीच त्यानी आपल्याला इचारलं असतं. पन तो आपल्याला हलक्यावानीच धरतोय. त्याच्या मनात, जातीन समदी पाचुळ्यावानी उडून. आन् झालंयबी आता तसंच.

पाचुळ्यावानीच गत झाली आपली. मधल्यामधी सावकारांनी डाव साधून घेतला तेवढा.''

''तेच सुकाळीचे शपथंला जागले नाय ना! आता त्यांच्या पापांमधी आपूनबी जळायची येळ आली.''

''आपल्या मनात येगळं आन् त्या सावकारांच्या मनात येगळं. त्यांना आता आपल्या येकीचं भ्या वाटायला लागलंय. त्यांना वाटतं येवढ्या मोठ्या टाटाशी दोन हात करनारे उंद्या आपल्या इरोधात का नाय उभं ऱ्हानार! टाटाचा काटा काढल्याव आजूनच जोर येईन. मंग आपला काटा काढायला किती येळ लागनार त्यांना. त्यापरास आताच आपल्या जमिनी वपून पैसं घेनं सुरू केलंय त्यांनी. त्यांचं काय, ते उपरे. पैशाच्या थैल्या भरतीन आन् जातीन निघून. मरनार फक्त आपून. आपल्याला जमीनबी नाय आन् पैसाबी नाय.''

''आन् त्यात आजून भर घालत्यात ती आपली मानसं.''

''तुझं बॉट रामादाकं तर नाय?''

''तर काय!''

''समदी लुबडनूक चाल्लीये. खंडीनी भात पिकवनारा रामादा. पन पन्नास रुपये टेकवले त्याच्या हाताव. आंबंमव्हराच्या आन् साळीच्या वावरांचं पैसं घेतलं म्हनं सावकारानी. शिरवलीच्या दगडू फाटकाचंबी तसंच केलं त्यांनी. आंबंमहूर पिकवनारी रानं म्हनं गायरान हाये. म्हनून दगडू फाटक पैसं घेईना, तर त्याच्या चुलत्याला त्याच्याइखी कायबाय सांगून भडकावला आन् पैसं घ्यायला लावलं. मंग दोघा भावांच्या भांडनात गेली समदी जमीन टाटाच्या घशात. आपल्या लोकांनाबी अक्काल नाय. सख्ख्यांवर इस्वास ठेवायचं सोडून त्या उपऱ्यांचं ऐकायला लागलेत.''

''किस्ना, भीतीनी त्यांची अक्काल खाऊन टाकलीये, आता त्यांना वाटायला लागलंय धरान व्हनारच. सत्याग्रह निसताच कुचकामी ठरतोय. धरनाचं काम चालू हाये ते हायेच. मंग पैसा घ्यायचा का शपथंपाई जमिनीव पानी सोडायचं, हेच कळानाय त्यांना. आता लांब कशाला, माझंच बघ की, माझीबी जमीन केवलशेटकं घान पडलीये. ती त्यानी वपली की संपलंच की समदं.''

''वपलीच असनार. समद्यांमधी तेच लय बांडगूळ हाये. आता आवळसमधी कमी आन् पुन्यातच लय असतो तो. दोन वर्सांत धरान झालं की जाईन तिकडं कायमचाच निघून. तिकडं तो टाटाच्या पैशाव मजा करीन. पन आपून मात्र कुठंतरी गुलामीच करनार आता.''

जिथं जाईन तिथं असं काय नाय काय वंगाळ ऐकायला मिळत व्हतं.

शेताच्या कामात गुतून ऱ्हावाव म्हनलं तर त्यातबी ध्यान लागत नव्हतं. निसताच आतल्या आत झुरत दिस ढकलत व्हतो. कव्हा निरोप आलाच तर सत्याग्रहाला जायचं. सत्याग्रह करायचा, मार खायचा आन् हात हालवत परत यायचं. वर धरनाचं काम चालू हाये ते हायेच.

भुस्कुटेबाबा तुरुंगातून सुटून आल्याव मधीच सत्याग्रहाला जोर आला. दसऱ्याच्या आन् दिवाळीच्या सत्याग्रहाला त्यानी मानसंबी वाढली व्हती. अशी वाढल्याली मानसं बघून टाटाला काय वाटलं कुनाला माहीत. परत येक सालासाठी भुस्कुटेबाबांना आत टाकलं त्यानी. मागल्यावानीच आमच्या डोळ्याम्होरूनच न्हेलं त्यांना धरून. झालं, परत अवसान गळालं आमचं. सेनापतीबी आत आन् भुस्कुटेबाबाबी आत. वालीच उरला नाय कुनी आमाला.

साठे गुरुजी तेवढे कव्हाबव्हा यायचे गावात. सेनापतींचे निरोप सांगायचे. त्यांची पेपरात आल्याली गानीबी वाचून दावायचे. त्यातली काही तर आजूनबी माझ्या जिभव हायेत. उठता बसता ते त्वांडात असायचं माझ्या.

मराठे आमी श्री शिवाजी प्रभूचे। आमी पांग फेडूच ह्या आर्यभूचे ।

असं म्हनताना ऊर अभिमानानी भरून यायचा. शिवाजीराजा. नाव ऐकलं कीच अंगात बळ यायचं. मंग सत्याग्रहाला जाताना आन् धरनाच्या पायाव आडवं पडताना येकच चालायचं,

चला या चला श्री हरी हाक देई । चला मुळशी क्षेत्र युद्धात भाई ।

असं सारखं चालू असायचं.

सेनापती सुटून आल्यावबी त्यांच्याम्होरं आमी तेच गानं म्हनायचो. मोठ्या नवलाईनी बघायचे तव्हा ते आमच्याकं. पन मागून मागून तेबी हारल्यावानी दिसायला लागले. धरनाची भीत जसजशी वर चढायला लागली तसे ते खचले. पुन्याची मानसंबी रोडावली. सावकारानी शपथा मोडल्या आन् आमच्या लोकांना दम धरवत नव्हता. मंग काय, समदं टाटाच्या मनावानीच झालं. मंग येक दिस सेनापतींनी सांगून टाकलं. म्हनाले,

"तुमचं दोन्हीकं मरान नाय करत मी. आता धरनाच्या कामानी जोर धरलाय. आपल्या सत्याग्रहाला ते आऱ्हाटाना. काही लोकांनी शपथा मोडल्या, जमिनी वपून पैसं घेतलं. उंद्या धरान झालं, जमिनी बुडाल्या तर मंग मात्र तुमाला कुनी पैसं देनार नाय. मंग मागून मला दोस देन्यापरास आताच तुमाला कुनाला पैसा

घ्यायचा असन त्यानी घ्या. आज तुमाला मी पैसं न घेन्याच्या शपथंच्या बंधनातून मोकळं करतो. ज्याच्या मनाला वाटन त्यानी आपल्या जमिनीचं पैसं घ्यावावं. पन हा सत्याग्रह मात्र चालूच ऱ्हानार हाये. ज्याला यायचंय त्यानी या.''

मगं चोरून पैसं घेनारा आता उजळ माथ्यानी घ्यायला लागला. हितंबी टाटानी चालबाजी केली. मी तर पैसं घ्यायला कव्हा फिराकलोच नाय, पन गावातली मानसं सांगायची. म्हनायची जो पयला जाईन त्याला पैसं देऊन मोकळी व्हयाची टाटाची मानसं. भाव हिस्सा ठेवायची तसाच बोंबलत. जो आलाय आन् तावडीत घवलाय त्याच्याकून घ्यायचे समदी जमीन. सत्याग्रह करनाऱ्यांना तर रडकुंडी आनलं त्यांनी. निम्मं पैसंबी टेकवलं नाय हाताव त्यांच्या.

आमी शपथंला जागनारी लोकं मात्र तिकडं कव्हा फिराकलो नाय. लय गळ घातली आमाला. पन आमी कव्हा त्यांच्या गळाला फसलो नाय. येक दिस रामादानी तर लय इनवनी केली. म्हनाला,

''म्हादू, येड्यावानी नको करू. बायकापोरांचा इचार कर. चार पैसं मिळत्यात ते पदरात पाडून घे. उंद्या जमीन बुडाल्याव क्वान येक आनाबी नाय देनार.''

तव्हा मी त्याला तिथल्या तिथं लगीच म्हनालो,

''नको मिळू दे. आन् मागायला तरी क्वान जानार हाये तो पापाचा पैसा. आईला वपन्याचं पाप माझ्याच्यानी नाय घडायचं. आन् ज्योतिरूपेश्वराची शपथ, ती तर जित्याजी नाय मोडनार मी. जीव देईन पन जमीन देनार नाय म्हनलो व्हतो. ते तू इसरला असशीन, पन मी नाय इसरलो.''

''जगरीत सोडून कसं चालन म्हादू.''

''ही असली जगरीत असन तर ती खेटरामारी माझ्या. येखाद्या गरिबाला जगातून उठवायची ही असली कसली जगरीत? मी नाय मानत ती. ती तुला लखलाभ असू दे.''

मंग मात्र रामादा गप झाला.

''तुझं नशीब तुझ्या संगं.''

असं म्हनत गेला निघून तो परत माझ्याकं कव्हा फिरकला नाय. पन बाबाचं डोकं कव्हाबव्हा भडकवायचा. आन् घरात येऊन बाबा माझं डोकं खायचा. पन माझ्या डोक्याम्होरं त्याचं काय चालायचं नाय.

सत्याग्रहात काय राम राह्यला नव्हता. पन शपथंला जागायचं व्हतं. म्हनून मंग सेनापतींच्या सांगन्याहून कव्हा येक वारानी तर कव्हा दोन वारानी येक दिस जाऊन आमी सत्याग्रह करायचो. पन त्यालाबी बोटाव मोजन्यायेवढं गडी असायचं.

असं सताठ मयने चाललं व्हतं.

मागून येक दिस मारत्या आला मेळ्याहून परत. काय झालं म्हनून गेलो त्याला इचारायला तर म्हनाला,

“सेनापतींना अटक केलं. येका वर्षाकरता परत तुरुंगात टाकलं.”

“का?”

मी इचारलं.

“मेळ्यात भाषान करताकरताच न्हेलं पकडून पुलिसांनी. म्हनाले, लोकांची माथी भडकवता आन् मुळशी सत्याग्रह करायला लावता, आता बसा जाऊन गप तुरुंगात.”

“मंग?”

“मंग काय? न्हेलं त्यांना पकडून. आमीबी आलो मंग येकयेकजन आपापल्या गावाला.”

“पन आता म्होरं काय व्हनार?”

“आता म्होरं धरान व्हनार आन् त्यात आपलं रान बुडनार.”

“आन् सत्याग्रह?”

“आता शेवटपरेन सत्याग्रह करायची शपथ घेतलिये ना, मंग करायचा सत्याग्रह. शेवटी शपथंला जागल्याचं समाधान घिऊन तरी जाऊ या रानातून.”

समद्यांनीच गुडघं टेकलं म्हनायचं टाटाम्होरं. जिकलाच म्हनायचं तो.

म्होरं काही व्हऊ. पन मी मात्र सत्याग्रह कव्हा चुकवला नाय. जव्हा जव्हा निरोप येईन तव्हा तव्हा जायचं आन् शपथंला जागायचं. म्होरं ज्योतिरूपेश्वराच्या मनात असन ते व्हईन.

देवाचं वावारबी काढून झालं या सालाला. देवाच्या दयेनी बुडालं नाय तर म्होरल्या साली भातबी पिकन त्यात. पन म्होरलं कुनी सांगाव? इचार केला तरी अंगाव काटा येतो.

रोज माझ्याकं येनाऱ्या शंकऱ्यानी आता माझ्याकं त्वांड फिरवलं व्हतं. चार-पाच मयने फिरकलाच नव्हता हिकडं. म्हनून मीच येक दिस गेलो त्याच्या घरी. तव्हा कळलं की तो आता लयकरून घरात नसतो आन् गावातबी नसतो. तिकडं साल्तरच्या डोंगरात कातकरवाड्यावच असतो.

माझ्या मनात लगीच कायबाय यायला लागलं. म्हनलं मागला इचार तर परत त्याच्या मनात आला नसन. आता सत्याग्रहात काय व्हईना म्हनून मंग हातात कुऱ्हाड घ्यायचा तर इचार केला नसन त्यानी. तो सारखा कातकरवाड्याव जातोय म्हंजी असंच काय तरी शिजत असनार तिथं.

माझ्या जिवाला चैन पडाना, म्हनून मंग दुसऱ्या दिशी दिस उगवायच्या आतच गेलो कातकरवाड्याव.

बघतो तर मनात आलं ते काय खॉटं नव्हतं. झोपडीत बानांना आन् कुऱ्हाडींना कानशीवर धारा लावनं चाललं व्हतं. मला बघितलं तसा शंकऱ्या जाग्यावला उठला. म्हनाला,

"म्हादू, तू हिकडं?"

"हां. पन ही कसली तयारी करताय तुमी?"

"सत्याग्रहाची!"

"सत्याग्रहाची? असला कसला तुमचा सत्याग्रह? हितं तर भाले आन् कुऱ्हाडी घिऊन लढाईचीच तयारी चालवलीये तुमी."

"हा येगळा सत्याग्रह हाये. मार खानं आन् जुलूम सहन करनं लय झालं आता. टाटाला काय आपली दयामाया येत नाय. आता तो तरी या रानात राहीन नायतर आपून तरी राहू. येक घाव दोन तुकडे करून टाकायचे आता."

"आन् मंग शपथंचं?"

"शपथ कुठं मोडतोय. जीव देऊ पन जमीन देनार नाय म्हनलो व्हतो. त्यासाठीच तर शेवटपरेन सत्याग्रह करायची शपथ घेतलीये."

"मंग."

"मंग, मंग शपथ कुठ मोडतोय? हाबी सत्याग्रहच हाये. ही लढाईबी सत्याचीच हाये. इनाकारन कुनाच्या वाटंला जात नाय आमी. कुनाची चोरी करत नाय की शिंदळकी करत नाय. मंग आमच्या रानावला येवढा मोठा दरोडा आमी कसा सहन करायचा? तुमाला पटत नसन तर तुमाला तुमचा मार्ग मोकळा हाये. आमी मात्र आता आमचा मार्ग बदललाय."

"पन आता इतके दिस शपथ पाळली. मंग आता थोड्याकरता ..."

"थोड्याकरता! काय थोड्याकरता? धरान व्हन्याची वाट बघायची आन् मंग सत्याग्रह करून त्यात जीव द्यायचा. मला नाय मान्य ते. मी तर म्हनतो, आपून पह्यल्यांदाच हातात कुऱ्हाडी घेतल्या असत्या तर तव्हाच ढुंगनाला पाय लावून पळून गेला असता टाटा. पन तव्हा तू माझं ऐकलं नाय. काय झालं असतं? मेली असती थोडी मानसं आपली. पन रान तर वाचलं असतं. म्होरल्या पिढ्या तर जगल्या असत्या चांगल्या. चांगलं नाव काढलं असतं त्यांनी आपलं. पन आता म्हनतीन निसताच नामर्दावानी मार खाऊन मेले आन् रानबी घालवलं. केवढे मोठे आपले पूर्वज! शिवाजीराजाचे सैनिक. पराक्रम करनारे, पन आता वर गेल्याव त्यांना तरी काय उत्तार देनार? म्हादू, लढनं इसरलो आपून. ह्या पुन्याच्या

लोकांच्या नादी लागलो आन् सत्याग्रहाचा मार्ग धरला. पन ती लोकं आपल्याला किती पुरनार हायेत, ह्याचा इचार नाय केला. आपल्याव आलेला घाला आपून आपल्यापरीनीच परतवायला पायजे व्हता. पन आपून समदं सोपवलं पुन्याच्या लोकांव. ती तरी तमाखली घरंदारं सोडून आपल्या मागं किती पळनार? तरी ती तीन वर्सं आपल्या रानात राह्यली. मार खाल्ला, तुरुंगात गेली, तिथंबी मार खाल्ला. पन ह्या टाटाला घाम फुटला नाय. तव्हा असं दगडाचं काळीज असनाऱ्यांना कुऱ्हाडीनीच उत्तार दिलं पायजे. आन् आज आमी तेच करनार हाये.''

''तुमी अशा कुऱ्हाडी हातात घेतल्याव सेनापतींना काय वाटन?''

''त्यांचाच निरोप हाये हा.''

''काय? कुऱ्हाडीनी लढायचा सेनापतींचा निरोप?''

मला नवाल वाटलं. तव्हा माझ्या खांद्याव हात ठेवून शंकऱ्या म्हनाला,

''हां. सेनापतींचाच निरोप.''

''कुनी सांगितला?''

''ते नको इचारू. आन् पुन्याच्या मानसांना काय वाटन त्याचाबी इचार नको करू. भुस्कुटेबाबा आन् सेनापती नाय तर गेले समदे आपल्याला वाऱ्याव सोडून.''

''त्याला आपलीबी लोकं कारन हायेत. त्यांनी पैसा घेतला नसता, जरा दम धरला असता तर...''

''तर तवर सावकार समदं रान वपून गेले असते निघून. आपला मार्ग चुकला हेच खरं.''

''आन् आता ज्या मार्गानी चाललाय तो तरी लय चांगला हाये का? शंकऱ्या, आरे देवाचं तरी भ्या बाळग. ज्योतिरूपेश्वराम्होरं शपथा घेतल्यात आपून. त्या मोडायचं पाप नको करू.''

''ते पाप मी माझा जीव देऊन फेडीन. पन आता मला ह्या मार्गातून माघारी फिरायची गळ घालू नको. माझं मन मला सांगतंय, मी काय वंगाळ करत नाय. माझं घरदार, जमीनजुमला आन् बायकापोरांना वाचवन्याचा मला आता दुसरा मार्ग दिसत नाय. ह्या समद्यांना वाचवन्याचा हा येवढा येकच मार्ग हाये आता. ह्या मार्गानी त्यांना वाचवनं पाप असन तर ते पाप मी करनार हाये.''

असं म्हनून शंकऱ्या परत हातात कुऱ्हाड घिऊन तिला धार लावत बसला. कानशीवर धारा लावायचा आवाज तिथं चांगलाच घुमत व्हता. समदेच कातकरी गडी त्या कामाला लागल्याले. मी तिथं जरा येळ घुटमळलो आन् तो आवाज कानात घिऊनच परत गावात आलो.

त्या दिसापून मी शंकऱ्याकं परत कव्हा गेलो नाय. पन तव्हापून जव्हा कव्हा देवळात जाईन तव्हा शंकऱ्याची चूक पदरात घे म्हनून मी ज्योतिरूपेश्वराम्होरं हात जोडले.

सत्याग्रहाचं तर बोलावनंच बंद झालं आता. मीच कव्हाबव्हा तिकडं फेरी मारून येत व्हतो. जव्हा जाईन तव्हा भित वरवरच गेल्याली दिसायची. म्होरल्या साली भरल्याबिगार राह्यचं नाय आता ते. कुठवर पानी भरतंय आन् कुठंवर नाय. जिवाला घोर निसता. मातीचं वावार तर येकदम सपाटीला. पह्यल्या लोंढ्यातच बुडनार ते. उशाचं, वाटचं आन् पोटाची वावरंबी तशीच. राह्यलं तर राहीन तेवढं चढावलं देवाचं वावार. पन आता तेबी देवालाच ठाऊक.

म्होरला इचार करत रोज झुरत व्हतो. झुरतच रोज कसं तरी दिस ढकलत व्हतो.

त्यातच येक दिस किस्नानी आजूनच इपरीत सांगितलं. त्यानी आजूनच अवसान गळालं. म्हनाला,

"सेनापतींना सात वर्सांची सजा झाली."

"का?"

मी इचारलं.

"टाटाची रेल्वे गाडी आडवून गोळीबार केला म्हनून."

मला येकदम शंकऱ्याची आठवान झाली. म्हनलो,

"आजून क्वान व्हतं त्यात?"

"लय जनं व्हती. तलवारी कुऱ्हाडी घिऊन आले व्हते. समदे हजर झाले पुलिसांम्होरं."

"आपला शंकऱ्या व्हता का त्यात?"

"तो कसला घवतोय! पन तिथं व्हता म्हनत्यात. मागून गेला समद्यांच्या हाताव तुरी देऊन. झाला रानभरी. आता पुलिसांचा बाप आला तरी घवनार हाये का तो!"

शंकऱ्या पुलिसांच्या तावडीत घवला नाय ते ऐकून बरं वाटलं. पन सेनापतींना सात वर्सांची सजा झाल्याली ऐकून लय वंगाळ वाटलं. आमच्याकरता हा मानूस झिजला. घरदार, नोकरीपानी सोडून आमच्याकरता आला ह्या रानात. मार खाल्ला, जुलूम सहन केला, पन कव्हा हू की चू केलं नाय. आन् आता तर तुरुंगातच डांबून ठेवलंय. समदा जनम आमच्याकरता खर्ची घालनाऱ्या या मानसाचे उपकार आमी कसे फेडायचे?

आता मात्र आमी नांग्या टाकल्या. आमचा सत्याचा मार्ग हारला. आन् आता

पावसाळ्यात समदं बुडाल्याव कुठं जायचं हाच प्रश्न पुढ्यात आ वासून उभा राह्यला. काहीजन तर पाव्हन्यांच्या गावांना जाऊनबी राह्यला लागले. ज्यांना आधार व्हता ते गेले. पन माझ्यावानी असनारी कुनाच्या त्वांडाकं बघनार? बरं कुठं मुलखाव पोट भरायला जायला टाटानी हाताव नीट पैसाबी नव्हता ठेवला. लबाडी करून समद्या रानाचा मालक झाला तो. आमी मात्र लागलो देशोधडीला.

कुठं आसरा मिळाला तरी किती दिस पुरनार ते आमाला? हक्काचा आयुष्याचा घास गेला. भीक मागायचीच पाळी आनली त्यानी आमच्याव. ममईतल्या श्रीमंतांच्या घरात लायटीचा उजेड पडाव म्हनून आमच्या घरातला दिवा इझवून आमाला भिकंला लावलं.

माझा तर जीव ह्या रानात गुतलेला. ह्या मातीशी असनारं नातं कसं तोडवनार माझ्याच्यानी. मातीचं वावार, ज्या नदीच्या पान्यात माशावानी पव्हलो ती मुळा नदी, जिथ जाऊन समदं रान बघत बसायचं तो कुवारा किल्ला आन् बहिरीचा डोंगर, जिवाचं रान करून काढलेलं देवाचं वावार, इथल्या जांभळी, करवांदाच्या जाळ्या, हे गाव, त्यातली जिवाला जीव देनारी मानसं, आन् आमाला समद्यांना संभाळनारा ज्योतिरूपेश्वर. या समद्यांबिगार मी कसा काय जगू?

मधी थोडे दिस गेले आन् येक दिस साठे गुरुजी गावात आले. किस्नाची बैलगाडी त्याच्या दारात उभी केली त्यांनी. म्हनाले,

"माझा जीव जानून बैलगाडी दिली तुमी मला. पन धरनाचं काम नाय बंद पाडू शकलो आमी. आमच्या परीनी आमी झगडलो, पन नाय याश आलं आमाला."

मनात म्हनलं हा मानूसबी लागला जिवाला तरास करून घ्यायला. तो तरी काय कमी नाय झिजला. तीन-चार वर्सं समदं रान पायाखाली घालीत व्हता. त्यांचा पाय जरा भुईव थरत नव्हता. सकाळी शिरवली, दुपारी आवळस, संध्याकाळी आकसई तर रात्री आंबवनं, अशी सारखी त्यांच्या पायाला भिंगरी व्हती. गुडघ्यापरेन धोतार आवरल्यालं, डोकीचा पटका डाव्या कानाव सरकलेला, काखंला थैली आडकवल्याली, आन् हातात केसरी घिऊन नालाच्या व्हाना कराकरा वाजवत हिंडनारा हा मानूस जनमात कव्हा इसरनार नाय मी.

आजबी त्यांच्या हातात केसरी व्हता. तो बघून मी सवंनी म्हनालो,

"साठे गुरुजी, आता काय म्हनतोय केसरी?"

तव्हा हातातल्या पेपराकं बघत ते हसले. म्हनाले,

"केसरी थंडावला आता!"

"आन् गांधीजी?"

"त्यांचंबी म्हननं तेच!"

"काय?"

"म्हनत्यात निम्म्याच्या वर मावळ्यांनी पैसं घेतलं आन् धरानबी पुरं व्हत आलंय आता. मंग कशाला करायचा इरोध?"

"म्हंजी समद्यांनीच पाठ फिरावली म्हनायची आपल्याकं."

"हां. आता देवाच्या मनात असनार तेच व्हनार!"

असं म्हनत साठे गुरुजी तिथंच किस्नाच्या अंगनात तुळशीबसल्या दगडाव बसले. कव्हा नाय ते तमाखल्याइखी बोलायला लागले. लय येळ कायबाय सांगत व्हते. पार उन्हं फिरल्याव गेले परत व्हानांचा करकर आवाज करीत.

त्या दिसापून साठे गुरुजी गाव पान्यात बुडालं तरी परत कव्हा गावात आले नाय. आमीबी आता त्यांची वाट बघनं सोडलं व्हतं. जे नशिबात वाढून ठेवलंय ते तर व्हनारच हाये आता. मंग उगीच कशाला कुठं आशा लावून बसायचं!

कुनाकं जाऊशी वाटत नव्हतं, की कुनी येऊशी वाटत नव्हतं.

पावसाळा लागायच्या आधी वैशाखाच्या मयन्यात शिरवलीला इनामदारानी बोलावलं म्हनून किस्ना आन् मी गेलो असन तेवढंच! पन तिथं गेलो आन् आजूनच जिवाला तरास करून घेतला.

इनामदाराच्या वाड्याचं ते रूप ह्या आधी मी कव्हा पाह्यलं नव्हतं. वाड्याखालच्या तळातलं कोठार समदं तांदळाच्या पोत्यांनी भरलं व्हतं. केवढं मोठं कोठार ते! समद्या खोऱ्याचा तांदूळ मावन त्यात. पन इनामदारानी कव्हा दावलं नाय आमाला. आज दावलं. कोठार खाली करायची गरज पडली म्हनून आज दावलं.

वाड्याम्होरं शे-सव्वाशे बैलगाड्या उभ्या व्हत्या. त्यात भरा म्हनले समदी पोती. पुन्याला न्यायची हायेत. तव्हा मनात लय वंगाळ इचार आला. म्हनलं आमच्या घामाचा तांदूळ हा. आता वाडा धरनात बुडनार म्हनून दिसला आमाला. पिढ्यान् पिढ्या हा वाडा आमचं रगात असंच पीत आलाय. पन आमाला कव्हा त्याचा थांग लागला नाय. आन् आज जव्हा लागला तव्हा त्याचा कायबी उपेग नव्हता. या इचारानी त्या वाड्यात घडीभरबी थांबवाना मला. म्हनून मंग आलो तसाच निघून.

घरी आलो तर हिची आन् आईची देवळात जायची तयारी. त्यांच्याबरं शाली आन् मालीबी उड्या मारीत निघाल्या व्हत्या. माझं मन थाऱ्याव नव्हतं. तरी आता मधीच कशाला देवळात निघाल्यात म्हनून इचारलं. म्हनलं,

"येळ ना काळ, आता मधीच कशाला निघालाय देवळात."

तव्हा आय हिच्याकं बघत म्हनाली,

"देवाच्या दारात जायला कशाला पायजे येळ आन् काळ. आरे, मी तर

म्हनते आजच्या सोन्याच्या दिशी तूबी चल आमच्या संगं. मागून दोघं जोडीनी जानच नवस फेडायला. पन आज आला तरी काय बिघडायचं नाय.''

''म्हंजी?''

''म्हंजी ज्योतिरूपेश्वरानं गाऱ्हानं ऐकलं तुझं. बायकू पोटुशी हाये तुझी.''

मी हिच्याकं पाह्यलं. ही तोंडाला पदर लावून कावरी बावरी झाली व्हती. मी बघायला लागलो तशी शालीला आन् मालीला घिऊन गेली बाहेर. मंग तिच्या मागं आयबी गेली हसत हसत.

मला हसाव की रडाव तेच कळाना. लांबल्याला पाळना आता घरात हालायची येळ आली. पन तो पाळना ठेवायला आता घर ऱ्हातंय की नाय ते त्या ज्योतिरूपेश्वरालाच माहीत.

❖

८

वैशाख संपत आला आन् समदं गाव वसाड पडायला लागलं. रोज आभाळ भरून यायचं आन् वारं सुटायचं. छाती धडधडायला लागायची. वळीव कव्हा कोसळन त्याचा नेम नव्हता. तो कोसळन तव्हा कोसळन पन रोज असं भ्या दावून जायचा. त्याच्या धास्तीनी पाऊसकाळ सुरू व्हयाच्या आधीच लोकांनी कच खाली. ज्योतिरूपेश्वराची माघी यात्रा झाली आन् लोकांनी गावाशी नातं तोडायला सुरुवात केली. चांगली पंधरादी तीनवार चालली व्हती यात्रा. समदं खोरं लोटलं व्हतं यात्रेला. भजान, कीर्तान, पारायन ... निसता गजर चालला व्हता गावात. दर साली यात्रेत घोंगड्या इकायला येनारा भिवा धनगर जाताना रडला. म्हनाला,

"ह्या ज्योतिरूपेश्वराची कीर्ती ऐकून येवढ्या लांब येतो मी. बैलगाड्या भरून घोंगड्या आनतो. इतक्या पिढ्या गेल्या आमच्या पन कव्हा येकबी घोंगडी परत गेली नाय. आता म्होरल्या साली काय व्हतंय आन् काय नाय. ज्योतिरूपेश्वर पान्यात बुडाला तर कसली यात्रा आन् कसला घोंगड्यांचा यापार!"

भिवा धनगरावानीच जव्हारनी व्हत्या आन् कासारबी व्हते. यात्रेच्या दिसात पंधरादी तीनवार हेच त्यांचं गाव असायचं. त्यांच्यामुळंच यात्रेला सोभा यायची. देवळाम्होरला माळ कसा गजबजून जायचा. दिवसभरात कितीतरी चकरा व्हयाच्या त्यांच्याम्होरून. वळख कव्हा इसरायचे नाय ते. यात्रा संपल्याव जाताना इचारल्याबिगार कव्हा जायचे नाय. पन या साली समद्यांचीच त्वांडं पडल्याली.

भिवा धनगरानी जाताना ज्योतिरूपेश्वराला घोंगडी व्हायली. म्हनाला,

"देवा ज्योतिरूपेश्वरा, तुझ्यामुळं माझ्या घोंगड्यांबशी मानसं यायची. त्यांना मोल यायचं आन् माझ्या पोराबाळांच्या पोटाला दोन घास मिळायचे. तुझ्या कुशीत कव्हा कशाचं भय वाटलं नाय, पन आता या धरनानी समदाच इस्कोट करून

टाकलाय. तुझ्याबिगार कसं जगायचं आता?''

ही परमुलखातून येनारी मानसं. यात्रेच्या पंधरादी तीन वारात त्यांना येवढा लगाव! ज्योतिरूपेश्वर बुडन्याचं केवढं दुख त्यांना! मंग आमी तर याच मातीतले. त्याची कीर्ती ऐकत आन् बघतच वाढल्यालो. आमच्या जिवाला काय वाटत असन? तो पान्यात बुडताना कसं बघवनार आमाला. येवढं मोठं घडीव दगडातलं देऊळ. एकमेकांत गुतावल्यानी ते दगड म्होरल्या हजारो पिढ्यांनाबी सुटनार नाय. गाभाऱ्यातला ज्योतिरूपेश्वर, त्याच्याव रातुंद्या धार धरनारा गडवा. समदं समदं पान्यात बुडनार. आन् ज्योतिरूपेश्वराला बुडवन्याचं पाप व्हताना आमी निसतं डोळ्यांनी बघत ऱ्हानार.

आकसईच काय, समदं खोरंच आता पोट भरायला परमुलखात जानार. पन कुठंबी मुलखाव असला तरी खोऱ्यातला मानूस कव्हा माघी शिवरातीची यात्रा इसरनार नाय. येवढी पिढ्यान् पिढ्यांची रीत मोडल्याली बघून त्याच्या डोळ्यात पान्याची टिभं उभी राह्यल्याबिगार ऱ्हानार नाय.

ज्योतिरूपेश्वर म्हंजी माझा जीव. तो हाये म्हनून तर मी या डोंगररानात सुखानी जगत व्हतो. त्याच्या असन्यानी कव्हा कशाचं भ्या वाटलं नाय. पन आता मी काय करू? कुनाम्होरं गाऱ्हानं घालू? आन् कुन्हाला हात जोडू?

किस्ना, लह्या आन् अंक्या गाव सोडायच्या आधी माझ्याकं आले, म्हनाले,

''देवळातून ज्योतिरूपेश्वराला तेवढा आपून बाहेर काढू. देवाकरता दुसरं देऊळ बांधू.''

देवाची जागा बदलायला पह्यल्यांदा मी कचारलो. पन मागून म्हनलो, जाऊ दे, देव ऱ्हायला तर देऊळबी व्हईन. म्हनून मंग समद्या गावानीच देवाला देवळाबाहेर काढायचं ठरलं. पन तो समद्या गावच्या गड्यांना हालता हालाना. मंग रघुदाचं म्हनाला,

''नको. आख्ख्या गावाच्या गड्यांना ज्योतिरूपेश्वर हालाना, म्हंजी देवाच्याच मनात दिसत नाय जागा सोडायची. मंग कशाला पाप करायचं?''

म्हनून मंग त्याच्याव धार धरनारा तो भला थोरला गडवा काढायला लागले गडी, पन तोबी साखळीतून निघाना. गाभाऱ्याच्या आढ्याच्या दगडात गुतावलेली साखळी कशी गुतावली असन ती त्या गुतावनाऱ्यालाच माहीत.

मंग मात्र कुनी धारिष्ट्य करिना. ज्योतिरूपेश्वराचा कोप नको म्हनून मंग झाले समदे मागं.

तव्हा पहार घिऊन आलेला अंक्या देवाला पहार लावली म्हनून तमाखल्यालाच शा देत बसला. म्हनाला,

“कुनीकून बुद्ध्या आली. आन् पहार घिऊन आलो.”

पन आता पहार लावली काय आन् आनखी काय लावलं काय, ज्योतिरूपेश्वर आपली जागा सोडनार नव्हता. समद्या खोऱ्याला संभाळनारा ज्योतिरूपेश्वर अशी आपली जागा येकायकी कशी सोडीन? तो संकाटांना घाबरून पळायला लागल्याव आमची काय तऱ्हा व्हनार? तव्हा म्हनलं नाय, ज्योतिरूपेश्वर हाये तवर आपूनबी आपलं गाव सोडायचं नाय.

येवढ्या खस्ता खानारा रघुदा, हितं तर यातना भोगल्याच पन यमाच्या दरबारातल्या यातनाबी भोगून आला. तोबी पोराबाळांना घिऊन गेला वाट दिसन तिकडं. जाताना लय इनवलं मला. म्हनाला,

“म्हादू, जिवाला मारून मी चाललोय. देहानी कुठंबी मुलखाव गेलो तरी मनानी ह्या गावातून कव्हाच जानार नाय. इतक्या सालाचं ह्या मातीशी असनारं नातं असं अमुकधपक्या नाय तुटायचं. तूबी ऐक, तमाखल्याकरता नाय, पन म्हातारा-म्हातारीकं बघ आन् पोराबाळांकरता मनाव दगड ठेवून चार पैसं पदरात पाडून घे. त्याबिगार कुठं जानार आन् कुठं ऱ्हानार तू?”

पन मला ते मानवलं नाय. म्हनालो,

“रघुदा, आता काय राह्यलंय माझ्याबशी? घरदार, जमीनजुमला समद्यावर दरोडा घातला टाटानी. सत्याच्या मार्गानी लढलो, पन त्याला याश आलं नाय. जन्मात कव्हा कुठला खोटापना केला नाय. आता तेवढं खरंपनच उरलंय माझ्याबशी. ज्योतिरूपेश्वराच्या शपथंला जागून तेवढं तरी ठेवू दे शाबूत. शेवटी मरताना शपथंला जागल्याचं समाधान तरी मिळन.”

तव्हा रघुदानी शंकऱ्याची आठवान काढली. म्हनाला,

“आमचा शंकऱ्या आन् तू! तुमच्या डोक्याला कुनी लागाव? आपल्या परीनी आपून मस झगडलो. पन आता देवाच्याच मनात नव्हतं त्याला काय करनार आपून. आपलंच पूर्वजनमीचं पाप म्हनायचं आन् बसायचं गप. आता जग चालन तसं चालायचं. आपलाच हेका केला तर पोरंबाळं उघडी पडनार. पुढ्यात आलंय ते मान्य करायचं आन् वाट दिसन तिकडं जायचं.”

मी रघुदाला हात जोडलं. म्हनलं,

“रघुदा, मला आता कुठली वाट दिसत नाय. मी ह्या गावातल्या मातीत जनमलो आन् ह्याच गावातल्या मातीत मिसळनार. त्याबिगार ह्या मातेचं रीन नाय फिटनार. जगाच्या पाठीव कुठंबी जाऊन रोज मरन्यापरीस येकदाच या मातीत मेल्यालं परवाडलं. मनाच्या यातना तरी संपतीन येकदाच्या!”

“तू येक जिवाव उदार झालाईस, पन तुझ्या म्हातारा-म्हातारीनी, बायकुनी

आन् पोरींनी काय केलंय? तुझ्या हेक्यापायी त्यांचा कशाला बळी घेतोस! त्यांच्याकरता तरी सोड गाव.''

''त्यांना सोडायचं असन तर सोडतीन. पन मी मात्र हितंच मरनार. धरनाच्या पान्यात बुडनार, ज्योतिरूपेश्वराच्या कुशीतून हालनार नाय!''

रघुदानी कपाळाला हात लावला.

''तुझं नशीब तुझ्या संगं.''

असं म्हनत गेला मंग निघून. मी घरी आलो. आजबी आभाळ चांगलं भरून आलं व्हतं. म्हनलं वाऱ्यानी रोज फाकतंय म्हनून कानाडोळा करायला नको. घर बुडायचं तव्हा बुडन, पन आपल्या जिवात जीव हाये तवर आपून त्याची डागडुजी केली पायजे. म्हनून मंग दोन-चार पाचुंदे पेंढे काढले. अंगनात ठेवले आन् चढलो आढ्याव. आई, बाबा आन् ही आली अंगनात. काय करतोय म्हनून बघायला लागले. बाबा म्हनाला,

''काय करतोस रे म्हादू?''

''आढं शेकारतो.''

तव्हा बाबा रडकुंडीला आला. म्हनाला,

''आरे बाबा आता समद्या घरादारावरच पानी फिरनार हाये. तुझी शेकारनी पावसाचं पानी आडवीन पन टाटाचं पानी आपल्या घराला गिळल्याबिगार नाय ऱ्हानार.''

''गिळीन तव्हा गिळीन. आज आपल्याव संकाट आलं म्हनून आपून आपला जीव घिऊन पळून जायचं, पन इतकी वर्ष आपल्याला आसरा देनाऱ्या घराला असंच निसतं वाऱ्याव सोडून कसं जायचं? त्यानी आपला जीव जानला. आता आपून त्याचा जीव जानायला नको? त्याच्या कुशीत सुख भोगलं. आता दुख आल्याव पळून जायचं? मला नाय जमायचं ते. मी माझं घर सोडनार नाय. ते बुडालं तर त्याच्याबरं मीबी बुडनार.''

मी म्हनालो. तसा आजूनच नरडं तानून वराडला. म्हनाला,

''आरे तुला काय याड लागलं काय. समदं गाव गेलं मुलखाव पोट भरायला.''

''जाऊ दे.''

''मंग आता तू काय करनार हितं?''

''मी हितं गावाची राखान करनार!''

''राखान करायला काय ऱ्हानार आता हितं?''

''टाटाचं धरान माझ्या मनातलं गाव कव्हा बुडवनार नाय. ते आता मी मरन तव्हाच नाहीसं व्हईन.''

''म्हादू, याड लागलंय तुला. खाली उतर, आभाळ भरून आलंय.''

“येऊ दे. दर सालालाच येतंय ते भरून.”

“म्हादू, समदा गाव गेलाय घरदार सोडून. तुझ्या हेक्यापायी मरायची पाळी येईन. कव्हाबी पाऊस व्हईन रातीयेतीचा.”

बाबा येवढी इनवनी करायला लागल्याव आयबी म्होरं झाली. हिच्याकं बघत कंबरंव हात ठेवून म्हनाली,

“महादेवा, आरे बायकु पोटुशी हाये, तिचा तरी इचार कर.”

पन हिनी यागळंच केलं. काय तिच्या मनात आलं कायनुक. म्होरं झाली आन् येक येक पेंढा वर फेकायला लागली. मनात म्हनलं येवढी घरधनीन तरी हाये माझं मन जाननारी.

“आता तूबी त्याच्याच पावलाव पाऊल टाकायला लागलीस का? आता मात्र कहर केला तुमी. तमाखल्या जिवाचा इचार नाय की पोराबाळांच्या जिवाचा इचार नाय, काय म्हनायचं या नवरा-बायकुंना!”

अशी आय बडबड करत बसली. हिच्या हातातला पेंढाबी लागली हिसकून घ्यायला, पन हिनी तिच्याकं ध्यान दिलं नाय.

समदं आढं शेकारून व्हईपरेन दोघं कायबाय बोलत व्हते. आमी दोघांनी न ऐकल्यावानी केलं आन् समदी शेकारनी झाल्याव गुपगुमान घरात जाऊन बसलो. लय येळ तसाच बसून राह्यलो जोत्याव. ही चुलीम्होरं गुतल्याली. शाली आन् माली तर सारख्या आत-बाहेर करत व्हत्या. आय आन् बाबा, ते तमाखल्यालाच तरास करून घेत वटीव बसल्याले. चिमनीच्या उजेडात समद्यांच्या सावल्या भितीव पडलेल्या. पडगीत गुरं रवान करत व्हती. त्यांच्याच त्वांडाचा तेवढा आवाज. बाकी समदं घर सुताक असल्यावानी.

अशा वक्ताला अन्नाव कुनाचं मन जायचं? म्हनून मंग आलो अंगनात तसाच. तिथंच घोंगडी टाकली आन् दगड उशाला घिऊन आभाळाकं डोळं लावून बसलो. बराच येळ तसाच व्हतो. तंद्री लावून. मागून लय येळानी हिच्या आवाजानीच आलो भानाव. ही भाकर खाऊन घ्या म्हनून किरखत व्हती. पन माझं अन्नाव अजिबात मन व्हत नव्हतं. म्हनून मंग येक नाय की दोन नाय. तसाच राह्यलो पडून.

ही किराखली किराखली आन् गेली मंग आत निघून.

मनात लय कायबाय येत व्हतं. त्यानी मनात समदी कालवाकालव.

मधरातीला ही आली अंगनात. तिथंच बसली पायथ्याला. डोळं उघडं बघून म्हनाली,

“पोटात काय नसल्याव डोळा कसा लागन? खाऊन घ्या दोन घास.”

पन मला काय बोलायचं मनच व्हत नव्हतं. मनातल्या मनातच कुढत व्हतो.

सारखं डोळ्याम्होरं रान दिसत व्हतं आन् ते माझ्याकं आशेनी बघत व्हतं.

मंग तीच म्हनाली,

"मनात तरी काय हाये तुमच्या. आपली ताकत व्हती तेवढा झगडा केला आपून. नाय आलं सत्याग्रहाला याश त्याला आता काय करायचं? समद्या गावाचं व्हईन तेच आपलं व्हईन. आता असं जगायेगळं वागून कशाला तमाखल्या जिवाला तरास करून घेता."

तसा मंग उठून बसलो घोंगडीव. म्हनालो,

"मंग काय करू?"

"समदं गाव गेलं सोडून. आपूनबी जाऊ."

"आन् घरदार, जमीन जुमला?"

"आता धरान भरल्याव ते ऱ्हानार हाये का?"

"नाय. ते कुठं जानार नाय. हे माझं घर, अंगान, ही आकसई, हा ज्योतिरूपेश्वर आपली जागा सोडनार नाय. मंग मी कशी सोडू?"

"मंग काय करनार?"

"मी हितंच ऱ्हानार. आकसईत, ज्योतिरूपेश्वराच्या कुशीत."

"म्हंजी तुमी तुमचाच हेका चालवनार. अशानी मरायची पाळी येनार."

"गाव सोडल्यावबी तीच पाळी येनार हाये. गावात मानानी जगलो. परमुलखात कुत्र्यावानी जिनगानी व्हईन."

"समद्यांचं व्हईन ते आपलं व्हईन."

ही येकदम अशी हातघाईव आल्याली. म्हनून मंग उठलो घोंगडीवला आन् बसलो चिपव जाऊन. म्हनलो,

"तुला जायचं असन तर जा गावासंगं..."

तशी तीबी उठली. आन्,

"तुमाला सोडून गावासंगं जायाचं असतं तर कव्हाच गेलो असतो आमी. पन तुमाला आमचा जीव नाय कळायचा. तुमी समदं तुमच्या मनापरमानीच करनार. तुमच्या म्होरं डोकं फोडलं तरी पाझर नाय फुटायचा तुमाला."

असं रागारागानी बडबड करून गेली घरात. येक मन म्हनत व्हतं खरंच हाये तिचं. या रानानी मला येडंपिसंच केलंय. त्याच्याम्होरं मला दुसरं काय दिसतच नाय. पन काय करू, या रानाचं रीन येवढं हाये की मी मपला जीव दिला तरी ते फिटनार नाय. मंग जिवात जीव हाये तवर त्याचं जिथल्या तिथं तरी करायला नको?

दुसऱ्या दिशी उठलो आन् मातीच्या वावरात गेलो. राब घेतलाच व्हता. त्याच्या जोडीला उलिसा पाचुळा गोळा करून दाढ भरली.

दुपारी उन्हाच्या भरात दिली पेटवून. रानात धूर दिसायला लागला तसा बाबा आला धापा टाकीत. म्हनाला,

"आता मात्र जीव द्यायची पाळी आनलीस तू. रानाचा पैसा घिऊन दिला नाहीस, वर आता या बुडनाऱ्या रानात राबून कशाला जिवाचा आटापिटा करतोईस."

मी त्याच्याकं ध्यान दिलं नाय. अर्धी दाढ पेटल्याव देवाच्या वावराकं जायला लागलो. तव्हा म्होरं आडवा आला. म्हनाला,

"आता कुनीकं निघाला?"

तव्हा खाली मान घालूनच म्हनालो,

"देवाच्या वावरात!"

"कशाला?"

"दाढ भाजायला!"

"आता काय म्हनू तुला..."

असं म्हनत दातव्हट खायला लागला. पन मी सरळ निघालो आन् देवाच्या वावरात आलो.

देवाचं वावार. मागल्या सताठ सालापून सपान बघत व्हतो मी या वावराचं. जिवाचं रान केलं मी या वावराकरता. मोठमोठ्या दगडी उराखांद्याव घिऊन खाली लोटल्यात. औत हानून, पेटारी धरून हाताला घटं पडल्यात माझ्या. हे समदं कष्ट असं वाऱ्याव कसं सोडू? मनात नाय ते इचार यायला लागले. पन ते समदे झटकून दाढ भरली. आन् दिस मावळायच्या येळला पेटवूनबी दिली.

चार दिसानी दाढी-रोपं पेरली आन् पावसाकं डोळं लावून बसलो. मयनाभर मनात पावसाचं भ्या व्हतं. मात्र आता दाढी-रोपं पेरल्याव, मातीत झाकलेल्या दान्याला कव्हा येकदा त्याची धार मिळतीये असं झालं व्हतं.

दाढी-रोपं पेरल्याव पावसानी लय दिस वाट नाय पाह्यला लावली. चौथ्या दिशीच पडला. तो पडला, पन असा पडला की त्यानी समदं अस्त्याचं नसतं करून टाकलं.

म्हंजी त्या दिशी दुपारपूनच आभाळ भरलं व्हतं. वारा अजिबात नव्हता. उकाडा तर असा व्हता की वाटत व्हतं मुळेच्या पान्यातच जाऊन बसाव. आभाळ वरडत व्हतं. छातीत धडकी भरत व्हती.

समदं गाव वस पडल्यालं. गडाद पडायच्या येळला देवळात गेलो. देवळात समदा अंधार. आदमासानी पावलं टाकीत गाभाऱ्यात गेलो. चाचपडतच

ज्योतिरूपेश्वराम्होरं डोकं टेकलं. म्हनलं रातीच्या पोटात काय व्हतंय आन् काय नाय. ज्योतिरूपेश्वराला पोट भरून बघावं, पन अंधारानी डोळं गेल्यावानीच झालं. मंग लय येळ तिथंच बसून राह्यलो अंधारात. देवळातून पाऊलच निघाना. मागून आभाळ लयीच गडगडायला लागल्याव जड मनानीच आलो बाहेर. घरी जाताना समदा गाव अंधारात. येवढा मोठा गजबजलेला गाव. पन या अंधारात समदा गुडूप झाल्याला. कुठं जनवारांचं हंबारनं नाय, कुत्र्याचं भुकनं नाय, की कुठं भांड्याचा आवाज नाय. समदा अंधार. येकाबी घरात चिमनी पेटल्याली नाय. त्यांना घरं तरी कसं म्हनायचं. निसत्या दगड मातीच्या भिती आन् कारव्यांचा कुड. चिटपाखरूबी नाय त्या घरात. या धरनानी हसतं खेळतं गाव उठावलं. जिवाभावाची नाती तोडली. त्यांना देशोधडीला लावलं.

घराम्होरं आलो. घरात चिमनी जळत व्हती. आता आकसई जितं हाये ते या येका चिमनीनीच. ती इझली की गावबी मेलं म्हनायचं. मनात म्हनलं, आपल्या जिवात जीव असंपरेन चिमनी इझू द्यायची नाय. गाव मरू द्यायचं नाय.

वटीव बाबा आन् आय बसली व्हती. त्यांच्याम्होरून शाली, माली सारख्या ये-जा करत व्हत्या. त्या समद्यांच्या सावल्या वटीवल्या भितीव मोठ्या झाल्या व्हत्या. ही आजून चुलीम्होरंच व्हती. आत गेल्याव बाबाची भुनभुन परत सुरू व्हनार, म्हनून मंग तिथंच अंगनात चिपव बसलो. वर आभाळाकं बघितलं. येकदम काळंकुट, चिपव बसून जराच येळ झाला असन की लागलं लगीच आमुकधपक्या आभाळ परत मोठ्यानी वरडायला. मधीच चमकनाऱ्या इजा आभाळाचं भयानक रूप दावायला लागल्या आन् बघता बघता आभाळ फाटलं. पाऊस कोसळायला लागला.

घरात गेलो. पावसाच्या आवाजानी घरात काय ऐकायला येत नव्हतं. शाली आन् माली हिला बिलगून बसल्या व्हत्या. चिमनीच्या उजेडात आय आन् बाबा कावरे-बावरे व्हऊन माझ्याकं बघायला लागले.

पावसाचं रूप बघून आता त्यांच्या मनात धडकी भरली असनार. रातीच्या पोटात काय व्हतंय आन् काय नाय. मी हिच्याकं बघितलं. तीबी घाबरल्याली दिसत व्हती. घाबरनार नाय तर काय व्हनार! गावात चिट्पाखरू नाय. दोन पोरी कुशीत आन् येक पोटात. समदं कळत व्हतं, तरी गावातून पाय निघत नव्हता. हितल्या मातीशी असल्यालं नातं तुटता तुटायला मागत नव्हतं.

घाबऱ्या घाबऱ्याच पोटात कसं तरी दोन घास ढकाललं. समदं घर मुकं झालं व्हतं. आता आवाज व्हता तो फक्त पावसाचा आन् तो रात व्हईन तसा वाढत चालला व्हता.

त्या आवाजातच दोन्ही पोरी हिला बिलगूनच झोपल्या. आयबी झोपली. बाबाच्या आन् माझ्या मात्र डोळ्याला डोळा नव्हता. वाटलं हा पाऊस आज रातीलाच धरान भरतो की काय. तसं झालं तर आजच ह्या मातीत मिसळायची येळ येनार. आन् माती व्हऊन ह्या गावासंगंच धरनात बुडनार.

बाबा मात्र येकटक दारातून बाहेर बघत व्हता. त्याच्या मनात काय चाललं व्हतं ते त्याचं त्यालाच ठाऊक.

पाऊस काय उघडायचं नाव घेत नव्हता. आमी दोघांनी रात अशी जागून काढली.

सकाळी उठल्या उठल्या शाली आन् माली दारात येऊन परड्यात बघायला लागल्या. पावसात नीट ऐकायला येत नव्हतं. पन दोघी काय तरी बोलत व्हत्या. राती पडल्याली त्यांची त्वांडं आता चांगली उजाळली व्हती. काय बघत्यात म्हनून मंग मीबी दारात जाऊन परड्यात बघितलं. त्या परड्यात आंब्याकं बघत व्हत्या. तो सुखरूप बघूनच आता त्यांची त्वाडं उजाळल्याली दिसत व्हती. मनात म्हनलं हे सुख त्यांना कवर मिळतंय ते त्या ज्योतिरूपेश्वरालाच ठाऊक.

दोन दिस पावसानी घराबाहेर निघून दिलं नाय. तिसऱ्या दिशी ऱ्हावालं नाय. म्हनून मंग इरलं अंगाव घेतलं आन् देवळाकं गेलो. वर डोंगरांकं पाह्यलं. समद्या डोंगरांच्या व्हळांना आहूर, तांबड्या पान्यानी समदे डोंगार लाल झाल्याले.

देवळाम्होरल्या माळाव जाऊन मुळेकं बघितलं आन् अंगाचं पानी झालं. नदी भरून व्हात व्हती. त्या आहुरात झाडं-झुडपं पाचुळ्यावानी वाहून चालली व्हती. म्हनलं आता काय धरान भरल्याबिगार ऱ्हात नाय. म्हनून मंग तसाच देवळात गेलो. आभाळ येवढं गडाद व्हतं की दिस असूनबी अंधार व्हता. इज चमाकली की तेवढा उजेड पडत व्हता आन् गाभाऱ्यातला ज्योतिरूपेश्वर आन् गडवा चमकत व्हता. इज चमकायची आन् ज्योतिरूपेश्वर दिसायचा. ज्या इजंच भ्या वाटतं तिनीच आज ज्योतिरूपेश्वराचं दर्शान घडवलं. मंग लय येळ तो खेळ बघत बसलो. मागून परत मुळेचा आहूर आठवला आन् घराची आठवान झाली.

मंग ज्योतिरूपेश्वराम्होरं डोकं टेकलं. म्हनालो,

"देवा ज्योतिरूपेश्वरा, आजपरेन मी माझ्या परीनी तुझं समदं जिथल्या तिथं केलं. कव्हा चुकलो नाय. कव्हा तुझं निवधबोनं इसरलो नाय, की कव्हा शपथ इसरलो नाय. गावाच्या मनाला जे पटलं ते त्यानी केलं. ते तुझ्या शपथंला इसरले. पन मी तुझी शपथ कव्हा इसरलो नाय आन् इसरनारबी नाय. तुझा अंगारा लावून, जीव देईन पन जमीन देनार नाय म्हनलो व्हतो. तू बुद्ध्या दिली म्हनून आईला इकन्याचं पाप माझ्या हातून घडलं नाय. आता आईबिगार पोरका व्हयाची येळ आलीये. धरान आता ह्या धरनीमातेला कव्हा गिळन ते सांगवत

नाय. मंग आईबिगार कसा जगू? देवा ज्योतिरूपेश्वरा, आता तूच मार्ग दाव आन् ह्या संकाटातून वाचव."

उठलो आन् देवळातून बाहेर पडायला लागलो, तर पायात मनामनाच्या बेड्या असल्यावानी वाटायला लागलं. तसाच कसा तरी घरी आलो.

घराबशी येऊन बघतो तर गावाच्या खायल्या अंगानी लाललाल पान्याचा लोंढा अस्ती अस्ती वर सरकत व्हता. नदी कुठली आन् रान कुठलं काय कळायला मार्ग नव्हता. उगवतीच्या अंगाला रामादाच्या फाडीबशी नदी फुटल्याली दिसत व्हती. तिथं नदीचं त्वांडंच गावाकं फिरल्यावानी झालं व्हतं. म्हनलं आताच गिळती वाटतं नदी गावाला! मी अंगनातल्या चिपव जाऊन उभा ऱ्हायला लागलो तर लवंला उभा राह्यलेला बाबा अंगनात आला, म्हनाला,

"झालं तमाखल्या मनावानी. आता पह्यल्यांदा आमाला बुडव पान्यात. आन् मंग पाळ शपथा आन् कर सत्याग्रह."

बघता बघता समद्या गावाला येढा घातला पान्यानी. जिकडं बघाव तिकडं लाल पानी.

ही आन् आयबी आली अंगनात. समदे भेदारल्याले. मला काय कराव ते सुचाना. पानी अस्ती अस्ती वाढतच चाललं व्हतं. शाली आन् माली दारात उभ्या राह्यल्या व्हत्या. त्यांचं ध्यान सारखं परड्यातल्या आंब्याकं. वाढनाऱ्या पान्याकं बघायच्या आन् परड्यातल्या आंब्याकं बघायच्या.

परड्यात पानी यायला लागल्याव त्यांना ऱ्हावालं नाय. गेल्या पळत परड्यात. आंब्याभवती दगडी लावायला लागल्या. तशी सारखी आतबाहेर करनारी हीबी आली माझ्या म्होरं. पानी बघून घाबऱ्या घाबऱ्या म्हनाली,

"आता काय करायचं?"

मी निसताच चोरावानी तिच्या म्होरं उभा व्हतो. येक नाय की दोन नाय. मंग रडकुंडीला आली. म्हनाली,

"पह्यल्यांदा मला बुडवा पान्यात. मंग माझ्या माघारी पोरींच काय व्हयाचं ते व्हऊ द्या."

मी पोरींकं बघितलं.

मंग कशी बुद्ध्या सुचली ते त्या ज्योतिरूपेश्वरालाच माहीत. किस्नाच्या घराबाशी पठाराव जानाऱ्या चडाच्या अंगानी आजून पानी वाढलं नव्हतं. बाकी गावाबाहेर पडायच्या समद्या वाटा पान्यानी भरल्या व्हत्या.

त्या चडाच्या वाटंकं नीट बघितलं आन् घरात गेलो. गुरं सोडली. गुरं अंगनात आली आन् बुजागली. पानी बघून लागली हंबरायला. पांदीच्या बाजूनी

पळायला लागली. तसा म्होरं आडवा व्हऊन त्यांना किस्नाच्या घराकं वळावली.

"आता काय करतोस आनखी?"

बाबानी वरडूनच इचारलं. तव्हा त्याच्याकं न बघताच म्हनालो,

"पठाराव जाऊ."

तशी ही लगबगीनी घरात गेली. कायबाय बोचक्यात बांधायला लागली. मागूमाग आयबी गेली घरात आन् पोत्यात भांडी भरायला लागली. इतका येळ पान्याकं बघून कावरा-बावरा व्हनारा राजा आता त्यांच्याभवती घुटमळायला लागला. हिला संसाराचा लय हावडा. मन मारून, हौसंमौजंला मुरड घालून आन् पोटाला चिमटा घिऊन हा संसार थाटल्याला. आज ह्या धरनानी तिच्याव कसली येळ आनली. काय घिऊ आन् काय नाय असं झालं व्हतं तिला. घरातलं समदं किडुकमिडुक घ्यायचं व्हतं तिला.

फळीवली भांडी बोचक्यात भरत व्हती. पेट्या उचकटत व्हती. त्यातली कापडं काढत व्हती. देव्हाऱ्यातले देव, मुळेच्या तळातले गोटे ... समदं समदं घ्यायचं व्हतं तिला. पन आता इतक्या वर्सांत जोडल्यालं दोन हातात किती मावनार? दोन हातात मावनारा बोचक्यातला संसार घिऊन त्या बाहेर आल्या. मंग ती बोचकी आन् पोती घिऊन आमी पठाराच्या अंगानी जायला लागलो तव्हा शाली आन् माली परड्यातल्या आंब्याच्या झाडाकं पार ते डोळ्याआड व्हईपरेन बघत व्हत्या.

मधल्या दांडावं जाऊन माघारी वळून पाह्यलं तर समद्या गावाला पान्यानी याढलं व्हतं. देवळाम्होरल्या माळाचं तळं झालं व्हतं. गावात भुई कुठं दिसत नव्हती. घराची आढी तेवढी माझ्याकं आशेनी बघत असल्यावानी दिसायला लागली. आन् ज्योतिरूपेश्वराचं देऊळ, ते तर मला परत बोलवत व्हतं. पन संसाराच्या दोरखंडानी जखडलो व्हतो आन् ते दोरखांड मला पठाराव वढत व्हतं.

पठाराव पोचलो तव्हा रात झाली व्हती. समदे पान्यानी वलेचिंब झाल्यालो. पाऊस उलीसुदीक कमी झाला नव्हता. मंग तो उघडायचं तर लांबच व्हतं. पळसाच्या झाडाचा आधार घेतला. त्याच्याखालीच गुरं उभी राह्यली. आमीबी त्याच्या बुंध्याला बसलो.

सारी रात मंग इरली अंगाव घिऊन त्या पठारावच काढली. वारा, पाऊस आन् व्हळांच्या आवाजानी समदं रान घुमत व्हतं. ह्या आधी त्याचं कव्हा भ्या वाटलं नव्हतं. पन त्या येळंला, का कुन्हास ठाऊक, रातीच्या पोटात व्हळा अंगाव येतीन की काय असं वाटायला लागलं. संसार मानसाला किती भित्रा बनवतो. आता सडा असतो तर ह्या रानाच्या कुशीत असं भ्या वाटलं असतं का?

मंग टेकलो तसाच पळसाच्या बुंध्याला. तव्हा पळसाव काय तरी हालत असल्यावानी वाटलं. म्हनून वर निरखून बघितलं तर वांडरं व्हती. राजाच्या वासानी भेदारली असतीन म्हनून वळवळ करायला लागली. राजाबी वर बघून मगापून भुकत व्हता.

बांधावल्या पावट्याव आल्याव राजा या वांडरांचा किती काढा काढायचा! पन कव्हा पठाराकं सरकायची नाय. जरा नजार चुकली की सरकायची पावट्याव. सराईत अगदी नको करून सोडायची. पन आज त्यांनीबी घेतला पठाराचाच आसरा.

आमच्यावानीच तीबी दुसरं कुनीकं जानार? जे रान त्यांची मिरास व्हती, ते समदंच धरनानी गिळल्यावं ते मुके जीव तरी काय करनार? आले मंग वाट दिसन तिकडं.

ह्या धरनानी आमा मानसांबरं रानातल्या मुक्या जिवांचीबी तऱ्हा केली.

मला येकदम मातीच्या बांधाव रोज दिसनाऱ्या मोराची आठवान झाली. पान्यानी येढल्याव तो कोन्या दिशेनी गेला असन या इचारानी जीव तळमळायला लागला.

त्याच्यावानीच रोज नजरं पडनारं ससं, रानकोंबड्या, साळुंक्या, दर साली बांधाला घळू पाडनारे उंदीर, त्याच उंदरांना गिळन्याकरता त्या घळूत वावरनारे साप... रानाव जगनाऱ्या या मुक्या जिवांच्या जिवावबी उठलं हे धरान. ते आता कुनीकं गेले असतीन, हा इचार रातभर माझ्या मनातून जाता जात नव्हता.

पहाटं पहाटं वांडरं पळसावून उतरून वरच्या अंगाच्या डोंगराव करवांदाच्या जाळ्यांमधी गुडूप झाली. राजाला कानुसा लागला. त्यानी कान टवकारून त्यांच्याकं बघितलं. पन आज त्यानी त्यांचा काढा काढला नाय. मनात म्हनलं, ही मुकी जनवारंबी किती शानी झाल्यात बघा आज!

सकाळ व्हईपरेन अस्ती अस्ती आभाळ फाकलं आन् पाऊस थांबला. डोंगराच्या व्हळांचा आवाज कमी झाला. ह्या पावसानी डोंगरांना पार वरबाडून काढलं व्हतं. झाडं-झुडपं उखडून खाली आली व्हती. समदे डोंगार लाल मातीनी माखल्याले. मला तर ते रक्तबंबाळ झाल्यावानी दिसायला लागले.

पठाराच्या टोकाला येऊन खाली गावाकं नजार टाकली. समदं गाव पान्यात बुडाल्यालं. हितं काल सांजपरेन गाव व्हतं हे कुनाला सांगूनबी खरं वाटायचं नाय. येवढं उंचावट्यावलं ज्योतिरूपेश्वराचं देऊळ, पन त्यालाबी घेतलं धरनानी पोटात. म्हनलं कळस तरी दिसन, म्हनून बारकाईनी बघायला लागलो. पन तोबी दिसाना. आज या धरनानी देवालाबी बुडवन्याचं पाप केलं म्हनायचं!

मोठ्या श्रद्धेनी आमी त्याच्या कुशीत जगत व्हतो. कव्हा कशाचं भ्या वाटत नव्हतं. समदं त्याच्याव सोपवून सुखानी नांदत व्हतो. त्यानीबी कव्हा काय कमी पडून दिलं नाय. रान पिकत व्हतं आन् आमी पोटाला पोटभर खात व्हतो. पन आता रान राह्यलं नाय आन् ज्योतिरूपेश्वरबी राह्यला नाय. आमी आमाखल्या देहाकरता त्याला तिथंच सोडून पळालो, पन त्यानी गावाशी नातं तोडलं नाय. आपली जागा सोडली नाय.

ह्या गावाचं आयुष्यच तेवढं. आमचंच पूर्वजनमीचं पाप म्हनायचं, आमाला आमच्याच जितेजी आमच्या गावाचं मरान बघायला लागलं. त्याला ज्योतिरूपेश्वर तरी काय करनार? सटवीनी जे लिव्हलंय ते क्वान खोडनार.

अशी मनाची समजूत काढीत पठार उतरून मधल्या दांडाव आलो. म्हनलं चढाव असल्यालं देवाचं वावार वाचलंय का ते बघाव, पन नाय, समदं कष्ट पान्यात बुडालं व्हतं. घामाचंच पानी झालं व्हतं.

अवसानच गेलं. घरदार गेलं, जमीन-जुमला गेला. आता ह्या आभाळाखाली काय करू? कुनाच्या त्वांडाकं बघू आन् बायकापोरांच्या पोटाला काय घालू?

इचारानीच अंगाला कापरं भरलं.

परत पठाराव आलो. बघतो तर ही आन् बाबा पळसाचं खाली आलेलं टहाळं तोडत व्हते. म्हनलं आडुशाकरताच तोडत असतीन. म्हनून मंग आडकीतला कोयता काढला आन् जांभळीच्या चार मेढी तोडल्या. चार कोपऱ्याव चार रवल्या आन् वर सागाचे फॉक टाकून पळसाचं टहाळं हातारलं.

हिनी त्या खोपटातल्या चिखलातच समदी बोचकी सोडली आन् घरावानी लावालाव करायला लागली. भरल्यासरल्याली बाय पन तिला कशाचं भान नाय. घर बुडालं. आता ह्या खोपटालाच घर समजून वावरायला लागली. मला ते तिचं येकलीचं राबनं बघवाना. म्हनून मंग मीबी काटक्या तोडल्या आन् मेढींना चारी बाजूनी कुड केला.

कारव्याच्या भिती आन् पळसाच्या पानांचं आढं. हेच आता आमचं घर.

गाव बुडालं. मानसं परागंदा झाली. पन मी शिवार वलांडलं नाय. वलांडू तरी कसं? हे शिवार आन् हितली माती, त्यात तर जीव माझा. मंग निसता देह घिऊन कुठं जाऊ?

ज्योतिरूपेश्वरानी बुद्ध्या दिली आन् पठाराव वाडवलांच्या जमिनीव आलो. आता हे पठारच माझं घर आन् पठारच माझं जग.

दोन-चार दिस चांगली उघडीप मिळाली. ऊनबी चांगलं तापत व्हतं. रोज पठाराव हिकडं तिकडं फिरत व्हतो. खाली धरनाचं पानी बघत व्हतो. गावातलं

उंचावट्यावलं काय दिसतंय का, लय त लय देवळाचा कळस तरी दिसावं असं वाटत व्हतं, पन ते समदंच धरनानी पोटात घिऊन जिरवल्यावानी झालं व्हतं.

मंग निसताच इचार करून आन् पान्याकं बघून डोळ्याम्होरं गाव दिसल्यावानी व्हायचं. पानी खाली खाली जायचं आन् गाव उघडं पडायचं. ती खायली आळी, ती मधली आळी, ते वरच्या अंगाचं थोरलं घर, ते आमच्या घराचं निकतंच शाकारलेलं आढं आन् ते उंचावट्यावलं ज्योतिरूपेश्वराचं देऊळ. समदं समदं डोळ्याम्होरं उभं ऱ्हायचं. आन् इचाराच्या तंद्रीतून बाहेर आलं की परत समदं पान्यात बुडायचं.

मनात म्हनायचो, देवा ज्योतिरूपेश्वरा, मनाच्या डोळ्यांनी बघतो ते खरं झालं तर किती चांगलं व्हईन. पन परत दुसरं मन म्हनायचं, म्हादू, आता चांगलं व्हऊन तरी काय व्हनार? चांगलं समदं घेतलं ह्या धरनानी पोटात.

तरी माझं पान्याकं बघनं कमी व्हत नव्हतं.

मनाची खुळी आशा. मंग काय करनार. अशानी मनानी का व्हईना पन गाव दिसल्यावानी आन् तिथं जाऊन ज्योतिरूपेश्वराच्या म्होरं डोकं टेकून आल्यावानी वाटायचं. मंग तो नादच लागला मला. निसतं आपलं पान्याकं बघत बसायचं. मधून मधून कव्हा तरी बुरंगाट यायचं. वल्या रानातून तेबी पानी काढून जायचं.

आठ-धा दिस झाले असतीन पावसाला, पन तेवढ्या दिसात रानानी रूप बदललं, त्या दिशी लाल दिसनारे डोंगर आज रंग बदलून येकदम हिरवं झालं. शेत बुडालं म्हनून काय झालं, हे रान काय वाऱ्याव सोडनार नाय आमाला. रानच्या भाज्यांनी समदे डोंगर भरले व्हते आता. पोट भरन्याकरता परमुलखात कशाला पायजे जायला? ह्या रानाव आजपरेन जगलो तसंच म्होरंबी जगू.

म्हनून मंग येक दिस मनाचा इचार पक्का केला आन् हिला म्हनालो,

"रखमे, तुला पठारावल्या आपल्या गायरानाव शात करायचं व्हतं ना! ज्योतिरूपेश्वरानी जीव जानला तुझा, पठारावच आनलं त्यानी आपल्याला. हेबी वाडवडलांचंच रान आपल्या. हितं ना लुबाडायला सावकार ना दरोडा घालायला टाटा. आता ह्याच रानात घाम गाळायचा आन् ह्याच रानाव जगायचं."

तिला ते पटनारंच व्हतं. पन काय बोलाना. हू नाय की चू नाय. म्हनून,

" काय म्हनतोय मी."

असं म्हनून मी तिच्याकं बघितलं, तर त्वाडं पार रडकुंडीला आल्यालं. पोटाव हात ठेवून निसतीच बसल्याली. मनात पाल आली. म्हनलं पोटुशी बाय. गावात असती तर चार बायांना गोळा केलं असतं. पन आता ह्या पठाराव कुनाला सांगनार? मला चैन पडाना. म्हनालो,

"रखमे, काय व्हतंय?"

तव्हा कन्हतच म्हनाली,

"सकाळपून पोटात निसत्या कळा येत्यात."

"मंग आईला कनाय सांगितलं?"

"सांगितलं."

"कुठंय ती."

"कसला पाला आनते म्हनून गेल्यात ते आल्याच नाय आजून, असं म्हनून तिथंच आडवी झाली,"

मंग लय येळ तिच्या उशालाच बसून राह्यलो मी. शाली आन् मालीबी बारीक त्वांड करून बसल्या आमच्याबशी. तिचा तरास तीच जानू, आमी निसते बघायचे धनी.

आई आल्याव म्हनाली,

"महादेवा, आता तू जा बाहेर."

मी शाली-मालीला घिऊन खोपटातून बाहेर आलो.

तिथंच दगडाव बसून राह्यलो.

जरा येळानी आय बाहेर आली. म्हनाली,

"काळजीचं काय नाय. काही काही बायांना चारचार, पाचपाच दिसबी कळा येत्यात."

"म्हंजी?"

"म्हंजी इतक्यात मोकळी व्हईन म्हनून वाटत नाय."

मनात म्हनलं, आता हा घोर किती दिस न्हातोय कुनाला माहीत.

दगडाव बसून येळ जाईना, म्हनून मंग पठाराव मावळतीच्या अंगाला आलो आन् धरनाच्या पान्याकं बघत बसलो. नीट बघितल्याव ध्यानात आलं, उघडिपीनी धरनाचं पानी उली खाली गेलं व्हतं. जाग्यावला उठलो आन् नीट बघितलं. खरंच पानी जरा खाली गेलं व्हतं. मंग आंबवन्याच्या बाजूला बघितलं. गाव दिसत नव्हतं. पन डोंगराचा पायथा उघडा पडल्याला दिसत व्हता. म्हनलं समद्या वाटा गेल्यात धरनाखाली. आता ही डोंगरची वाट कुठं निघती ते तरी बघाव. म्हनून पळतच सुटलो खाली.

पान्याच्या कडंकडंनी चालत राह्यलो. मुळा कुठली आन् धरानं कुठलं, काहीच कळत नव्हतं, परत किती खॉल हाये आन् किती नाय. मुळेचा तळ माहीत व्हता तव्हा डोळं झाकून सूर मारायचो. पन आता या धरनाचा थांग कुनी सांगाव?

म्हनून मंग चालतच ऱ्हायलो निसता. धरनाला येढा घालून झाल्याव आंबवन्याच्या डोंगराव आलो. पल्याड लोनावळ्याच्या बाजूला पानी दिसत नव्हतं. म्हनून त्या बाजूला खाली उतरलो.

वाटंला लागल्याव मानसं दिसायला लागली. मानसात आल्यावानी वाटायला लागलं. पन ज्याच्या त्याच्या तोंडी तेच. किती गावं बुडाली आन् किती देवळं बुडाली. मनात म्हनलं हेबी आपल्यावानीच, त्यांना इचारून काय उपेग नाय.

तेवढ्यात कुवारा गडाकं ध्यान गेलं. म्हनलं समद्या खोऱ्याव नजार ठेवनारा हा गडच सांगन आता आपल्याला समदं. मंग कसलाच इचार न करता आंबवन्याच्या बाजूनी गड चढायला लागलो. झुडपांमधी बुजलेल्या वाटा धुंडाळीत गडाव पोचलो. गडावली तळी पान्यानी भरल्याली. देवीव आमी आडुसा केला व्हता तोबी उडून गेला व्हता. आंब्याचं येक झाड मुळासकट पडलं व्हतं. त्यातल्या दोन फांद्या देवीच्या अंगाव तशाच व्हत्या. मला पाव्हालं नाय. आडकीतला कोयता काढला आन् देवीवल्या तेवढ्या फांद्या तोडून तिला मोकळी केली. मंग उगवतीच्या अंगाला येऊन येक लवान उतरून बहिरीच्या डोंगराव जाऊन खाली पाह्यलं तर समदं खोरं धरनात बुडालं व्हतं. संगमाबशी नजार टाकली. तिथलं भोरकस अजिबात दिसत नव्हतं. निळा नदी धरनाखाली गेली व्हती. ती आथुपार दिसत नव्हती. ह्या धरनानी येवढ्या मोठ्या नदीलाबी गिळून टाकली. निळेच्या काठावलं, वडगावमधलं स्वयंभू मल्लिकार्जुनचं देऊळ, वडगावसंगं तेबी पान्याखालीच गेल्यालं दिसत व्हतं. हिकडं आवळस, शिरवली, आकसई समदी समदी गावं गिळली ह्या पान्यानी. कितीदा हितं बसून ज्योतिरूपेश्वराचं देऊळ बघत राह्यचो. लय भूषान वाटायचं देवळाचं. आमच्या गावात समद्या खोऱ्यातली लोकं येत्यात हे सांगायला आप्रुप वाटायचं. पन आता कसलं आलंय भूषान आन् कसलं आलंय आप्रुप.

पल्याडलं ताम्हिनी. आल्याडलं आवळस. दोन्ही खोऱ्यांमधी निसतं पानी तुंबल्यालं. कुठं वाटा दिसत नव्हत्या, की कुठं कुनाची वावरं दिसत नव्हती. दोन्ही खोऱ्यांच्या संसाराचं समदं पानी झाल्यालं.

तव्हा मला तर धरान राक्षसावानी दिसायला लागलं. इद्रुप. आ वासून उभं राह्यल्यालं. दोन्ही खोरी गिळूनबी आजून तान्हं राह्यल्यालं.

संपलं. दोन्ही खोरी मेली. जीव घेतला धरानानी ह्या खोऱ्यांचा. पिढ्यान् पिढ्यांची आमची वहिवाट संपवली. आमाला आमच्याच रानातून हाकलून दिलं आन् आयुष्यातून उठवलं. आता टाटाला म्हनाव बनव काय बनवायची तेवढी लाईट. हो काय व्हयाचं तेवढं गब्बर. जगू दे आमच्या रानाव तुझ्या पिढ्यान् पिढ्या. पन आमच्या श्रद्धा, परंपरा, रीतिरिवाज, देव, देवळं पायदळी तुडवनाऱ्यांची

तान कव्हा भागायची नाय. आमा गरीब शेतकऱ्यांच्या देहाची माती करून त्यात सोनं जरी पिकवलं तरी तुमाला समाधान कव्हा मिळायचं नाय.

गुन्यागोविंदानी नांदनाऱ्या ह्या सोन्यासारख्या गावाकं मी हितं बसून दिसदिस बघत राह्यचो. पन आता त्यांच्या जागी दिसतंय ते फक्त पानी. त्याच्याकं बघवाना. डोळं फिरायला लागलं. म्हनून मंग आल्या वाटंनीच परत माघारी फिरलो.

मन थाऱ्याव नव्हतं.

येवढी लांबची वाट कापून परत पठाराव कव्हा आलो ते कळलंच नाय.

येऊन बघतोय तर आय खोपटाच्या बाहेर माझी वाट बघत उभी. लय खुशी खुशीत व्हती. गेल्यागेल्याच म्हनाली,

"महादेवा, ज्योतिरूपेश्वर नवसाला पावला रे बाबा!"

"म्हंजी?"

"म्हंजी बायकू मोकळी झाली तुझी. वंशाचा दिवा आला घरात. पोरगा झाला."

ते ऐकून घटकाभर मलाबी आनंद झाला. पन नवस आठवला आन् समद्या आनंदाव पानी पडलं. मनात म्हनलं देवा ज्योतिरूपेश्वरा, आता जोडीनी येऊन तुला दह्या-दुधानी आंघुळ कशी घालू? आन् तुझा नवस कसा फेडू? तू जाऊन बसलास धरनाच्या पोटात. आता आमी कसं यायचं तिथं आन् कसा फेडायचा तुझा नवस?

जिवाला हा येगळाच घोर लागला. ज्योतिरूपेश्वराचं कव्हा काय करायला चुकलो नाय. आजपरेन आमच्या समद्या पिढ्यांनी त्याचं समदं जिथल्या तिथं केलं. मीबी काय कमी केलं नाय. जिवाचं रान केलं पन शेवटपरेन शपथंला जागलो. पन आता ह्या नवसानी कोड्यात टाकलं. त्याच्याकं पोरगा मागितला. त्यानी हसत हसत दिला. तो भक्ताचं ऐकतो. त्याला काय पायजे काय नको ते जानतो. मंग भक्तानी नको त्याचं जिथल्या तिथं करायला!

मनात असं कायबाय येत व्हतं. तेच आय मधीच म्हनाली,

"महादेवा, आता वली बाळांतीन हाये. तेवढी बाराही पुजून व्हऊ दे. मंग ज्योतिरूपेश्वरानी काय द्रिष्टांत दावायच्या आत दोघांनी तेवढा नवस फेडा. म्हंजी जिवाला कसला घोर राह्यचा नाय."

"नवस फेडायला तो उंद्याबी फेडू. पन आता तो फेडायचा कसा? धरनानी ज्योतिरूपेश्वराला घेतलंय त्याच्या पोटात. तिथं आमी कसं जानार आता?"

"महादेवा, याडा की खुळा तू. धरनात बुडालेल्या देवळात कसं जानार तुमी?"

“मंग नवस कसा फेडनार?”

“जोडीनी जाऊन देवळाकं त्वांड करा. पान्यात दही-दूध सोडा आन् पाया पडा. दुसरं काय करनार मंग आता!”

“पन जोडीनी येऊन दह्या-दुधाची आंघुळ घालीन म्हनलोय मी.”

“ह्या धरनानी इस्कोट केला नसता तर मोठ्या हौसंनी जोडीनी जाऊन दह्या-दुधानी आंघुळ घातली असती आन् नवस फेडला असता. पन आता अशी ताटातूट झाल्याव दुसरं काय करनार आपून. तो घिईन आपला जीव जानून. करीन समदं मान्य.”

पन माझ्या मनाला ते पटाना. म्हनलं,

“नाय. आई, नवस फेडला तर तो बोल्ल्यापरमानीच फेडला पायजे. नाय तर जिवाला कायम घोर लागून ऱ्हानार.”

तव्हा आय रागारागानीच म्हनाली,

“आता हे आनखी यागळं डोक्यात घालून घिऊ नकोस. तुझं डोकं म्हंजी दुनियाच्या यागळं. तव्हाबी शपथंला कवटाळून बसला आन् वनवासाच्या वाटंला लागला. आता हे आनखी यागळं खुळं घिऊन परत आमच्या जिवाला तरास नको देऊ.”

आय कायबी म्हनली तरी माझ्या मनाला ते पटत नव्हतं. शब्दाला जागत नाय आन् देवाला भजत नाय तो मानूस कसला. आता जसा नवस केलाय तसाच तो फेडला पायजे. तरच जिवाला चैन पडन. नाय तर निसतीच मनाला टोचनी राह्याची.

❖

९

पाऊसकाळ संपला. खंडीनी भात पिकवनारं रान, पन ह्या साली येक दाना नाय दिसला. ह्या दिसात खळ्याभवती ऊचऊच उढवी दिसायची. ती बघून ऊर भरून यायचा. ते वैभव आता कुठं दिसत नाय. दिसन तरी कसं. शेतात खपलं, घाम गाळला तर ते वैभव बघन्याचं सुखं मिळतं. पन आता शातच राह्यलं नाय, मंग खपायचं कुठं आन् घाम गाळायचा कुठं?

पाऊसकाळात घातंच्या दिसात रातुंद्या रानात असायचो.

हा पावसाळा मात्र पठाराव बसून निसता इचार करत झुरन्यातच गेला. कुठं यायला जागा नाय की कुठं जायला जागा नाय, जिकडं बघाव तिकडं पान्याचा येढा. मधी येकदा गौरीच्या येळंला हिनी आना-आना करू साठवलेलं दोन रुपये दिलं. लुगड्याच्या धपल्यात किती गाठी मारून ठेवलं व्हतं तिनी ते.

त्या कव्हा मारलेल्या असतीन त्या तिलाच ठाऊक. सुटता सुटत नव्हत्या. पन ह्या पठाराव जगन्याकरता तेच उपेगी पडलं.

डोंगराडोंगरानी पौडाला जाऊन कायबाय बाजार केला आन् ते वझं घिऊन परत डोंगराडोंगरानीच पठाराव आलो. तव्हापून परत कव्हा कुठं गेलो नाय. रोज आपलं घांगुसं घिऊन येका जागेव इचार करत बसायचं आन् आईची भुनभुन ऐकायची.

सा मयने झालं तिचं आपलं येकच रडगानं. नवस फेड, नवस फेड. त्याच इचारानी मी खंगत व्हतो. पन नवस फेडायचा कसा?

ज्योतिरूपेश्वर ज्या जागी हाये तिथं जानं म्हंजी आमी आमाखलाच घात करून घेन्यावानी हाये. बरं समदा ठावठिकाना माहीत असायला हा मुळेचा तळबी नाय. किती खॉल हाये आन् किती नाय, तेबी कळत नाय. वर डोंगराला पानी

लागलंय. येवढं मोठं उंचावटयावलं देऊळ. त्याच्या म्होरल्या माळावली चिच, जांभळ, पळस, ऐन आन् आंब्याची ऊचऊच झाडंबी दिसत नाय. आन् त्याच्याहून म्होरलं म्हंजी देवळाचा कळस. तो जरी नजरं पडला असता तरी पान्याचा आदमास आला असता. पन सा मयन्यात त्या कळसाचंबी कव्हा दर्शान घडलं नाय.

आता ह्या घडीला शंकऱ्या, किस्ना नायतर लह्या, अंक्या असता तर कायतरी वाट निघाली असती. शंकऱ्यानी तर नक्कीच कायतरी वाट काढली असती. पन तो आता कुठं परागंदा झालाय ते देवाला माहीत.

ऊन वाढत चाललं व्हतं आन् रानचा वला चारा कमी व्हत चालला व्हता. मोकाट चरनारी गुरं चारा धुंडत समद्या पठाराव हिंडत व्हती. दुधावल्या चांदीम्होरं मी जांभळीचं पाल्हय फुटलेलं टहाळं टाकायचो.

ती जोगावल्याली पाह्यली की बरं वाटायचं. तिच्या अर्धाशेर दुधाचा तेवढाच आधार व्हता.

माघी शिवरातीच्या दिशी दिसभर धरनाकं बघत बसलो व्हतो. या दिसाला समदं खोरं यायचं देवळात. गावाला केवढी सोभा यायची! पंधरा दिस ज्योतिरूपेश्वराचा गजर चालायचा. समदं गाव गजबजल्यालं असायचं. ती गजबज मंग शिमगीपुनवंपरेन संपायची नाय. आज ती यात्राबी संपावली ह्या धरनानी.

गावाबरं समदे रीतिरिवाजबी मारले त्यानी.

त्या दिशी निरंकाळ उपास केला. तेवढंच करन्यावानी हाये आता. दुसरं काय करनार!

दिसभर रोजच्यावानी पठाराव चकरा मारीत व्हतो. धरनाच्या पान्याकं बघत व्हतो. देवळाचा आदमास घिऊन हात जोडत व्हतो.

सांज झाल्याव झोपडीम्होरं जाऊन बसलो. शाली आन् मालीबी आल्या लगीच जवळ. अंगाशी लागल्या खेळायला. शेजारी राजा जिभाळं बाहेर काढून उसासे घेत व्हता. तव्हा दारातच बसल्याल्या आईची भुनभुन सुरू झाली,

"आजचा माघी शिवरातीचा दिस फुकट घालवलास. आजच्या दिसाला नवस फेडला असतास तर जिवाचा घोर तरी संपला असता. पोरगं कव्हाबी तापानं फनफनतंय. त्याला कव्हाबी हागवन लागतीये. काय कमी जास व्हयाच्या आत नवस फेडायचं सॉडलंय आन् डोक्यात भलतं सलतं खूळ घिऊन बसलाय."

"मंग काय करू. देव दिसाना का देऊळ दिसाना. कसा फेडू नवस?"

मी रागारागानी म्हनालो. तसा तिनीबी चढावला आवाज. म्हनाली,

"आता काय देव बघायला धरान आटायची वाट बघनार हायेस?"

“ते आटनारं असतं तर बघितलीबी असती.”

“तू बघशीन बाबा. तू जगायेगळा. तुला कुठंय दुसऱ्याच्या जिवाची पर्वा करायची माह्यती. तू तमाखलंच घोडं दामटनार म्होरं.”

“आई, मी मपल्या जिवाचा इचार केला असता तर आता ह्या पठाराव नसतो. ज्योतिरूपेश्वराच्या देवळात असलो असतो. त्याला कवटाळून बसलो असतो. धरनाचा इचार केला नसता का पान्याचा.”

आमची वादावादी ऐकून हीबी आली तान्ह्या पोराला घिऊन बाहेर. म्हनाली,

“आता नवस कसा फेडायचा ते बघायचं का त्याच्यावून निसता वाद घालत बसायचं!”

“वाद मी घालतो का तुमी? बघन तव्हा आपली भुनभुन चालू. मला काय काळजी नाय, का मी इचार करत नाय. आता जसं बोललो तसा नवस फेडायला नको, का उगीच आपला बारक्या पोरावानी निसता खेळ करायचा. असा देवाचा खेळ माझ्याच्यानी व्हनार नाय. त्याचं जिथल्या तिथं केल्याबिगार माझ्या जिवाला चैन पडनार नाय.”

“मंग आता काय करनार तुमी. निसता इचार करत बसून लांबान लावून काय उपेय हाये का? देऊळ तर बुडालंय पान्यात. त्याच्यापरेन जानं आता ह्या जनमी तर नाय व्हनार.”

तव्हा आय मधीच म्हनाली,

“म्होरल्या जनमी जाईन तो. मासा व्हईन आन् फेडीन नवस.”

“बोललोय तसा नवस नाय फेडला तर म्होरला जनम जनवाराचाबी नाय मिळायचा.”

मीबी मंग वैतागून बोलायलो लागलो. मंग हिनीच घेतलं समजुतीनी. म्हनाली,

“असं कायबी वंगाळ बोलू नका. समदं व्हईन जिथल्या तिथं. जिवाला तरास करून घेन्यापरास त्यातून येकदाचं मोकळं व्हऊ.”

तेवढ्यात बाबा आला गुरं घिऊन. जांभळीखाली रवलेल्या खुट्याला गुरं बांधता बांधता आमच्याकं बघायला लागला. म्हनलं आता हा काय आजून बोलल्याव परत शब्दाला शब्द वाढायचा. म्हनून मंग मीच जाग्यावला उठलो. पठाराव उगवतीच्या अंगाला गेलो. गडाद पडत चाललं व्हतं. त्यातच खाली धरनाकं बघत पठाराव चकरा मारत राह्यलो.

पंधरादी असंच चाललं व्हतं.

शिमगी पुनवंच्या दिशी राती रामुशावानी ताटाव जाऊन बसलो. घास गिळाना. पान्याबरं ढकलला कसा तरी पोटात. हात धुऊन बाहेर आलो, बघतोय तर

गुडबाच्या डोंगराव चंद्र थरथरत डोकवत व्हता. मनात म्हनलं थरथरत नसन. माघी यात्रेला तो नाचतच वर येत असन.

ज्योतिरूपेश्वराच्या माघीच्या किती यात्रा पाह्यल्या असतीन त्यानी या आकसईत. त्याच्या चांदन्यानी देवळाम्होरला माळ कसा दुधाळून जायचा. राती अपराती परगावाहून येनाऱ्या लोकांना वाट दावायचा. मंग रातभर कीर्तान भजान ऐकत साल्तरच्या डोंगराव टेकायचा.

पन या साली नाय राह्यला ज्योतिरूपेश्वर आन् नाय राह्यली माघी यात्रा. धरनानी समदं घेतलं आपल्या पोटात. ह्या दिसात रातभर भजान कीर्तान चालायचं. समदं खोरं आपलं सुखदुख, भांडनतंटा इसरून येक व्हऊन देवाला भजायचं आन् यात्रा संपली की मनातली समदी किल्मिसं मुळेला सोडून, गळ्यात गळे घालून आपापल्या गावाची वाट धरायचं.

लोकांची मनं साफ करनारी ती यात्रा आता राह्यली नाय. जगातून असं चांगलं बुडाल्याव जग बुडायला तरी किती येळ लागनार! धरान झालं. यात्रा संपली. आमी देशोधडीला लागलो. गावंच्या गावं वाट दिसन तिकडं गेली. पन चंद्रानी आपली वाट बदालली नाय. यात्रा दिसली नाय म्हनून तो माघारी फिरला नाय. समदं डोंगररान दुधाळून तो आपला पुढंच सरकतोय. ह्या धरनानी गावं बुडावली. इथले रीतिरिवाज बुडावले म्हनून काय तो त्याच्याव चांदनं पाडायचा राह्यला नाय. ज्या रानात दुधात न्हाल्याली गावं दिसायची त्या रानात आता दिसतंय ते फक्त चमकनारं पानी. ज्याच्याखाली बुडाल्यात आमची घरदारं. जमीनजुमला, देव-देवळं, आमचे रीतिरिवाज, आमची भक्ती आन् आमची श्रद्धा.

मी लय येळ त्या चमकनाऱ्या पान्याकं बघत राह्यलो.

डोळ्याम्होरं त्या पान्याव गाव दिसायला लागलं.

घरात चिमन्या जळत व्हत्या. चुली ढनढनत व्हत्या. पडगीत गुरं हंबरत व्हती. आन् देवळात भजान रंगलं व्हत. मंग त्या भजनातच सूर लावून भान इसरलो.

किती येळ ती तंद्री लागली व्हती कायनुक.

वाघाची डरकाळी ऐकली आन् भानाव आलो. भिरभिर बघायला लागलो. नीट कान देऊन ऐकलं. खालच्या दांडाकून आवाज येत व्हता. काय करावं सुचाना. तेवढ्यात...

"म्हादू ऽऽ म्हादू ऽऽ"

करत बाबा खोपटीम्होरून हाका मारायला लागला. राजाबी भुकायला लागला. पठाराव हिकडं तिकडं पळायला लागला.

मी खोपटाबशी पळत आलो. तवर गलक्यानी जांभळीखालची गुरं लागली हंबरायला. खोपटीत जाऊन अंधारात चाचपडायला लागलो. पन हाताला काय लागाना. लागनार तरी कसं, समदं धरनात तर गेलं व्हतं. कुऱ्हाड, फरशी, पहारी, आन् ती तलवारबी. ती तलवार, जिचं आमाला भूषान वाटायचं. जिच्याकं बघून आमाला आमच्या पूर्वजांचा अभिमान वाटायचा आन् आमी आमचं नातं शिवाजीराजाच्या मावळ्यांशी सांगायचो. तो अभिमान, तो पराक्रम, ती कीर्ती समदं समदं हिसकावून घेतलं आमच्याकून ह्या धरनानी. येवढ्या मोठ्या कुळातले आमी. स्वाभिमानी मराठा. पन ह्या धरनानी आज आमची गत रानातल्या किड्यामुंग्यांवानी करून टाकली. ज्यानी आमच्यात रानच्या जनावरांपून जीव वाचवायची ताकत ठेवली नाय.

पन म्हनून काय मी जिद सोडली नाय. मानूस कितीबी थकला तरी त्याची जगायची वढ कव्हा कमी व्हत नाय. पोरंबाळं त्या थकल्या हारल्या देहात जीव वतत्यात. आन् त्याला जगायला लावत्यात. माझीबी तीच तऱ्हा.

हाताला काय घवाना म्हनून मंग आडकीचा कोयताच घिऊन आलो बाहेर.

तवर बाबानी खुट्याची गुरं सोडली व्हती. म्हनलं,

"बाबा, हे काय करतो रे?"

तर म्हनाला,

"वाघ गुरांच्या वासाव हितं आल्याबिगार नाय राह्याचा."

"मंग?"

"खोपटीतच बांधू ह्यांनाबी."

"आन् आपून?"

"आपूनबी."

"खोपटीत?"

"हां. आपूनबी समदे. कुत्र्यासकट समदे खोपटीत बसू आन् तडकी लावून घिऊ. मंग आला तरी सकाळपरेन घालीन घिरट्या आन् जाईन निघून."

असं म्हनत बाबानी गुरं खोपटीत घेतली आन् कोपऱ्यात मेढीला बांधली.

गुरांच्या वढीनी समदं खोपाट हालायला लागलं, आता पडतं का काय म्हनलं. पन मागून बाबा दावं धरूनच बसला, म्हनाला,

"घे आता तडकी लावून आन् चांगली बांधून घे दोन्ही बाजूनी."

मी आत आलो. पन राजा आत येईना. तो दारात उभा राहून दांडाकं बघत निसताच भुकत व्हता. शेवटी मी परत बाहेर गेलो आन् त्याला कानाला धरून वढतच आत आनला आन् तडकी लावून दोन्ही बाजूनी बांधली.

समदे जीव मुठीत घिऊन खोपटात बसलो, राजाबी भुकला भुकला आन् मागून गप बसला. शाली-मालीबी हिच्या मांडीव झोपून गेल्या. झोळीतल्या पोराला ह्याचा काय पत्ता नव्हता. पन हिचा आन् आईचा जीव घाबऱ्या झाला व्हता.

कुडाच्या आन् वरच्या वाळलेल्या पाल्यांच्या फटीतून थोडं चांदनं पडत व्हतं तेवढचं. बाकी खोपटीत समदा अंधारच व्हता. त्यातच आमी दम धरून बसलो व्हतो.

मधरात उलाटल्याव राजा लागला परत भुकायला. तसा खडबडून उठलो जाग्यावला. कुडाच्या फटीतून बाहेर पाह्यलं आन् अंगाचं येकदम पानी पानी झालं. खोपटाम्होरं वाघ येरझाऱ्या घालीत व्हता. मधीच थांबत राजाच्या आवाजाचा कानुसा घेत झोपडीकं बघत व्हता. कुत्र्यावानी जिभाळं बाहेर काढीत व्हता.

माझ्या मागं येऊन बाबानीबी बघितलं आन् त्वांडावर बोट ठेवून मला गप बसायला सांगितलं.

मंग मी राजाला जवळ घिऊन त्याचं त्वांडच धरून बसलो.

बाहेर पहाटंपरेन पाल्याचा आवाज येत व्हता. आमचं समद्यांचं कान तिकडंच लागलं व्हतं. छातीची धडधड पहाटंपरेन चालली व्हती.

जरा पांढरं फुटल्यावानी वाटल्याव परत कुडाच्या फटीतून बाहेर डोकावलं. कुठं काय दिसाना. पन तरी तडकी उघडून बाहेर यायची ताकत व्हईना. म्हनून परत तसाच बसून राह्यलो.

मंग पार दिस उगवल्याव भीतभीत तडकी उघाडली आन् हातात कोयता घिऊन बाहेर आलो. आजूबाजूला बघितलं. कुठं काय नव्हतं. जीव भांड्यात पडला.

मंग बाबानी गुरं जांभळीखाली आनून बांधली. मनात म्हनलं देवा ज्योतिरूपेश्वरा, हे कसले दिस दावायला लागलाईस आमाला!

त्या दिसापून आईला आनखी येक यागळं कारन घवलं. आधीच नवस फेडाना म्हनून रातुंद्या भुनभुन चालू व्हती. आता वाघ यायला लागल्याव तिला आनखीनच जोर आला. तिची सारखी आपली वटवट,

"पोराचा जीव घिईन तव्हा त्याचं मन भरन. निसता तमाखला हेका चालवायचा. दुसऱ्याच्या जिवाचा इचारच करायचा नाय. येवढा नवसानी पोरगा झालाय, पन त्याला त्याचं काय नाय..."

मी आपलं ऐकून न ऐकल्यावानी करायचो. आन् पठारावच कुठंतरी झाडाखाली बसायचो.

असा बसूनबी निसताच कटाळा यायचा. म्हनलं असं कवर चालायचं. खायला सताठ त्वांडं. कुठून घालायचं त्यांच्या पोटाला? आपून मरू उपाशी, पन त्यांना तळमळताना कसं बघवनार!

म्हनून मंग येक दिस इचार केला. दुसरा कुठंला मार्गच दिसत नव्हता.

पठाराव वावार काढायचं म्हनलो.

खोपटीच्या मागल्या अंगाला येक जरा खोलगट लांबडा पट्टा व्हता. थोड्या दगडी, करवांदाच्या आन् तोरनीच्या जाळ्या व्हत्या. पन ते समदं खरडून, नांगरून वढलं की चांगलं मोठं वावार व्हईन. उली राबलं, घाम गाळला तर वाडवडलांचं हे रानच परत जगवीन. म्हनून कामालाच लागलो लगीच. हात चालू राह्यला तर मनातलं कस्पाटबी व्हईन कमी. कायबाय इचार करून येड्यावानी झालतं निसतं.

दोनचार दिस येकलाच राबत व्हतो. उन्हातान्हात मोठमोठाल्या दगडी लोटत येका अंगाला करत व्हतो. करवांदाच्या आन् तोरनीच्या जाळ्या तोडत व्हतो. मागून मागून बाबा आन् हीबी लागली यायला. म्हनाली,

"जिथं जाईन तिथं वाडवडलांची पुन्याई येती कामाला. हे पठारावलं रान नसतं तर काय केलं असतं, आन् कुनीकं गेलो असतो?"

"रखमे, हे रान उपाशी नाय ठेवायचं आपल्याला. ह्या रानात ज्योतिरूपेश्वर हाये. त्याची नजार आपल्याव असनारच की."

"आता तोच हाये आपल्या सोबतीला. ह्या पठाराव येकदा वावार झालं की समदं व्हईन बैज्वार."

मंग आजूनच बळ आलं. शाली, माली चिमुकल्या हातानी बारक्या बारक्या दगडी येचून येका जाग्याव ढीग करायच्या. ऊन चांगलं तापत व्हतं. पन त्याचा इचार केला नाय. तान भूक इसरून वावराच्या मागं लागलो व्हतो.

येवढा मोठा लांबडा पट्टा! पन वैशाखापरेन समदा मोकळा केला. येकबी दगड ठेवला नाय की झुडूप ठेवलं नाय. पिकलेल्या करवंदीच्या आन् तोरनीच्या जाळ्या तोडताना मनाला उलिसं अवघाड वाटलं. पन मनाव दगड ठेवून त्याबी तोडल्या. आता नांगरून वढलं असतं तर ह्याच साली लावन्याजोगं झालं असतं. पन आता औताला बैलं व्हती तर नांगर नव्हता, आन् कासरा शिळवाटीबी नव्हती. औताबिगार हातच मोडल्यावानी झाला. आता धरनानी गिळल्यालं हे औताचं सामान मी आनायचं तरी कसं?

परत डोक्यात इचाराचा भुंगा घों घों करायला लागला.

परत येड्यावानी धरनाकं बघत बसायला लागलो.

आन् येक दिस डोळ्याम्होरं आक्रीतच दिसायला लागलं. पह्यल्यांदा डोळ्याव इस्वास बसाना, पन मागून खात्री पटली.

तो ज्योतिरूपेश्वराच्या देवळाचा कळसच व्हता!

नीट न्याहाळून पाह्यलं. धरान बरंच खाली गेलं व्हतं. उन्हाच्या तडाख्यात भुईनी पानी प्यालं व्हतं.

मी पळतच दांडाव आलो. आन् कळसाकं नीट बघायला लागलो. आजून तो जसाच्या तसाच व्हता. म्हंजी देवळाला काही झालं नसनार.

मोठ्या आनंदानीच मी पळत खोपटीबशी आलो. बाबा जांभळीखाली गुरांना वैरन घालीत व्हता. म्हनालो,

"बाबा, देवळाचा कळस दिसायला लागला."

तो पेंढी न सोडता तशीच गुरांम्होरं टाकून दांडाकं पळाला. त्याच्या मागं मी, आय, ही आन् शाली-माली. समद्यांनी दांडाव येऊन कळसाकं बघत हात जोडले. म्हनालो,

"ज्योतिरूपेश्वरा, आता कशाचं भ्या नाय बघ, तू हायेस आता पाठीशी."

मंग आमी लय येळ त्या दांडावच त्या कळसाकं बघत राह्यलो.

लय दिसानी बाबा आज मोकळ्या मनानी बोलला. म्हनाला,

"म्हादू, देव आजून हाये आपल्या मागं. धरान बांधून काय कुनी देवाला मारनार नाय. शेवटी दर्शान दिलंच त्यानी आपल्याला."

तव्हा आय म्हनाली,

"बघ महादेवा, तू देवाचं जिथल्या तिथं करिनास. पन तरी देव आपल्याला इसरला नाय. येवढ्या धरनातूनबी आपल्याव नजार ठेवतोय. आता तूबी येड्यावानी करू नकोस. पावसाळा सुरू व्हयाच्या आत तेवढा नवस फेडून टाक बाबा."

हिनी माझ्याकं बघितलं आन् मान खाली घातली. कुनाला कशाचा घोर तर कुनाला कशाचा.

शाली-माली आजून परड्यातल्या आंब्याच्या झाडाला इसरल्या नव्हत्या. इसरतीन तरी कशा! ते झाड त्यांनी जिवावानीच जपलं व्हतं. आता कळस दिसला तर त्यांना त्या झाडाची आठवान आली. दोघीबी कळसाकं येकटक बघत व्हत्या. त्याच्याकं बघतच शाली म्हनाली,

"बाबा, ह्या कळसावानी आपलं परड्यातलं झाडबी दिसन ना?"

"हां. दिसन."

मी मान हालवीत म्हनालो, तव्हा त्यांची त्वांडं आनखीनच उजाळली आन् दोघींनी येकमेकींना मिठी मारली.

राती आडवा पडून डोळे मिटले तरी डोळ्याम्होरून कळस जाईना. मनात आलं, हा ज्योतिरूपेश्वराचा द्रिष्टांत तर नसन. तो आपल्याला बोलवत तर नसन?

मंग कायबाय इचार मनात यायला लागले. सारख्या कुसा बदलायला लागलो.

कळस दिसतोय म्हंजी देऊळ लय खॉल नसनार. मुळेचा तळ येवढा खॉल, पन त्या तळालाबी आपून जाऊन येत व्हतो. मंग हितं जान्यात काय अवघाड हाये! नवस फेडून देवाच्या रिनातून तरी मोकळं व्हता येईन.

पहाटं पहाटं मनात असा इचार आला. आता उंद्या हा इचार हिला सांगायचा आन् पावसाळ्याच्या आतच नवस फेडायचा, असं मनाशी पक्क करूनच परत डोळं मिटलं. आन् मंग त्या इचारातच कव्हातरी पहाट उलटून गेल्याव डोळा लागला.

दुसऱ्या दिशी मी हिला मनातला बेत सांगितला. म्हनालो,

"रखमे, मनात येक इचार आलाय."

तीबी आपुलकीनी जवळ आली. असं ग्वाड बोलनं लय दिसापून तिनी ऐकलं नव्हतं. आशेनी माझ्या त्वांडाकं बघत म्हनाली,

"कसला?"

"नवस फेडायचा."

तसं तिचं त्वांड येकदम उजाळलं.

"नवस फेडायचा? कव्हा आज?"

ती येकदम घाईवच आल्याली.

"आज नाय. पन पाऊसकाळ सुरू व्हयाच्या आधी."

"म्हंजी?"

"म्हंजी देवळाचा कळस आता उघडा पडलाय. तो परत धरनात बुडायच्या आत."

"आता नवस फेडायला कळस कशाला पायजे?"

"पायजे. त्याबिगार पान्याचा आदमास नाय यायचा."

"म्हंजी?"

"म्हंजी आपून देवळात जाऊन नवस फेडायचा. जसा ज्योतिरूपेश्वराम्होरं बोललो व्हतो तसा."

"पान्यात, धरनाच्या तळाला जाऊन?"

"हां!"

"काय इपरीत बोलताय. असलं धारिष्ट्य करायला ती काय आपली मुळा हाये का."

"मुळेचंच पानी हाये ते. सवं हाये त्याची आपल्याला."

"सवंचं असू नाय तर लवंचं. असलं धारिष्ट्य माझ्याच्यानी नाय व्हयाचं."

तिचं त्वांड येकदम उतारलं. तव्हा आपूनच जरा नरमाईनी घ्यावावं म्हनून म्हनालो,

"रखमे, त्याबिगार दुसरा कुठला मार्ग नाय. बोललो तसा नवस नाय फेडला तर कायम मनाला टोचनी ऱ्हानार. तव्हा आताच कळस दावून देव बोलवतोय असं समजून नवस फेडू."

"पन धरान किती खॉल हाये आन् किती नाय."

तिनी मनात शंका काढली.

"जेवढं देऊळ ऊच तेवढं धरान खॉल आन् ..."

अशी मी तिच्या मनातली पाल काढायला लागलो. तेवढ्यात आय आन् बाबा आत आले. आल्याआल्याच बाबा घसा तानून म्हनाला,

"तू समद्या घरादाराची तर राखरांगोळी केलीच. आता आमालाबी सरनाव चढव, म्हंजी तुझ्या मनाजोगं व्हईन समदं."

"मी राखरांगोळी केली?"

"नाय तर काय. मनाचा हेका चालवला. म्हनं शपथंला जागलं पायजे. समद्या गावानी पैसा घेतला. त्यांना नव्हती का शपथ. तुझीच कसली असली जगायेगळी शपथ. त्या शपथंपायी हितं वनवास घडवला आमाला. आता नवसापायी ह्या वनवासातबी जीव घ्यायला निघालास आमचा."

"क्वान. मी जीव घ्यायला निघालो?"

तशी आयबी घसारली माझ्याव. म्हनाली,

"जीव घ्यायला नाय निघाला तर काय. येवढ्या खॉल बुडालेल्या देवळात जानार म्हंजी जीव जानार का ऱ्हानार?"

म्हंजी दोघंबी कुडाच्या पल्याडून आमचं बोलनं ऐकत व्हते. त्यांचा राग बघून आता काय बोलायचीबी सोय राह्यली नव्हती. म्हनून मंग,

"मी तर मनाव घेतलंय देवळात जाऊन नवस फेडायचं. आन् तेबी पावसाळ्याच्या आत. मागून काय कमी जास झालं तर मला दोस देऊ नका."

असं म्हनून आलो बाहेर.

दांडाव येऊन देवळाच्या कळसाकं बघत बसलो. सांज झाली तरी खोपटीकं जायचं मन व्हत नव्हतं.

सताठ दिस असंच गेलं.

येक दिस ढग भरून आल्याव मनात कालवाकालव सुरू झाली. म्हनलं

वळीव मधीच तडाखा देतो की काय. म्हनून मनात आलं हिच्या मनात काय हाये ते तिला इचारून घ्यावाव. पन तिला परत इचारायची हिम्मत झाली नाय.

मंग निसताच कळसाकं आन् आभाळाकं बघत बसायला लागलो.

कव्हाबव्हा मधीच पोरगं तापानी फनफनल्याव हिचं आन् आईचं कायबाय बोलनं व्हयाचं. पन मी गेलो की गप व्हयाच्या.

वैशाखाचा मयना संपत आल्याव मात्र माझ्या जिवाला अजिबातच चैन पडाना. पाऊस पडला तर धरान परत भरन, आता कळसाकं बघत देवळाचा आदमास घेत जाता येईन, पन तोबी बुडाल्याव कशाच्या आधारानी देवळापरेन जायचं. मंग ऱ्हायाचा नवस जाग्याव?

म्हनून मंग येक दिस मनाशी पक्क केलं आन् आनपानीच दिलं सोडून. म्हनलं आता नवस तरी फेडायचा नायतर ज्योतिरूपेश्वराच्या नावानी जीव जाईपरेन उपास तरी करायचा.

दोन दिस पोटात आन नाय घेतलं का पान्याचा थेंब नाय घेतला. ही किराखली किराखली, पन मी काय तिच्या आग्राला बळी पडलो नाय. म्हनलो,

"रखमे, आजपरेन सत्यानी वागत आलो. सत्याकरता सत्याग्रह केला. त्याला याश आलं नाय, पन शपथंला जागून सत्याचा मार्ग कव्हा सोडला नाय, ह्याचं सामाधान मिळालं. हे समाधान पैका घिऊन मिळालं असतं का? आता नवसाचंबी तसंच हाये. जसा बोललो तसा फेडल्याबिगार माझ्या मनाचं समाधान नाय व्हयाचं."

"म्हनून असं आनपानी सोडायचं?" ती म्हनाली.

"रखमे, नवस बोललो हे सत्य हाये ना. मंग तो फेडन्याकरता हा सत्याग्रहच हाये असं समज. जवर तो फेडत नाय तवर हा माझा सत्याग्रह चालू ऱ्हानार हाये. त्या सत्याग्रहात टाटानी ह्या देहाव नाय तो जुलूम केला. आता ह्या सत्याग्रहात तुमी माझ्या मनाव किती जुलूम करताय, तेच बघायचंय मला."

"असं येड्यावानी काय करता? अशा वागन्यानी आपूनच आपला घात करून घ्यायचाय का?"

"काय नाय व्हत घात. आपला आपल्याव इस्वास असला म्हंजी झालं. येक दिस मुळेच्या तळात जशी गेली व्हतीस तसंच आता धरनातल्या देवळात जायचंय."

मंग तिला काय बोलावं ते सुचाना. बसली गप.

आईनी आन् बाबानी तर आता कानाला खडाच लावला व्हता. येक नव्हतं का दोन नव्हतं.

आनपानी टाकलं मी, पन जीव तुटत व्हता हिचा. दांडाव येऊन सारखी किरखायची, दोन घास खाऊन घ्या, दोन घास खाऊन घ्या. पन माझ्या मनाचा इचार पक्का झाला व्हता. आता नवस तरी फेडायचा नायतर देह तरी ठेवायचा. मंग निसतीच बसायची बसायची आन् सांज झाली की जायची खोपटीकं.

राती मी खोपटीव गेल्याव परत तिचं तेच सुरू व्हयाचं.

असंच चाललं व्हतं रोज.

पन येक दिस तिच्या मनात काय आलं कुनाला माहीत.

म्हंजी त्या दिशी मी दांडाव करवंदीच्या झुडपाच्या सावलीला बसलो व्हतो. नजार कळसाकं व्हती. मनाला चैन नव्हतं. रिकाम्या पोटानी डोळ्याम्होरं मधीच अंधारी आल्यावानी व्हत व्हतं.

तेवढ्यात ही आली दांडाव. कळसाकं बघत म्हनाली,

"चला, कव्हा जायचं नवस फेडायला?"

"पन कुठून?"

मी कळसाकं बघतच म्हनालो.

तशी पुढ्यातच येऊन बसली. म्हनाली,

"देवळात जाऊन."

पन मला काय तिचं खरं वाटाना. म्हनलं,

"आनपानी सोडाव म्हनून तर नाय ना म्हनत?"

"आता तुमाला माझं मन कसा कळायचं. तुमच्या आनपानी सोडन्यानी माझा जीव किती तुटतो ते कसं सांगू तुमाला?"

"देवाकरता नाय तुटत?"

"तुटतो की, पन त्या परास ह्या कुकवाच्या धन्याची काळजी रातुंद्या खाती. आता तुमाला येवढाच इस्वास असन तर जाऊ देवळात आन् फेडू बोललो तसा नवस. सांगा कव्हा जायचं?"

मी जागचा उभा राह्यलो, म्हनालो,

"तू म्हनशीन तव्हा!"

"उंद्या?"

मी आनंदानी मान हालवली. म्हनलो,

"देवाची मर्जी."

तसा तिनी हात धरला. म्हनाली,

"आता मनाजोगतं झालं ना तुमच्या, मंग आता पह्यले पोटात दोन घास टाका."

मंग घरी आलो आन् ताटाव बसलो. आईचा आन् बाबाचा राग काय कमी झाला नव्हता. त्यांचं डोळं समदं सांगत व्हतं. पन माझ्या आनपानी सोडन्यानी त्यांची त्वांड बंद झाली व्हती.

मंग हिनी रातीच समदं जिथल्या तिथं करून ठेवलं. बारक्या बारक्या दोन जर्मनच्या डब्यांमधून दही-दूध, हळदी कुकाच्या पुड्या असं समदं तंगुसच्या थैलीत भरून ठेवलं. म्हनली,

"सकाळी दिस उगवायच्या आतच जायचं."

मी निसता मान हालवीत व्हतो.

त्या रातीला मला अजिबात डोळा लागला नाय. हीबी सारखी कूस बदलत व्हती. मधीच उठून पोराला जवळ घिऊन बसत व्हती. शाली-मालीकं बघत व्हती. फटीतून आत आलेल्या चांदन्यात लेकरांवरची तिची ती माया मी बघत व्हतो. मन कळवळत व्हतं. पन लेकरांकरताच मनाव दगड ठेवून आमाला हे धारिष्ट्य करायचं व्हतं.

सकाळी दिस उगवायच्या आतच आंघुळ्या उराकल्या. फळकुंडीव मांडलेल्या देवाम्होरं डोकं टेकलं. मुळेच्या तळातून आनलेल्या गोट्याकं निरखून पाह्यलं आन् बाहेर पडलो. तव्हा तान्हं पोरगं आन् शाली-माली झोपतच व्हत्या. आई आन् बाबा मात्र आमच्या मागं मागं आले. धरनाच्या पान्याबशी आल्याव मी अंगातली कोपरी काढली, धोतार आवरलं आन् थैली कंबरंला बांधली. हिनीबी लुगडं चांगलं वरपरेन आवरलं. आई-बाबाकं येक नजार टाकली आन् दोघांनी कळसाकं बघत धरनाच्या पान्यात उडी घेतली

देवळाच्या वढीनी हातापायात जोर आला व्हता. कळसापरेन जाईस्तवर काय वाटलं नाय. पन कळसाला शिवलो आन् आत डुबकी मारल्याव दम निघाना. येकदा मागं वळून बघितलं. ही माझ्या मागंमागंच व्हती. देवळाच्या आधारानी खाली जायला लागलो. वरच्या घुमटाचा कळस सोडून खालच्या घुमटाच्या कळसाला हात लागला. त्याला टेकल्याली आंब्याची फांदी आजून तशीच व्हती. तिच्यावून आदमास आला. आमी देवळाच्या म्होरल्या अंगालाच व्हतो. मंग त्याच फांदीच्या आधारानी खाली आलो. बघतो तर म्होरं समदी माती. निम्म देऊळ गाळानी भरलं व्हतं. गाभाऱ्यात आत गेलो आन् समदं जिकल्यावानी वाटायला लागलं. हितवर कसं आलो ते त्या ज्योतिरूपेश्वरालाच माहीत. मला तर काय आठवाना. हिचा हात पायाला लागला तसा चाचपडायला लागलो. पन खाली समदा गाळ. मंग घाईघाईनी दोघांनीबी गाळ बाजूला केला आन् हाताला देव

लागल्याबरूर कंबरंची थैली सोडून दह्या-दुधाचे डबे वतले. हळदी कुकाच्या पुड्या टाकल्या आन् हात जोडले. म्हनालो,

"देवा ज्योतिरूपेश्वरा, माझ्या औपतीपरमाने बोललो तसं केलं. आता तूच चुकलं-माकलं पदरात घे."

मंग डबे आन् थैली तिथंच टाकून दोघंबी माघारी फिरलो. देवळाच्या बाहेर आलो तव्हा ही मागंमागंच व्हती. जीव गुदमरत व्हता. माझी ही अवस्था तर तिची काय झाली असन.

आता देह पान्याखाली थांबून देईना. येताना नवस फेडायची वढ व्हती. ती वढ मनाला उभारी देत व्हती, पन आता नवस फेडल्याव मनानी कच खाली. आन् हातापायाला गोळं यायला लागलं. तसं मंग अंग ढीलं सोडलं आन् कसातरी वर आलो. पह्यल्या कळसापरेन ही मागं मागं व्हती, म्हनून मंग मी आलो वर निघून.

पन बाहेर येऊन मागं बघतो तर ही दिसाना. म्हनून मंग कळसालाच धरून बसलो तिची वाट बघत. पन ती काय पान्यातून बाहेर येईना. जीव आनखीनच घाबऱ्या झाला. काय कराव सुचाना. तेवढ्यात दांडाहून हाक ऐकायला आली, "म्हादू ऽऽ"

मी दांडाकं बघितलं. आई आन् बाबा आजून तिथंच आमची वाट बघत उभे व्हते.

आता हिच्याबिगार त्यांच्याम्होरं कसं जायचं. इचारानीच माझ्या अंगाला कापरं सुटलं. म्हनून मंग तसाच थांबलो.

मागून मागून ऱ्हावालं नाय, म्हनून कळस सोडला आन् देहाला परत पान्यात ढकाललं. अर्ध्यावर गेलो असन नसन तेच डोळ्याम्होरं येकदम अंधारी आली. हात पायबी हालाना. म्हनून मंग फिरलो परत माघारी.

दुपार व्हऊन गेली तरी मंग कळसालाच धरून बसलो. वाट बघत राह्यलो. पन ती वर येईना. माझ्यासारख्या गड्याला जिथं घटकाभर दम निघाना तिथं ती किती येळ दम काढनार!

शेवटी हारलो. आशा सोडली. म्हनलो,

"देवा ज्योतिरूपेश्वरा, तुझा नवस फेडन्याकरता ती माझ्या हटापायी आली. तुला पायजे व्हतं तर मला ठेवून घ्यायचं व्हतं तुझी सेवा करायला. पन मी पापीच असनार. मंग पापी मानसाची सेवा कशी कबूल करनार तू? रखमी पुन्यवंत. म्हनूनच तू घेतलीस तिला आपल्या पदरी ठेवून. गावातल्या दुसऱ्या कुनाला नाय बोलावलं. हिलाच बोलावली तुझी सेवा करायला. ती पुन्यवंत व्हऊन तुझ्याबशी

राह्यली. पन माझ्या कपाळी मात्र करंट्यापनाचा डाग लागला. तो आता कसा पुसू मी?''

दांडाव आलो तर शाली आन् माली रडनाऱ्या तान्ह्या पोराला घिऊन करवंदीच्या जाळीमागं बसल्या व्हत्या. आईचं आन् बाबाचं डोळं माझ्याकं लागलं व्हतं. मला येकल्याला बघून आय ऊर बडवून घेत लागली रडायला. ते बघून शाली आन् मालीबी तिला कवटाळून लागल्या वरडायला.

बाबा म्होरं आडवा आला. रागानी बघत जीव खाऊन त्यानी माझ्या कानसुलात मारली. म्हनाला,

''वैऱ्या, कुठं फेडशीन आता हे पाप. आपल्या हटापायी बायकूचा जीव घेतला. पोरांना आईपून तोडलं. त्यांना पोरकं केलं. आता कुनाला हाक मारायची त्यांनी आई म्हनून! चांडाळा, तुला नरकातबी जागा मिळायची नाय.''

त्या येळी आतापरेन आडल्याला आसवांचा बांधा येकदम फुटला आन् बाबाच्या पायाशी बसून मी ऊर बडवून घेत रडायला लागलो. म्हनलो,

''देवा ज्योतिरूपेश्वरा, मी काय पाप केलं म्हनून मला माझ्या धरनी आईपून पोरका केला. आन् आज माझ्या पोरांनाबी त्यांच्या आईपून तोडलं. तूच सांग आता ज्योतिरूपेश्वरा, तूच सांग ...?''

❖

१०

गुन्यागोविंदानं नांदनारं, गोकुळावानी गाव व्हतं आमचं. त्या सोन्यासारख्या गावातली जिवाला जीव देनारी मानसं आज देशोधडीला लागली. बायका-पोरांना घिऊन वाट दिसन तिकडं गेली. ज्यांचे पाय इथल्या मातीनी साखळदंडानी बांधून ठेवलेत ती इथंच डोंगरदऱ्यांच्या कुशीत हायेत, आपल्या जुन्याच गावात मनानी नांदत हायेत.

देवाचीच मर्जी म्हनायची ही, त्याच्या लीलेम्होरं कुनाचं चालनार. आमी कितीबी जिवाचा आटापिटा केला तरी सटवीनी लिव्हल्यालं कव्हा खॉटं व्हनार हाये का. आमी नाय तर आमचे वाडवडीलच कव्हा तरी चुकल्याले असनार, त्याबिगार येवढा मोठा कोप कसा व्हनार.

आज त्या कोपाचं फळ मी भोगतोय. धरान राक्षसाचं रूप घिऊन आलं आन् त्यानी आमची गावंच्या गावं गिळली. या राक्षसाला आमच्याव सोडनारे मात्र न्ह्याल झाले. आमच्या गावांची राख करून त्याच्या खताव आता ते पिढ्यान् पिढ्या पैक्याचं पीक घेतीन.

आता हे समदं वैरून तरी काय उपेग म्हना. घडायचं ते घडून गेलंय. पन आज इतकी वर्सं झाली तरी त्या गावाचा आजून इसर पडला नाय. आजूनबी जीव त्या गावातून बाहेर आला नाय. आन् आता येनारबी नाय.

देवानी आयुष्य तरी किती दिलंय बघा ना! रखमीचंबी आयुष्य दिलं त्यानी मला. म्हनाला असन जग, तिचंबी आयुष्य जग. त्याचीच मर्जी. उरात झालेली खॉल जखम घिऊन मंग जगतोय आज. त्या जखमेम्होरं मरान ते काय असनार! पन कव्हातरी तेबी येक दिस येईनच. मंग ह्या देहाला घिऊन जाईन. पन माझा जीव मात्र कायमच माझ्या आकसईतल्या ज्योतिरूपेश्वराभवती घुटमळत राहीन.

❖

प्रादेशिक शब्दांचे अर्थ

* अडाबेडी – तिरपे खुरडत काटलेली सजा.
* आडकी – विळा, कोयता इ. अवजारे अडकविण्यासाठी कंबरेला बांधली जाणारी वस्तू.
* आथुपार – संपूर्ण.
* आधुली – दोन शेरांचे माप.
* आहूर – पूर.
* आळान – पिठलं.
* आघुटी – पावसाळ्याच्या सुरुवातीचे दिवस.
* आडुसा – सावलीसाठी केलेली पडद्यासारखी योजना, झाडाची सावली.
* आमाखलं – आमचे; आमचे आम्ही.
* इखी – विषयी.
* इरलं – पावसाळ्यात अंगावर घेण्यासाठी पळसाची पाने, कामट्या वगैरेनी बनवलेले साधन.
* उली – थोडे.
* ऐतवार – रविवार.
* औंज – भात लावणीचे दिवस.
* कवळाभर – कवेत मावेल एवढे.
* कव्हाबव्हा – कधी कधी.
* कामदार – घरातला कर्ता माणूस.
* कानसुल – कानाच्या व डोळ्याच्या मधली जागा.
* कायबाय – काहीतरी.
* कायनुक – माहीत नसणे, माहीत नाही.
* कानस – लोखंड घासून साफ करण्याचे, धार लावण्याचे एक हत्यार.
* किराखली – विनंती करून थकली.
* कुड – कारव्या, बांबूंच्या कामट्यांपासून बांधलेली भिंत.
* कोडाळ – मळीचे गवत वेगळे करणारी, टोकाला अर्धवर्तुळ असणारी लांब काठी.
* कोपरी – बाह्या नसलेले पुरुषाच्या अंगावरचे एक वस्त्र.

* कोटाऱ्याबशी – कामट्यांनी बनवलेल्या कोंबड्यांच्या घरट्याजवळ.
* खळं – धान्याची मळणी करण्याची जागा.
* खेपंला – वेळेला.
* खोडाबेडी – गजांच्या दरवाजात उभं राहून काटलेली सजा.
* खंडमंडाळ – थोडेसुद्धा बंद नसणे, सतत चालू असणे.
* खंडी – वीस मणाचे एक माप.
* खंडीला पेंढी – एक म्हण. एक खंडी, त्यावर पेंढी म्हणजे एक जुडी. एकवीस मुलं होऊ दे या अर्थाने.
* गंजी रोटी – निकृष्ट आहार.
* गडाप – बेपत्ता होणे, ठावठिकाणा न लागणे, दडपून टाकणे.
* घांगुसं – कायम आजारी अवस्थेत, निराश, सुतकी चेहरा करून बसलेला.
* जया – पचणार नाही.
* जानवस – परगावाहून आलेल्या वधू किंवा वर पक्षाच्या मंडळीस उतरण्यासाठी दिलेली जागा.
* डागडुजी – दुरुस्ती.
* डुया – पिढ्या.
* तडकी – कामट्यांचं दार.
* तान – तहान.
* तिवढा – मळणीचा खांब.
* तंडून – भांडून.
* दाढ – भाजलेली जमीन, त्या जमिनीत होणारे भाताचे रोप.
* दाढ खनली – भाताचे रोप पुन्हा लावणीसाठी उपटले.
* दैवार – दव.
* दांड – डोंगरवाट, गवतासाठी राखलेला डोंगरउतार.
* द्याज – वराकडून वधूच्या पित्याला देण्यात येणारा पैसा.
* धस – चढण.
* धसकाटं – भात, नाचणीच्या कापणीनंतर राहिलेला मुळाचा भाग, कुसळ.
* पडगी – गुरे बांधण्याची जागा, गोठा.
* पडकील – आपली माणसे, बैल किंवा अंगमेहनत इ. च्या साहाय्याने दुसऱ्या शेतकऱ्यास मदत करणारा शेतकरी.
* पाचुंदा – पाच पेंढ्यांचे ओझे.

* पागुटं	– पुरुषांच्या डोक्यास बांधावयाचे वस्त्र.
* पेटारी	– माती ओढण्याचे एक औजार, औत.
* पेंढा	– भाताच्या काड्यांची जुडी.
* फळकुंडीव	– भांडी ठेवण्यासाठी मांडणीसारखी केलेली योजना, लाकडी फळी.
* फाड	– पाण्याला उतार मिळण्यासाठी बांधलेला दगडी बांध.
* फोकनी	– पेरणी.
* फॉक	– वासा.
* बारमस	– कायम, बाराही महिने.
* बैज्वार	– व्यवस्थित, जपून.
* बांधन	– डोंगरउतारावरील सपाट जागा; जी गवत किंवा वैरणीसाठी राखली जाते.
* महालकरी	– मामलेदाराच्या पातळीवरचा एक सरकारी अधिकारी.
* मळी	– भाताची लोंबी, नाचणी इ. ची कणसे बैलांच्या पायाखाली रगडून वेगळे केलेले भात, नाचणी इ.
* माचुळी	– गोठ्याच्या वर गवत, पेंढा ठेवण्यासाठी घातलेला मांडव.
* माचान	– दगड, लाकडांच्या साहाय्याने पलंगासारखा केलेला उंचवटा.
* मानगा	– बांबूची एक जात.
* मेढी	– दुबेळके असलेले लाकूड, वासा, आधारस्तंभ.
* मुस्की	– खाण्यास प्रतिबंध करणारी गुरांच्या तोंडास बांधलेली जाळी
* यमाचा दरबार	– येरवडा तुरुंग.
* येंधळपरेन	– आतापर्यंत.
* रास	– ढीग.
* रातुंद्या	– रात्रंदिवस.
* राब	– जमीन भाजण्यास लागणारे गवत, काड्या इत्यादी.
* रामुशावानी	– अपराध्यासारखा.
* लयंदी	– पूर्वी.
* लानी	– भात कापणीचे दिवस.
* वतवाडं	– सावल्या.
* वळीनी	– रांगेत.
* हातारकीचं	– शेतीच्या कामाच्या बदल्यात दिलेली मेजवानी.
* वटीव	– ओसरीवर.

* वसवा – सावली, छाया, प्रकाशाच्या आड येणारी वस्तू, झाड.
* वाफुळी – तांदळाचे पीठ, गूळ, सुंठ यापासून किंक्रातीच्या सणाला केला जाणारा पदार्थ.
* वैरून – विचार करून, घडून गेलेल्या गोष्टी काढून.
* व्हळा – लहान ओढा, डोंगरावरील ओहळी.
* शिळवाटी – औतासाठी बैलांची मान अडकवण्याची चौकट.
* शेकाटा – बांबूची लांब काठी.
* शेनखई – गुरांचे शेण साठविण्यासाठी केलेली खाच.
* शेर – एक वजनी परिमाण.
* सडे – नि:शस्त्र.
* हापुहाप – पाप, तळतळाट.

❖

संदर्भ

१. किल्ले – गो.नी. दांडेकर, मॅजेस्टिक प्रकाशन, १९७९
२. केसरी, मराठा, लोकसंग्रह – १९२०-१९३१ या कालावधीतील मुळशी सत्याग्रहावरील वृन्तात, स्फुट, लेख व अग्रलेख
३. गतगोष्टी अर्थात माझी जीवनयात्रा – न. चिं. केळकर, य. न. केळकर, १९३९
४. दैव देते पण कर्म नेते – शंकरराव देव, सासवड आश्रम विश्वस्त मंडळ, सासवड, १९७६
५. पुणे जिल्ह्यातील अंदमान (लेखमाला) – सुभान वैद्य, तरुण भारत, पुणे, ऑगस्ट, १९८३
६. महात्मा गांधी संकलित वाङ्मय (खंड २०) – महात्मा गांधी संकलित वाङ्मय भाषांतर समिती, महाराष्ट्र राज्य, मुंबई, १९७०
७. महाराष्ट्र राज्य धरण व प्रकल्पग्रस्त शेतकरी परिषद पुणे, कार्यालयातील फाईल २, ६, १०, ११, १४, १६
८. मुळशी सत्याग्रह – विनायक महादेव भुस्कुटे, दास्ताने रामचंद्र आणि कंपनी, पुणे, १९६८
९. मुळशी सत्याग्रहाचे प्रणेते सेनापती पां. म. बापट यांचे चरित्र – लालजी पेंडसे, ह. मो. जोशी, पुणे, १९२६
१०. मुळशी सत्याग्रह : धरणग्रस्तांचा अयशस्वी लढा – राजेंद्र व्होरा, प्रतिमा प्रकाशन, पुणे, १९९४
११. विसाव्या शतकातील महाराष्ट्र (खंड ३) – य. दि. फडके, श्रीविद्या प्रकाशन, पुणे, १९९१
१२. सरदार सरोवर : विकास की विनाश – मेधा पाटकर, परिसर, पुणे, १९८८
१३. सेनापती बापट दर्शन – आपटे गुरुजी, ग. पां. परचुरे प्रकाशन मंदिर, मुंबई, १९६०
१४. सेनापती बापट – य. दि. फडके, नॅशनल बुक ट्रस्ट, इंडिया, १९९३

१५. सेनापती बापट – श्रीपाद शंकर नवरे, मौज प्रकाशन, सेनापती बापट स्मारक समिती, मुंबई, १९७६
१६. सेनापती बापट वाङ्मय – समग्र ग्रंथ (खंड ४ था) – महाराष्ट्र राज्य साहित्य आणि संस्कृती मंडळ, मुंबई, १९८८
१७. सेनापतींच्या समाधीवर – द. मो. भावे, नागपूर, १९७५
१८. सेनापती बापट जीवनदर्शन – ह. मो. जोशी, मंगल प्रकाशन, नागपूर, १९८०
१९. सेनापती बापट वाङ्मय समग्र ग्रंथ – धु. वि. देव, पुणे १९३९
२०. सेनापती : आम्ही मुळशीकर – दिवाळी अंक, संपादक संजय दुधाणे, पुणे २००६
२१. सेनापती बापट यांचे निरोप आणि गीते, मुळशी सत्याग्रह सहाय्यक मंडळ, पुणे, १९२३

❖

* 9 7 8 8 1 7 9 9 1 8 9 6 8 *

FCW - #0045 - 061026 - C0 - 216/140/13 - PB - 9788179918968 - Matt Lamination